க. பூரணச்சந்திரன் (1949), திருச்சி பிஷப் ஹீபர் கல்லூரியில் தமிழ்ப் பேராசிரியராக பணியாற்றியவர். திறனாய்வுத்துறை, குறியியல், சூழலியல், இதழியல், மொழிபெயர்ப்பு என பல துறைகளில் ஆர்வமிக்கவர். பல ஆய்வுக் கட்டுரைகளையும் நூல்களையும் எழுதியுள்ளார். அவர் எழுதிய நூல்களுள் தமிழ் இலக்கியத் திறனாய்வு வரலாறு, தொடர்பியல்-சமூகம்-வாழ்க்கை, பத்திரிகை- தலையங்கம்- கருத்துரை ஆகியவை அந்தந்தத் துறைகளில் முதன்முதலாக தமிழில் எழுதப்பட்ட நூல்கள்.

கவிதையியல், கவிதைமொழி: தகர்ப்பும் அமைப்பும், இலக்கியப் பயணத்தில் சில எதிர்ப்பாடுகள், தொடர்பியல் சமூகம் வாழ்க்கை போன்ற திறனாய்வு நூல்களையும் அமைப்பியம்-பின்அமைப்பியம் போன்ற கோட்பாட்டு நூல்களையும் எழுதியிருக்கிறார்.

பல துறைகளையும் சார்ந்த இருபதுக்கும் மேற்பட்ட நூல்களை மொழிபெயர்த்துள்ளார். அவற்றுள் உலகமயமாக்கல், புவி வெப்பமயமாதல், பின்நவீனத்துவம், இசை: மிகச் சுருக்கமான அறிமுகம் போன்றவை குறிப்பிடத்தக்கன.

கதையியல்

கதைகளைச்
சொல்ல எழுத விமரிசிக்க
உதவும் புத்தகம்

க. பூரணச்சந்திரன்

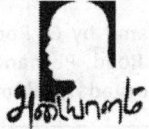

அடையாளம்

முதல் பதிப்பு 2012
விரிவாக்கப்பட்ட இரண்டாம் பதிப்பு 2019
© க. பூரணச்சந்திரன்
வெளியீடு: அடையாளம், 1205/1 கருப்பூர் சாலை, புத்தாநத்தம் 621310, திருச்சி மாவட்டம், இந்தியா, தொலைபேசி: 04332 273444
நூல் வடிவம்: த பாபிரஸ், அச்சாக்கம்: அடையாளம் பிரஸ், இந்தியா
ISBN 978 81 7720 197 0
விலை: ₹ 180

Kathaiyiyal, Narratology in Tamil by G. Poornachandran, Published by Adaiyaalam, 1205/1 Karupur Road, Puthanatham 621310, Trichy Dist., Tamilnadu, India. email: info@adaiyaalam.net

தமிழகத்தின் தலைசிறந்த
கதைசொல்லிகளுக்கு

பொருளடக்கம்

	நன்றி	ix
	முதற் பதிப்பின் முன்னுரை	xi
	இரண்டாம் பதிப்பின் முன்னுரை	xiv
1	வாழ்க்கை விளக்கமும் தப்பித்தலும்	1
2	இலக்கியத்தன்மை	9
3	தமிழ்ச் சிறுகதைகள் பற்றி	19
4	கதைப்பின்னல்	28
5	கதை அமைப்பு	42
6	கருப்பொருள் *(தீம்)*	55
7	பாத்திர வார்ப்பு	67
8	நோக்குநிலை	84
9	உணர்ச்சி வெளிப்பாடு	99
10	பின்னணியும் வருணனையும்	111
11	சூழல்- மனவுணர்வு-தொனி	120
12	குறியீடும் குறிப்புமுரணும்	128
13	கதையின் நடை	139
14	கதை வாசிப்பு முறை	151
15	புனைகதைகளை மதிப்பிடுதல்	163

முடிவுரை	173
இணைப்பு - 1: மீப்புனைகதைகள்	177
இணைப்பு - 2: சில புதிய நோக்குகள்	189
உசாத்துணை	201
சுட்டி	203

நன்றி

2012இன் தொடக்கத்தில் புகழ்பெற்ற எழுத்தாளரும் பேராசிரியருமான பெருமாள்முருகன் என்னை இந்தத் தலைப்பில் பேசுமாறு அவர் பணியாற்றும் கல்லூரிக்கு அழைத்தார். அதன் விளைவாக உருவானது தான் இந்த நூல். அவருக்கு முதற்கண் என் நன்றிகள் உரியன.

எல்லாச் சமயங்களிலும் என் எழுத்துக்கு உறுதுணையாக இருந்துவரும் என் மனைவி செல்வநாயகி அவர்களுக்கும் மகன் செவ்வேளுக்கும் என் நன்றிகள். இந்த நூலை மிகச் சிறப்பாக வெளியிட்டுள்ள அடையாளம் பதிப்புக்குழுவினருக்கும், இதன் மெய்ப்புத் திருத்திப் பிழைகளைக் களைந்த எம். எஸ். அவர்களுக்கும் என் நன்றிகள் உரியன. இந்த நூலில் அசோகமித்திரன், ஆண்டன் செகாவ் இருவரின் இரு முழுக் கதைகளையும், பல இடங்களில் பல ஆசிரியர்களின் சிறுகதைப் பகுதிகளையும் எடுத்தாண்டுள்ளேன். அந்தந்த ஆசிரியர்களுக்கும் மொழிபெயர்ப்பாளருக்கும் என் நன்றிகள் உரியன. என்றும் போல், எனது இம்மாதிரி நூல்களுக்கு ஆதரவளித்து வருகின்ற தமிழ் மாணவர்களுக்கும் பேராசிரியர்களுக்கும் என் நன்றிகளை அர்ப்பணிக்கிறேன்.

க. பூரணச்சந்திரன்

முதற் பதிப்பின் முன்னுரை

ஒரு நூல் எழுதுவதன் வாயிலாக ஓர் இலக்கிய வடிவத்தைப் பற்றிய ஞானத்தை அளிப்பது இயலுமா, அதனை எழுதவைக்க முடியுமா, சிறப்பாக விமரிசனம் செய்யவைக்க அந்த நூல் உதவுமா என்பவை எல்லாம் அடிப்படையாக எழக்கூடிய கேள்விகள். இதுபோன்ற நூல்களை முன்னரே பலரும் எழுதியிருக்கிறார்கள், இம்மாதிரிக் கேள்விகளுக்கு விடையளித்தும் இருக்கிறார்கள். மேற்கு நாடுகளில் சிறுகதைகள் எழுதுதலும் விமரிசனமும் பணிமனைகள் வாயிலாகக் கற்பிக்கப்படுகின்றன. நூல்கள் வாயிலாகவும் கற்பிக்கப்படுகின்றன. சர்வதேச எழுத்துப் பட்டறைகளும் நிகழ்கின்றன.

முற்றிலும் எழுத்தைக் கற்றுக் கொடுத்துவிடுதல் சாத்தியம் என்று எவரும் கூறமாட்டார்கள். அப்படி எந்தக் கலையையும் கற்றுக் கொடுத்துவிடுதல் சாத்தியமும் அல்ல. அதனால்தான் அவை கலை களாகவும் இருக்கின்றன. ஆனால் எழுத்தின்மேல் ஆர்வம் உள்ளவர் களுக்கு, கவிதை சிறுகதை போன்ற வடிவங்களில் ஆர்வம் கொண்டிருப்பவர்களுக்கு, இம்மாதிரி நூல்களும் பணிமனைகளும் பெருமளவு உதவியிருக்கின்றன.

எந்தத் துறையிலுமே ஆர்வம் இருப்பவர்கள் முன்னேறுவார்கள் என்பது பொதுவிதி. இதற்கு நாம் அகத்தெழுச்சி, உன்னத மனயெழுச்சி போன்ற வார்த்தைகளைப் பயன்படுத்தத் தேவையில்லை. டென்னிஸ் விளையாட்டிலோ கிரிக்கெட் விளையாட்டிலோ ஆர்வம் இருப்பவன் அதில் முன்னேறுகிறான். உலகப் புகழ் அடைகிறான். சொல் விளையாட்டில் ஆர்வம் இருப்பவன் கவிஞனாகிறான். கதை கட்டுவதிலும் அதைப் பிறருக்குச் சொல்வதிலும் ஆர்வமுள்ளவன் கதாசிரியன் ஆகிறான். அவ்வளவுதான்.

அப்படியானால் இதுபோன்ற நூல்கள், பணிமனைகள் போன்றவை எந்த அளவுக்கு உதவும்? என்னைப் பொறுத்தவரை இவற்றின் நோக்கம் எழுத்தாளர்களை உருவாக்குவது என்பதைவிட,

தேர்ந்த இரசிகர்களை, முதிர்ச்சி பெற்ற வாசகர்களை உருவாக்குவது தான். இலக்கிய இரசனைக்கு, ஏன் நல்ல திரைப்படங்களை இரசிப்பதற்கும்கூட, பயிற்சி தேவைப்படுகிறது. அந்தப் பயிற்சியை அளிப்பதில்தான் இம்மாதிரி நூல்கள் பெரிய வெற்றியைப் பெறு கின்றன. தேர்ந்த வாசகர்களையேனும் இவை உருவாக்குகின்றன. தேர்ந்த வாசகநிலையிலிருந்து தேர்ந்த படைப்பாளியோ விமரிசகனோ ஆவதற்கு ஒரு சிறிய தாவுதல் போதும்.

இசைதான் நுண்கலைகளிலே மிகவும் முதன்மையானதாக, அருவமானதாகக் கணிக்கப் பெறுகிறது. அடுத்த நிலையில் ஓவியம் சிற்பம் போன்றவை வருகின்றன. ஆனால் இந்தக் கலைகள் அனைத்தும் தனிப்பட்ட ஆசிரியர்களாலோ கலைக் கல்லூரிகளாலோ தான் காலம் காலமாகக் கற்பிக்கப்பட்டு வருகின்றன. இசையை, நடனத்தை, ஓவியத்தைக் கல்லூரிகளின் வாயிலாக, ஆசிரியரின் வாயிலாகக் கற்பிக்க முடியும் என்று ஒப்புக்கொள்ளும் மேன்மக்கள், காலங்காலமாக அப்படிப் பயின்று கச்சேரி செய்து வருபவர்கள், இலக்கியம் என்று வரும்போது மட்டும், அப்படிக் கற்பிக்க முடியாது, பயிற்சிப் பாசறைகளால் பயனில்லை, நூல்களால் பயனில்லை, படைப்பதற்கு ஓர் உன்னத மனயெழுச்சி வேண்டும் என்று பேசத் தொடங்கிவிடுகின்றனர். இது என்ன முரண்பாடு என்று தெரியவில்லை.

ஒரு கதையை அமைப்பது (அல்லது 'கதை கட்டுவது') இரு வகையான சிந்தனைகளை அடிப்படையாகக் கொண்டிருக்கிறது. ஒன்று தர்க்க ரீதியான சிந்தனை அமைப்பு. மற்றது, குறுக்குச் சிந்தனை அல்லது லேடரல் திங்கிங் எனப்படுவது. கட்டுவது என்ற சொல் இங்கு நன்கு தெரிந்தே கையாளப்படுகிறது. ஏனெனில் பூக்கட்டுவது முதல் கட்டடம் கட்டுகின்ற கலைவரை பல சொற்களை இது நினைவுக்குக் கொண்டுவருகிறது. அவ்வையார் கூறிய அடிகளை மனத்தில் கொள்ளுங்கள்: 'சித்திரமும் கைப்பழக்கம், செந்தமிழும் நாப்பழக்கம்—வைத்ததொரு கல்வி மனப்பழக்கம்.' ஆங்கிலத்தில் சொல்வதுபோல கலைகள் 99% உழைப்பு, 1% உள்ளுணர்வு. இந்த ஒரு சதவிகித உள்ளுணர்வும் நமது ஆர்வத்தால், மனப்பாங்கால் ஏற்படுவதுதான். ஆழ்ந்த விருப்பம் இருந்தால் எவரும் நல்ல சிறுகதை யாசிரியரோ, நாவலாசிரியரோ, கவிஞரோ ஆக முடியும் என்பது நூற்றுக்கு நூறு உண்மை.

தமிழில் சிறுகதை வடிவம் நல்ல வளர்ச்சி பெற்றிருக்கிறது. அம்மாதிரிச் சிறப்பான சிறுகதைகள் சிலவற்றையேனும் மாணவர்கள்

படித்தால்தான் சிறுகதை வடிவம் பற்றிய உணர்வு அவர்களுக்கு ஏற்படும். எனவே ஒரு சில நல்ல சிறுகதையாசிரியர்களின் கதைப் பகுதிகள் போகிற போக்கில் இந்த நூலில் ஆங்காங்கு எடுத்துக் காட்டுக்காக இடம் பெறுகின்றன. நல்ல சிறுகதையாசிரியர்களின் பெயர்களும் தமிழ்நாட்டு வாசகர்களுக்குத் தெரிவதில்லை என்பது தமிழகத்தின் தலைவிதி. ஏகப்பட்ட தமிழ் எழுத்தாளர்கள் மிக நல்ல சிறுகதைகளை எழுதியிருக்கிறார்கள். தமிழ் இலக்கியம் இவர்களால் வளம் பெற்றிருக்கிறது. தமிழ் மொழிபெயர்ப்புகளிலும் உலகத்தின் சிறந்த படைப்புகள் வந்துள்ளன. ஆண்டன் செகாவ், மாப்பஸான், எட்கர் ஆலன் போ, பிரேம் சந்த், டால்ஸ்டாய், தாஸ்தாயேவ்ஸ்கி, தாகூர், வைக்கம் முகம்மது பஷீர், சதாத் ஹசன் மண்ட்டோ தொடங்கி எத்தனை எத்தனையோ எழுத்தாளர்களின் சிறுகதைகள் தமிழில் இன்று கிடைக்கின்றன.

மேற்கத்திய இலக்கியங்களில் பெரும்பாலும் சிறுகதைகளும் நாவல்களும் வெவ்வேறாகப் பிரித்து நோக்கப்படுவதில்லை. புனைகதை (ஃபிக்ஷன்) என்று ஒரே சொல்லில் அவற்றை அடக்கி விடுகிறார்கள். நான் இங்கு உதாரணங்கள் தரப்போவது சிறுகதை களிலிருந்துதான் என்றாலும், பெரும்பாலான கருத்துகள் குறுநாவல்களுக்கும் நாவல்களுக்கும் பொருந்தும். ஒரு சில கதை களையே இந்த நூலில் நான் உதாரணம் காட்டியிருக்கிறேன். இவை அடிப்படையான விஷயங்களை விளக்க உதவுகின்ற தன்மைகளைக் கொண்டுள்ளன என்பதே காரணம்.

கடைசியாக ஒரு சொல். இந்த நூல் தேர்ந்த எழுத்தாளர்களுக்கோ தேர்ந்த வாசகர்களுக்கோ எழுதப்பட்டது அல்ல. இந்த நூலின் நோக்கம், கல்லூரியில் சேரும்போது திசைதெரியாமல் தடுமாறுகின்ற மாணவர்களுக்கு ஒரு வழிகாட்டியாக இருக்கவேண்டும் என்பதுதான். ஆகவேதான் சில இடங்களில் பயிற்சிகளும் இடம்பெற்றுள்ளன. நீங்கள், நீங்கள் என்று தொடங்கி, பயிற்சி செய்யுங்கள், வாசியுங்கள் என்றே முன்னிலைப்படுத்தி ஒவ்வொரு இயலிலும் கூறியுள்ளேன். இது ஓர் ஆரம்ப நூல். படியுங்கள், பின்னால் நல்ல தேர்ந்த வாசக இரசனையோடு கதைகளைத் தேர்ந்தெடுத்துப் படிக்கவும், ஆர்வமிருந்தால் எழுதவும் இது உதவலாம்.

க. பூ

இரண்டாம் பதிப்பின் முன்னுரை

முதல் பதிப்பிலிருந்து இந்த நூலில் நிறைய மாற்றங்கள் செய்யப் பட்டுள்ளன. முதல் பதிப்பில் பின்னிணைப்பில் இருந்த இரு இயல்கள் நூலின் பகுதியாக்கப்பட்டு, நூலின் பகுதியாக இருந்த இரு இயல்கள் இப்போது பின்னிணைப்புக்குத் தள்ளப்பட்டுள்ளன. நிறைய உதாரணங்கள் புதிதாகச் சில இயல்களில் சேர்க்கப்பட்டுள்ளன. சூழல், மனவுணர்வு, தொனி என்ற இயல் புதிதாகச் சேர்க்கப்பட்டுள்ளது. எப்போதும் போல் மாணவர்களை முன்னிறுத்தி இவை செய்யப் பட்டுள்ளன. இந்த நூல், வாசகர்களின் ஆதரவு காரணமாகவே இரண்டாம் பதிப்பாக வெளிவருகிறது. வாசகர்களுக்கும் இந்த நூலை இரண்டாம் பதிப்பாகக் கொண்டுவரும் அடையாளம் பதிப்புக் குழுவினருக்கும் நன்றிகள்.

க. பூ

கதையியல்

சபரிமலை

1

வாழ்க்கை விளக்கமும் தப்பித்தலும்

சென்ற நூற்றாண்டின் முற்பாதிவரை கதைகளை—அவை நாவலாயினும் சிறுகதையாயினும் பல்கலைக்கழகங்களின் தமிழ் இலக்கியப் பாடத்திட்டத்தில் சேர்ப்பதற்கே மிகவும் யோசித்து வந்தார்கள் என்பது நமக்குத் தெரியும். கதைகள் பொழுது போக்கிற் கானவை மட்டுமே என்ற எண்ணம் நிலவிவந்தது. அவை படிப்பவர்கள் மனத்தைக் கெடுத்துவிடும், அல்லது அவற்றைப் படிப்பது வீண் என்ற எண்ணமும் இருபதாம் நூற்றாண்டின் முதற்பாதி வரை பழைய கல்விமான்கள் மனத்தில் இருந்துவந்தது. 1970களின் தொடக்கத்தில் தான் தமிழ் இலக்கியப் பாடத்திட்டத்தில் சிறுகதைகள் நாவல்கள் போன்றவற்றையும் சேர்க்கலாம் என்னும் எண்ணம் உருப்பெற்றது.

இலக்கியத்தின் மிக முக்கியமான பகுதியாக இன்று புனைகதை என்பது உள்ளது. புனைகதை (ஃபிக்ஷன்) என்ற சொல்லில், சிறுகதை, குறுநாவல், நாவல் போன்ற கதைப் படைப்புகள் எல்லாமே அடங்கும். கதை எனக் கூறும்போது அக்காலப் பண்டிதர்கள் மனத்தில் எழுந்த, இன்றைக்கும் பலபேரின் மனங்களில் எழுகின்ற மிக முக்கியமான கேள்வி, 'ஏன் இவற்றைப் படிக்கவேண்டும்' என்பதுதான். எத்தனையோ வகையான அறிவுநூல்கள் நமக்காகக் காத்திருக்கும்போது, அவற்றை வாசிப்பதற்கே நேரம் பற்றாக் குறையாக இருக்கும் போது, கதைகளை வாசிப்பானேன்?

இலக்கியம் என்பது ஒரு தனித்துறையாக, அதுவும் முக்கியமான ஒன்றாக எல்லா நாடுகளிலும் எல்லா மொழிகளிலும் இன்று கருதப்படுகிறது. அது வாசிப்பதற்கு இன்பமளிப்பதாக உள்ளது என்பது ஒரு முக்கியக் காரணம். மேலும், பல சந்தர்ப்பங்களில் அது மனித வாழ்க்கைக்கு அர்த்தம் அளிப்பதாகவும், அறிவுரை கூறுவதாகவும், வழிகாட்டுவதாகவும் உள்ளது. இலக்கியம் என்பதன் பல வகைகளில் ஒன்றாகத்தான் கதைகளை நோக்குகிறோம்.

கதைகள் கற்பனையாக உருவாக்கப்படுபவைதாம். நாட்டுப்புறக் கதைகளாக இருந்தாலும், இன்று மெனக்கெட்டு எழுத்தாளன் உருவாக்குகின்ற புதுப் புனைகதைகளாக இருந்தாலும் அடிப்படையில் ஒரே தன்மை கொண்டவைதாம். யாருக்கும் எவ்விதத் தீங்கும் செய்யாமல், வாழ்க்கையின் சலிப்பைக் கொஞ்சம் குறைப்பதற்கு அவை உதவுகின்றன. கதைகளை வாசிக்க மேற்கண்ட காரணம் ஒன்றே போதுமே? மேலும்மேலும் இன்பம் பெறுவதுதான் கதை படிப்பதன் நோக்கம். இதுவே வாழ்க்கையில் கதைகளில் ஈடுபடுவதற்குப் போதுமான நியாயம் ஆகிறது. ஆனால் வெறுமனே இன்பமடைவது என்பதற்கும் மேலாக, அதனினும் உயர்வாக ஏதோ ஒரு பண்பு இருந்தால்தானே அதனைப் பல்கலைக்கழகப் படிப்பாக, பாடத் திட்டத்தின் ஒரு பகுதியாக ஆக்கமுடியும் என்று சிலர் கேட்கலாம்.

பழங்காலத்திலிருந்தே கற்பனையான அனுபவங்கள் வாழ்க்கையைப் புரிந்துகொள்ள உதவும் என்று கருதியிருக்கிறார்கள். இராமாயணம், மகாபாரதக் கதைகள், பாகவதக் கதைகள் போன்ற சமயம் சார்ந்த கதைகள் முதலாக, ஈசாப் கதைகள், பஞ்சதந்திரக் கதைகள் வரை நம்நாட்டில் பரவியிருப்பதற்கு இதுவே காரணம். சாமுவேல் ரிச்சட்சன் என்னும் ஆங்கில நாவலாசிரியரிடம், டிடரோ என்பவர், ‘மெய்யான வரலாறு என்பது பொய்ப் புனைசுருட்டுகள் கலந்த ஒன்றாக இருக்கிறது, ஆனால் உங்கள் கதைகளிலோ உண்மைகளே நிறைந்திருக்கின்றன’ என்றாராம். ஆனால் நாம் படிக்கும் எல்லாக் கதைகளும் இவ்வாறான ஆழ்நோக்குகளை அளித்துவிடுவதில்லை. சில அவ்வாறாக உள்ளன என்பதில் சந்தேகமில்லை.

எனவே, இந்த அடிப்படையில், கதைகளை இரண்டு வகைகளாகப் பகுத்துக் கொள்ளலாம். வெறும் இன்பத்திற்கான—பொழுது போக்குவதற்கான இலக்கியம் ஒருவகை; இதனைத் தப்பிப்பு இலக்கியம் என்று சொல்வோம். இன்னொன்று வாழ்க்கையில் சற்றே வெளிச்சத்தையும் ஈடுபாட்டையும் ஆழ்நோக்குகளையும் நல்லுணர்வு களையும் அளிக்கக்கூடிய இலக்கியம்; சுருக்கமாக இதனை வாழ்க்கை விளக்க இலக்கியம் என்று கொள்வோம். முதல் வகை இலக்கியம், நேரத்தை நல்ல விதமாகக் கழிப்பதற்கு, பொழுதுபோக்கிற்கு மட்டும் பயன்படுகிறது; வாழ்க்கைவிளக்க இலக்கியம், வாழ்க்கை பற்றிய நமது புரிந்துகொள்ளலை ஆழப்படுத்தவும் கூர்மைப்படுத்தவும் உதவுகிறது.

தப்பிப்பதை நாம் யாவரும் விரும்புகிறோம். சிறைக்காவலர்கள், போலீஸ்காரர்கள் மட்டும்தான் தப்பிப்பை விரும்பாத மனிதர்களாக

இருக்கமுடியும். பிறர் யாவரும் வாழ்க்கையின் சுமைகளிலிருந்து சிலநேரமாவது தப்பிக்க விரும்புகிறார்கள். ஆனால் தப்பித்தல் மட்டுமே வாழ்க்கை அல்ல.

தப்பிப்பு இலக்கியம் நம்மை நிஜ உலகத்திலிருந்து வெளியே கொண்டுசெல்கிறது; தற்காலிகமாக நமது தொல்லைகள் துயரங்கள் பிரச்சினைகளிலிருந்து விடுதலை அளிக்கிறது. வாழ்க்கை விளக்க இலக்கியமோ, தனது கற்பனை வாயிலாக, வாழ்க்கைக்குள் இன்னும் ஆழமாக நம்மைக் கொண்டுசெல்கிறது. தப்பிப்பு இலக்கியத்தின் ஒரே நோக்கம், இன்பம்தான், மகிழ்ச்சியளித்தல்தான். வாழ்க்கை விளக்க இலக்கியத்தின் நோக்கமாக இன்பத்துடன், புரிந்துகொள்ளலும் அமைகிறது.

ஆனால் இந்தப் பார்வையை மிகைப்படுத்தவோ எளிமைப் படுத்தவோ கூடாது. இந்த வித்தியாசங்களெல்லாம் எவ்வளவு தூரம் செல்லும் செல்லாது என்பவற்றைப் பின்னால் வாய்ப்புக் கிடைக்கும் போது ஆழமாக ஆராயலாம். தப்பிப்பு–வாழ்க்கை விளக்கம் என்பன ஏதோ இரண்டு தனித்த பெட்டிகள் அல்ல, கதைகள் எல்லாவற்றையும் இதிலும் அதிலுமாக அவ்வளவு எளிதாகப் பகுத்துப் போட்டுவிடவும் முடியாது. இவற்றை இரண்டு பெட்டிகளாக நோக்குவதைவிட, ஒரு நீண்ட அளவுகோலின் இருமுனைகளாகக் காண்பது நல்லது.

இவற்றிற்கிடையில் வேறென்ன வித்தியாசங்கள்?

ஏதோ ஓர் ஒழுக்கத்தை அல்லது அறத்தை போதிப்பது என்பது இரண்டிற்குமான வித்தியாசம் அல்ல. தனது சம்பவங்களிலும், கதாபாத்திரங்களிலும் ஆழமற்றதாக இருக்கும் ஒரு சாதாரணப் படைப்பு ஒழுக்க போதனையை மிகுதியாகக் கொண்டிருக்கமுடியும்; வாழ்க்கைவிளக்கப் படைப்பாக அமைந்த ஒன்று வெளிப்படையாக ஒழுக்கம் பற்றி எதையும் சொல்லாமலும் இருக்கலாம்.

மெய்ம்மைகளைப் பட்டியலிடுவதும் இரண்டிற்குமான வித்தியாசம் அல்ல. அதீதமான கற்பனைப் புனைவைக் கொண்டு இருப்பதும் வேறுபாட்டிற்கான காரணம் அல்ல. தப்பிப்புக் கதையில் நிஜவாழ்க்கையின் யதார்த்தம் நன்றாகச் சித்திரிக்கப்பட்டிருப்பது போன்ற தோற்றம் எளிதாக உருவாக்கப்பட்டிருக்கலாம். ஆனால் நிஜவாழ்க்கைக்குச் சற்றும் சம்பந்தமில்லாத அதீத கற்பனைக் கதை சிறப்பாக ஓர் உண்மையை வெளிச்சமிடுவதாக அமைவதும் கூடும்.

இந்த இருவகை இலக்கியங்களுக்குமான வேறுபாடு, மேற்கண்ட வித்தியாசங்களுக்கு அப்பால் மிக ஆழமானது, நுணுக்கமானது. மனித வாழ்க்கை அல்லது மனித நடத்தையின் ஏதோ ஒரு கூறின் மீது ஒளிபாய்ச்ச முனையும்போது கதை விளக்க—இலக்கியமாக முனைகிறது. நமது இருத்தல் நிலைமைகளின் மீது ஏதோ ஓர் ஞானத்தை—ஆழ்நோக்கை அளிக்க முனையும்போது அது நிச்சயமாகவே வாழ்க்கைவிளக்க இலக்கியமாகிறது.

தப்பிப்பு இலக்கியக்காரர்களை ஜாலவித்தைக்காரர்களோடு ஒப்பிடலாம். அவர்கள் அரங்கத்தில் பொத்தானை அமுக்கியவுடனே விளக்குகள் பளிச்சிடுகின்றன, மணிகள் ஒலிக்கின்றன. உருவங்கள் தோன்றி வண்ணப் பின்னணிகளில் ஆடுகின்றன. வாழ்க்கை விளக்கக் காரர்கள் இப்படியெல்லாம் செய்வதில்லை. அரங்கத்திலிருந்து உங்களை வெளியே அழைத்துவந்து 'பார், இதோ! வாழ்க்கை இப்படித்தான் இருக்கிறது' என்கிறார்கள். தப்பிப்பு எழுத்தாளர்கள் எப்போதுமே வியப்புகளைக் கையில் வைத்திருக்கிறார்கள். தொப்பிக்குள்ளிருந்து முயல்களை எடுக்கிறார்கள். அழகான பெண்ணை இரண்டாக அறுக்கிறார்கள். வெறும் காற்றிலிருந்து கைக்குட்டைகளை வரவழைக்கிறார்கள். நாம் மாயாஜாலப் பொழுதுபோக்குகளையும் இரசிக்கத்தானே செய்கிறோம்? மாறாக, விளக்கக்காரர்கள், திரைக்குப் பின்னால் அழைத்துச் சென்று ஒப்பனை கலைத்த மனிதர்களைக் காட்டுகிறார்கள்.

இப்படி இருவகை இலக்கியம் இருக்கிறது என்று சொல்லும் போதே, இரண்டுவகையான வாசகர்களும் இருக்கிறார்கள் என்பதும் பெறப்படும். முதிர்ச்சி குறைந்த வாசகர்கள், முதிர்ச்சி பெற்ற வாசகர்கள் என்று அவர்களுக்குப் பெயரிடலாம். முதிர்ச்சி, முதிர்ச்சி யின்மை என்பது இங்கு வயதைப் பொறுத்த விஷயமல்ல; வாசிப்பைப் பொறுத்த விஷயம்.

இன்றைய விரைந்த வாழ்க்கையில் பல பேருக்கும் எளிய, கையில் கிடைக்கின்ற, வியாபாரத்தனமான புத்தகங்களை அல்லது பத்திரிகைகளை மட்டுமே பலராலும் வாசிக்க முடிகிறது. தேடிச் சென்று புத்தகங்களைத் தேர்வு செய்வதற்கான வாய்ப்புகள் மிகவும் குறைவு. எனவே தப்பிப்பு இலக்கியக் காரர்கள், முதிர்ச்சி குறைந்த வாசகர்கள் என்பதை ஒரு கீழான, அல்லது வசைச் சொல்லாக எடுத்துக் கொள்ளத் தேவையில்லை. நல்ல புத்தகங்களைப் படிக்கும் வாய்ப்பற்றவர்கள் என்பதாகவே கொள்ள வேண்டும்.

முதிர்ச்சி குறைந்த வாசகர்கள் வாழ்க்கையிலிருந்து தப்பிக்க மட்டுமே விழைகிறார்கள். வாழ்க்கை விளக்கத்திற்காகவோ அறநெறிக்காகவோ அவர்கள் வாசிக்க முனையும்போது கூட, வாசிக்கும் விஷயம் அவர்களுக்கு இந்த உலகத்தைப் பற்றிய மனத்திற்குப் பிடித்ததொரு பிம்பத்தைக் கட்டமைத்துக் காட்ட வேண்டும் என்பது அவர்கள் விருப்பமாக இருக்கிறது. அல்லது தங்களை முகஸ்துதி செய்கின்ற, பசப்புகின்ற விஷயமாக அது இருக்கவேண்டும் என்று நினைக்கிறார்கள். நாம் சிறுவயதுமுதல் வாசித்த அம்புலிமாமாக் கதைகள் இப்படித் தான் இருந்தன. பம்பரம் விளையாடுவதிலோ கோலி விளையாடுவதிலோ தவறில்லைதான். எட்டுவயதுப் பையன் விளையாடினால் பாராட்டுவோம். நாற்பது வயது மனிதன் அதில் ஈடுபட்டிருந்தால் ஏதோ கோளாறு என்போம். அதுபோல, தப்பிப்புக் கதைகளையும் வாசிப்புப் பயிற்சியின் ஆரம்பத்தில், பயிற்சிக்காக வேண்டி, அதிகம் வாசித்தால் தவறில்லை.

ஆனால், வயதுமுதிர்ந்த பிறகும் பல வாசகர்களுக்கு தேவதைக் கதைகளுடைய மாற்றுகள்தான் தேவைப்படுகின்றன. அவை ருசிகரமாக இருக்கின்றன. சிண்டரல்லா கதையின் நாயகன் தேவதை கொடுத்த பளிங்குக்காலணி அணிந்த பெண்ணைத் தேர்ந்தெடுத்து சுபமாக வாழ்க்கை நடத்தியதைப் போல, இவர்களுக்கும் ஒரு கதாநாயகன் வந்து இருபத்தைந்து பேரோடு சண்டைபோட்டு இரண்டு மூன்று பெண்களுடன் காதல்செய்து களிப்போடு பூங்காக்களில் ஓடியாடி சில வில்லன்களை ஒழித்துக்கட்டி சுபமாக வாழ்க்கை நடத்தவேண்டியிருக்கிறது. ஆகவே இந்த வகையான வாசகர்கள் வாழ்க்கையில் முன்னோக்கிச் செல்வதற்கு மாறாக, தங்கள் குழந்தைப் பருவத்திற்குப் பின்னோக்கிச் செல்கிறார்கள் என்று சொல்லத் தோன்றுகிறது.

இம்மாதிரி முதிர்ச்சியற்ற வாசகர்களுக்கான அடையாளங்கள் சில இருக்கின்றன. அவர்கள் ஒவ்வொரு கதையிலும் தங்கள் குறித்த சில தேவைகள் தீர்க்கப்படவேண்டும் என்று எதிர்பார்க்கிறார்கள். அப்படியில்லாமல் போனால் ஏமாற்றமடைகிறார்கள். பல சமயங் களில் ஒரேமாதிரியான விஷயங்களைக் கதையில் எதிர்பார்க்கிறார்கள். மனிதர்களை மனிதச் சூழல்களில் வைத்துப்பார்க்கும் எந்தக் கதையையும் ஏற்றுக்கொள்வதற்கு பதிலாக அவர்கள் வெறும் சாகசக்கதைகள், விளையாட்டுக்கதைகள், காதல்கதைகள், குற்றக் கதைகள் எனப் பெயர்கள் கொண்ட ஒரேவிதமான கதைகளைப்

படிக்கிறார்கள். ஒரே ஃபார்முலாவில் அமைந்த கதைகள் அவர்களுக்கு இன்பமளிக்கின்றன.

முதிர்ச்சியற்ற வாசகர்களின் எதிர்பார்ப்புகள் எனப் பொதுவாகப் பின்வருவனவற்றைக் கூறலாம்.

1. ஒரு நல்ல கதாநாயகன், அல்லது நாயகி முதல் தேவை. அவனு(ளு)டைய செயல்களில் வாசகர் ஒன்றி அவற்றில் பங்கேற்குமாறு இருக்கவேண்டும். அவர்கள் நல்ல பண்புகள் கொண்டவர்களாகவும் அழகாகவும் இருக்கவேண்டும்.

2. ஒரு நல்ல கதைப்பின்னல் தேவை. அதில் விறுவிறுப்பு, வேகம் இருக்கவேண்டும், ஏதேனும் சம்பவங்கள் நடந்து கொண்டே இருக்கவேண்டும். அடுத்து என்ன, அடுத்து என்ன என்ற ஆர்வத்தைத் தூண்ட வேண்டும்.

3. ஒரு மகிழ்ச்சியான விளைவு தேவை. வாசகரைத் தொல்லைப் படுத்தாமல் உலகத்தைப் பற்றிய மகிழ்நோக்கோடு இருக்கச் செய்யவேண்டும்.

4. அந்தக் கதையின் கருப்பொருள், ஏற்கெனவே அந்த வாசகர் மனத்தில் உலகத்தைப் பற்றி வைத்திருக்கும் கருத்துகளோடு ஒன்றிச் செல்லவேண்டும்.

இவைகளே தப்பிப்பு இலக்கியங்களின் பொதுப் பண்புகளாகவும் அமைகின்றன.

இவை எல்லாம் கதைகளில் இடம்பெறுவதில் தவறொன்று மில்லை. எத்தனை எத்தனையோ கதைகள் இப்படித்தான் எழுதப்பட் டிருக்கின்றன. ஆனால் இவற்றை மட்டுமே திட்டவட்டமாகக் கதையில் எதிர்பார்ப்பதில்தான் கோளாறு எழுகிறது. நமது வாழ்க்கை அனுபவங்களை விரிவுபடுத்துவதற்கும், நமது ஞானத்தைப் பரவலாக்கிக்கொள்வதற்கும் இவை உதவுவதில்லை. மாறாக எதிர்பார்ப்புகளை ஒரே ஃபார்முலாவிற்குள் இவை சுருக்கி விடுகின்றன.

முதிர்ச்சி குறைந்த வாசகர்கள், தாங்கள் புதிதாகப் படிக்கும் கதைகளிலும், தமக்குப் பிடித்த விஷயங்களே சற்றே புதிய தோரணையில் வரவேண்டும் (புதிய மொந்தையில் பழைய கள்!) என்று எதிர்பார்க்கிறார்கள். ஒரு கதையை, அது சொல்ல முனையும் உண்மையை வைத்து எடைபோடுவதற்கு பதிலாக, அதன் விறுவிறுப்பு, திருப்பங்கள், உத்திகள் போன்றவற்றை வைத்து எடை

போடுகிறார்கள். அவர்கள் விரும்பும் கதைகளிலும் தீமை, அபாயம், வறுமை போன்றவை இடம்பெறலாம், ஆனால் அவை கதையை வளர்ப்பதற்கு மட்டுமே இடம்பெற வேண்டும். அவர்களைத் தொல்லைப்படுத்தும் அளவுக்கோ, அவற்றை அவர்கள் தீவிரமாக எடுத்துக்கொள்ளும் அளவுக்கோ, நிரந்தரமாக அவர்களைச் சிக்கலுக்கு உள்ளாக்கும் அளவுக்கோ வரலாகாது. ஏழையாக இருந்து இளமையில் ஒருவன் சற்றே தொல்லைப்படலாம், அடிவாங்கலாம், சிறையில் வாடலாம். ஆனால் பணக்கார முதலாளியின் பெண்ணை அவன் கட்டாயம் திருமணம் செய்துகொள்வான். தங்களுடைய புனைவு வாழ்க்கையை நிலைநிறுத்தும்படியான கதைகள்தாம் முதிர்ச்சியற்ற வாசகர்களுக்குத் தேவையாக இருக்கின்றன. ஜனரஞ்சகமான பத்திரிகைகள் இப்படிப்பட்ட படைப்புகளையே வெளியிட்டு வாசகர்களை சந்தோஷப்படுத்தித் தங்கள் வியாபாரத்தை நிலை நிறுத்திக்கொள்கின்றன. திரைப்படங்களும் இந்தப் பாணியையே கையாளுகின்றன.

நுணுகிப் பார்க்கும் வாசகர்கள், தப்பிப்பை முன்னிறுத்தும் கதைகளைவிட, வாழ்க்கையைக்காட்டும் இலக்கியங்களைத்தாம் விரும்புகிறார்கள். தப்பிப்பு இலக்கியத்தை அவர்கள் விரும்புவ தில்லை, படிப்பதில்லை என்று கூறமுடியாது. ஏனென்றால் தப்பிப்பு இலக்கியம் எல்லாமே மலிவானதாகவோ, மிகச் சாதாரணமான தாகவோ இருக்க வேண்டுமென்ற அவசியமில்லை. அசலானதாகவும், கூர்மதிகொண்டதாகவும், ஆழமாக ஈர்க்கக் கூடியதாகவும், அழகாக, கலைத்திறனோடு சமைக்கப்பட்டதாகவும் அது இருக்கலாம். ஆர்.எல். ஸ்டீவன்சனின் புதையல் தீவையோ, ஜானதன் ஸ்விஃப்டின் கலிவரின் பயணங்களையோ இரசிக்காத வாசகர்கள் யார்? அற்புத உலகத்தில் ஆலிசின் அனுபவங்களை இரசிக்காதவர்கள் யாரேனும் உண்டா? ஷெர்லாக் ஹோம்ஸின் துப்பறிதல்கள் எவ்வளவு சுவாரசியமாக இருக்கின்றன? இப்படிப்பட்ட வாசிப்புகள் நமக்குப் புத்துணர்ச்சி அளிக்கவல்லவைதாமே?

தப்பிப்பு இலக்கியங்கள் மைசூர்பாகு, ரசகுல்லா போன்ற இனிப்புகள். அல்லது இப்போதெல்லாம் கடைகளில் விற்கப்படும் வேக உணவுகள் என்று சொல்லலாம். இனிப்புகளை, வேக உணவுகளை மட்டுமே ஒருவன் தனது முக்கிய உணவாகக்கொள்ள முடியாது. ஆனால் உணவுக்குச் சுவைகூட்ட இவை பயன்படுகின்றன. வாழ்க்கைவிளக்க இலக்கியங்கள் தினசரி நாம் சாப்பிடவேண்டிய

ஊட்டச் சத்துணவு, முக்கிய உணவு போன்றவை. ஆனால் சில சமயங்களில் வேக உணவுகளையே சத்தான உணவுகள் என்று கூறி விளம்பரங்கள் விற்பனை செய்வதுபோல, சிலவகைத் தப்பிப்பு இலக்கியங்களும் விளக்க இலக்கியங்களின் போர்வையில் வேடமிட்டு வருகின்றன. இவைதாம் ஆபத்தானவை.

ஒரு நூலகத்தின் கதைப் பகுதிக்குள் நுழைந்து பாருங்கள். எத்தனை எத்தனையோ வகையான கதைகள். 'என்னைப் படி, என்னைப் படி' என்று நம்மை ஈர்க்கின்றன. நமக்கு அவற்றில் ஒரு சிறு பகுதியை மட்டுமே படிக்க அவகாசம் இருக்கிறது. வாழ்க்கையில் எல்லா நூல்களையும் ஒருவர் படித்துக்கொண்டிருக்க முடியாது. நமது வாசிப்பு வாழ்க்கை மிகச் சிறியது. 'Art is Long; Life is Short' என்பார்கள். வாசிப்பு வாழ்க்கையை மிகுதியான அளவுக்குப் பயன்படுத்திக் கொள்ள வேண்டும். அதற்கு, நாம் வாசிக்கும் எந்தப் புத்தகத்தையும் எப்படி மிகச்சிறப்பாகப் பயன்படுத்திக் கொள்வது என்று அறிந்து கொள்ள வேண்டும்; நாம் செலவழிக்கும் பணத்திற்கு ஏற்ற பொருள் கிடைக்கிறதா என்று பார்ப்பதுபோல நாம் செலவழிக்கும் நேரத்திற்கும் தரும் கவனத்திற்கும் ஏற்பப் பலனை அளிக்கின்ற புத்தகங்கள் எவை என்று நாம் தீர்மானிக்கவேண்டும். இதற்குக் கதைகள் மட்டுமல்ல, கதையல்லா வாசிப்பும் முக்கியம். புனைகதை, புனைகதையல்லாதவை என்னும் இரு துறைகளிலும் நல்ல வாசிப்பு இருப்பது அனுபவங்களை அளித்தும், அறிவை விசாலப்படுத்தியும் மனத்தைச் செழுமைப்படுத்தும்.

'களவும் கற்றுமற' என்பதைப்போல, எல்லா வகையான நூல்களையும் சற்றே வாசிப்பது அவசியம்தான். ஆனால் அவற்றில் தராதரம் பார்த்து நமது வாழ்க்கையைச் செழுமைப்படுத்த உதவுபவை எவை என்று கண்டறியும் நோக்கு முக்கியமானது. இனி, பின்வரும் இயல்களிலும், இந்த அடிப்படையான நோக்கு திரும்பத்திரும்ப வந்துகொண்டே இருக்கும். கதைப்பின்னலாக இருந்தாலும், கதைமாந்தர் வார்ப்பாக இருந்தாலும், வேறு எவ்விதக் கதைக் கூறாக இருந்தாலும், அங்கெல்லாம் இரண்டுவகை நூல்களும் அவற்றை எப்படிப் பயன்படுத்துகின்றன, இருவகையான வாசகர்களும் அவற்றை எப்படி எதிர்கொள்கிறார்கள் என்பவை எடுத்துரைக்கப்படும்.

2
இலக்கியத்தன்மை

இலக்கியம் வாழ்க்கை விளக்கம், தப்பிப்பு என்னும் பணிகளைச் செய்கிறது என்று முன் இயலில் நாம் கண்டோம். பிற செய்திகளுக்குச் செல்லும் முன், பொதுவாக இலக்கியம் என்றால் என்ன என்பதைச் சற்றே புரிந்துகொள்ள முயற்சி செய்யலாம்.

இலக்கியத்தில் கவிதை, உரைநடை என்னும் பகுப்பு உண்டு. கவிதை என்பது ஓர் இலக்கிய வகையாகவும் ஓர் ஊடகமாகவும் இருக்கிறது. உரைநடை என்பது இன்று ஊடகம் மட்டுமே. கவிதை உரைநடை வாயிலாகவும் படைக்கமுடியும். இப்படி ஏற்பட்டதற்குக் காரணம், பழங்காலத்தில் இலக்கியத்திற்குக் கவிதை என்ற ஒரே ஊடகம்தான் இருந்தது. எழுதப்பட்ட எல்லாவற்றையும் கவிதை என்றார்கள். உரைநடை உரைகளுக்கும், கல்வெட்டு போன்ற யதார்த்தமான விஷயங்களுக்கும், பேச்சுக்கும் மட்டுமே பயன்பட்டது.

சில நூற்றாண்டுகளாக உரைநடையில் இலக்கியங்கள் பல்கிப் பெருகியிருக்கின்றன. கட்டுரை, நாவல், சிறுகதை, நாடகப் பிரதிகள், பத்திரிகை சார்ந்த விஷயங்கள், சிறார்க் கதைகள், பயண இலக்கியம், வாழ்க்கைவரலாற்று இலக்கியம், கவிதை தவிர்த்த ஏனை மொழி பெயர்ப்புகள் ஆகிய யாவும் உரைநடையிலேயே செய்யப்படுகின்றன. கதை இலக்கியம், பழங்கால முதலாகவே இருந்துவருகிறது. வாய்மொழிக் கதைதான் முதலில் தோன்றியது. நீண்ட காலம் கழித்தே எழுத்துருவில் கதை சொல்லும் வழக்கம் உருவாயிற்று.

இலக்கியம் சற்றே வித்தியாசமான ஒரு விளையாட்டு. மொழி வாயிலாகத் தன்னை வெளிப்படுத்திக்கொள்ளும் விளையாட்டு. நாம் நம்மைக் கண்டுகொள்ளும், அதாவது உணர்ந்துகொள்ளும் சூழ்நிலை களை வார்த்தைகளால் சொல்ல முற்படும்போது அது இலக்கியம் ஆகிறது. அவ்வப்போது விமரிசகர்களும் அறிஞர்களும் இலக்கிய விளையாட்டிற்கான விதிகளைத் திட்டவட்டமான முறையில்

தொகுத்து அமைக்கவேண்டும் என்று முயன்றிருக்கிறார்கள். ஆனால் அவர்கள் முயற்சி வெற்றி பெறவில்லை. ஏனெனில் இலக்கியம் மாறிக் கொண்டே இருக்கிறது. இலக்கியம் மொழியான ஒரு பிரதி. அதற்கு வடிவம் தருவதோ, அர்த்தங்களைக் கணிப்பதோ நாம்தான்— ஆம், வாசகர்கள்தாம்.

மொழியும் இலக்கியமும்

வெவ்வேறு சமயங்களில் வெவ்வேறு விஷயங்களைச் செய்வதற்கு மொழி பயன்படுகிறது. அதாவது மொழிக்குப் பலவேறு பயன்பாடுகள் இருக்கின்றன. மொழியின் மிகப் பொதுவான பயன்பாடு, தொடர்பு கொள்ள அது உதவுகிறது என்பது. தினசரி வாழ்க்கையை நடத்திச் செல்ல இது மிகவும் அவசியம்.

ஆனால் தொடர்புகொள்ளல் பணியை நோக்கி, நாவல்களோ, சிறுகதைகளோ, நாடகமோ, கவிதைகளோ எழுதப்படுவதில்லை. வாழ்க்கையைப் பற்றிய உணர்வையும், பார்வையையும் தருவதற்காக இவை எழுதப்படுகின்றன. இருத்தலோடுள்ள தொடர்பினை இன்னும் நெருக்கப்படுத்தவும், பரவலாக்கவும் இவை உதவுகின்றன.

இக்காலம்வரை இலக்கியம் பற்றிக் கூறப்பட்டு வந்த விளக்கங் களை நாம் இரண்டு அடிப்படை வகைகளில் பகுக்கலாம்.

- இலக்கியம் என்பது ஒருவகைப் புனைந்துரைத்தல் (Fictionalization) என்று கூறுபவை.
- இலக்கியம் என்பது அழகியல் இன்பம் தரும் வகையில் அமைக்கப்பட்ட ஒருவகையான மொழியமைப்புமுறை என்று கூறுபவை.

முதல்வகை விளக்கத்தில், புனைந்துரைத்தல் என்பது விரிவான பொருளில் ஆளப்படுகிறது. மரபுவழியான மேற்குநாட்டு இலக்கிய நோக்கு, அரிஸ்டாடில் காலத்திலிருந்தே 'கலை போலி செய்வது' என்று கூறியது. 'இலக்கியம் என்பது சமுதாயத்தின் பிரதிபலிப்பு' என்பது சற்றே பிறகு தோன்றிய நோக்கு. நமது நாட்டு நோக்கின்படியோ, கலை வேறு ஒரு பயனை (ஒழுக்கத்தை) நோக்கிய கருவி. இவற்றை யெல்லாம் எழுத்தாளர் மைய/ மனிதமைய நோக்கு என்று சொல்லலாம்.

நவீனத்துவ நோக்கு, எழுத்தாளர் மையப்பார்வையைப் புறக்கணித்தது. நவீனத்துவ நோக்கின்படி, கலை ஒரு தன்னிச்சையான செயல். அது எழுதப்பட்ட பிரதிக்கு முக்கியத்துவம் அளிக்கிறது.

இலக்கிய வடிவத்திற்கு முதன்மை தருகிறது. தமிழில் இலக்கியத்தைக் குறிக்கும் பழைய பெயர்களான செய்யுள் 'பனுவல்' நூல் (செம்மை செய்யப்பட்ட நிலம், பலவற்றையும் நுவலுகின்ற ஒன்று, செப்பம் செய்யும் கருவி, செம்மை செய்யப்பட்ட பிரதி) போன்றவை இக்கருத்தையே உட்கொண்டுள்ளன. ரோமன் யாகப்சன் என்னும் கொள்கையாளர், தன்னிடம் ஈர்க்கும் சக்தியுள்ள வடிவத்தைக் கொண்டதே, இலக்கியம் என்கிறார்.

இலக்கியம் என்பதைப் பலவேறு சாத்தியப்பாடுகள் நிகழும் ஒரு களம் என்று வருணிக்கலாம். தனித்த இலக்கியப்படைப்புகள் என்பவை அந்தச் சாத்தியப்பாடுகள் சிலவற்றின் வெளிப்பாடுகள். மொழியியலாளர் சசூர், லாங், பரோல் என்று குறிப்பிடும்போது இது போலத்தான் சிந்தித்திருக்கிறார். லாங் என்பது ஒரு மொழியின் சாத்தியப்பாடுகள் அனைத்தின் மொத்தத்தையும் குறிக்கும். பரோல் என்பது தனித்த ஒரு மொழி வெளிப்பாடு. மொழிக்கும் பொருளுக்கும் இன்றியமையாத் தொடர்பு ஒன்றுமில்லை என்பதையும் சசூர் சுட்டிக்காட்டினார். சொற்கள் தம்மளவில் அர்த்தம் தருவதில்லை. அவை ஒன்றுக்கொன்று கொள்ளுகின்ற தொடர்புதான் அர்த்தத்தை உருவமைக்கின்றது. எனவேதான் கவிதையில், இலக்கியத்தில், சொல்லுகின்ற முறை முக்கியமாகிறது.

இலக்கியம் அல்லது கவிதை என்பதை வரையறுப்பதோ, அதன் இயல்புகளைப் பட்டியலிடுவதோ எளிதான காரியமாக இல்லை. ஒருவகையில், இலக்கியம் என்பது முன்னணிப்படுத்தப்பட்ட, அணிகள் கையாளப்படுகின்ற, தனிச் சிறப்பான மொழி என்று நோக்கலாம். அதேசமயம், இலக்கியம் என்பது வெறும் தனிச் சிறப்பான மொழிவகை மட்டுமல்ல. ஏனென்றால் பல இலக்கியப் படைப்புகள் பிற மொழி வகைகளிலிருந்து தாங்கள் தனித்து வேறுபடுவதாகக் காட்டிக்கொள்வதில்லை. மேலும், இலக்கியத் தன்மையை அளிப்பவை என்று பெரும்பாலும் கருதப்படும் பண்புகள் இலக்கியம்சாராத சொல்லாடல்களுக்கும், நடைமுறை சார்ந்த மொழிக்கும்கூட மிக முக்கியமானவை என்று அண்மைக்காலக் கொள்கையாளர்கள் காட்டியிருக்கிறார்கள்.

பிறவகைச் சொல்லாடல்களிலும் அணிகள் எவ்வாறு சிந்தனையைக் கட்டமைக்கின்றன என்று காட்டுவதன்மூலம் இலக்கியம் சாராத பிரதிகளிலும் இலக்கியத்தன்மை செயல்படுவதை நவீன கொள்கை யாளர்கள் நிரூபித்திருக்கிறார்கள். இலக்கியத்திற்கும் இலக்கியம்

அல்லாதவற்றிற்குமான வேறுபாடு இதனால் சிக்கலாகிவிட்டது. குறிப்பாக மனிதமைய அடிப்படையிலான பழங்கால இலக்கியப் பார்வையில், வாழ்க்கை விளக்க இலக்கியம்—தப்பிப்பு அல்லது ஜனரஞ்சக இலக்கியம் என்ற வேறுபாடு துல்லியமாக இருந்து வந்தது. இந்த வேறுபாட்டினை மொழிசார்ந்த இலக்கிய நோக்கு அழிக்க முற்படுகிறது. ஜனரஞ்சகப் படைப்புகளிலும், இலக்கியம் அல்லாத வற்றிலும் இலக்கியத்தன்மை உள்ளது என்று நாம் இன்று பேசுவதால், அவற்றை வேறுவகையில் நாம் வரையறுக்கவேண்டி வருகிறது.

முற்காலத்தில் ஒருவகையில் இலக்கியம் என்பது யாப்பு சார்ந்தது என்ற கண்ணோட்டம் இருந்துவந்ததென்றால்; இன்று இலக்கியம் என்பது கற்பனைசார்ந்த எழுத்து என்று கொள்ளப் படுகிறது. இலக்கியம் என்பது சிலவகைப் பண்புகளை வேண்டுகின்ற ஒரு செயல்பாடு அல்லது பிரதி—நிகழ்வு. பிற பேச்சுச் செயல்பாடு களிலிருந்து அது விலகி நிற்கிறது. அடுத்து ஏதோ ஒரு குறிப்பிட்ட சூழலில் காண்பது ஒன்றை இலக்கியம் என்று வாசகர்களைக் கருதவைக்கிறது. நடைமுறைப் பயன்சாராத கூற்றுகள், குறிப்பாகப் படிமம் போன்றவற்றைக் கொண்ட கூற்றுகள், இலக்கியமாகக் கருதப்பட அதிக வாய்ப்பு இருக்கிறது.

குறிப்பாக, மொழி புறச்சூழல்களிலிருந்து அகற்றப்படும்போது, தொடர்புகொள்ளல் போன்ற பிறநோக்கங்களிலிருந்து பிரித்தெடுக்கப் படும்போது அதை இலக்கியம் என்று கலை நயப்படுத்திக் காட்டமுடியும். அப்படி நயப்படுத்திக் காட்டலுக்கு ஈடுகொடுக்கும் வகையில் அக்கூற்றின் பண்பு அமையவேண்டும். சூழல்கள், செயல்பாடுகள், நோக்கங்களிலிருந்து பிரிக்கப்பட்ட சொல்லாடல் என்றால் அது சிறப்பான கவனத்தை ஈர்க்கிறது. அக்கூற்று தங்களை என்ன நோக்கில் அணுகுகிறது என்பதைப் பெரும்பாலும் கருதாமலே வாசகர்கள் அதன் நயங்களை உற்று நோக்குகிறார்கள். அதில் மறைந்திருக்கும் அர்த்தங்களைத் தேடுகிறார்கள்.

இலக்கியப் படைப்புகள் ஒரு தேர்ந்தெடுப்புச் செயல்முறைக் குள்ளாகியிருக்கின்றன. மேலும் அவை வெளியிடப்படுகின்றன. மறுபதிப்புச் செய்யப்படுகின்றன. மதிப்புரை அளிக்கப்படுகின்றன. விமரிசனத்துக்குள்ளாகின்றன. இவற்றின்மூலம் கௌரவம் பெறுகின்றன. இது நமது காலத்தில்மட்டும் நிகழும் ஒன்றல்ல. காலங்காலமாக இப்படித் தேர்ந்தெடுக்கப்பட்ட படைப்புகள்தாம் இலக்கியம் என்னும் தொகுதியாக உள்ளன.

எந்தக் காலமாயினும் ஒரு குறிப்பிட்ட கல்வி—விமரிசனச் சமூகம் எதை இலக்கியம் என்று கருதுகிறதோ அதுதான், அதாவது கலாச்சார நடுவர்கள் இலக்கியத்தைச் சேர்ந்தவை என்று அங்கீகரிக்கும் பிரதிகளின் தொகுதிதான் இலக்கியம் என்று கருதப்படுகிறது. பழங் காலப் பாண்டி நாட்டிலிருந்த சங்கம் என்ற அமைப்பு இப்படிப்பட்ட கலாச்சார நடுவர்களின் குழுவேயாகும். அவர்கள் சங்கத்தில் அரங்கேற்றப்படுவதை இலக்கியம்—அல்லாதது என்று தீர்மானித்தார்கள். இன்று சங்க இலக்கியம் என்று நமக்குக் கிடைக்கும் பத்துப்பாட்டு—எட்டுத்தொகை ஆகிய நூல்களும், சங்ககாலத்திற்குச் சில நூற்றாண்டுகள் பின்னர் அவற்றைத் தொகுத்து வைத்த அரசர்கள்—புலவர்கள் ஆகியோரின் மதிப்பீடே.

ஒவ்வொருகாலத்திலும் இப்படிப்பட்ட மதிப்புமிக்க கலாச்சார நடுவர்கள் இருப்பர். அவர்களது தேர்ந்தெடுப்புகள் இலக்கியமாகக் கேள்வியின்றி ஏற்றுக்கொள்ளப்படுகின்றன. இவர்களை உள்வட்டம் என்று சொல்வதும் வழக்கமாக உள்ளது. பெரும்பாலும் விமரிசன மின்றி முன்வைக்கப்பட்ட கருத்துகளே ஆயினும், இன்றைக்குச் சற்று முந்திய காலத்திலும் க.நா. சுப்பிரமணியம் என்ற எழுத்தாளரின் பட்டியல்களில் இடம்பெற்றவர்கள் சிறந்த எழுத்தாளர்களாகக் கருதப்பட்டனர் என்பதை அறிவோம். இவ்வாறே இன்று கல்விப்புலம் சார்ந்தவர்கள் பலவற்றைக் கவிதையாகவும் சிறுகதையாகவும் நாவலாகவும் கருதிப் பாடமாக வைக்கின்றனர். அப்போது அவற்றிற்கு இலக்கியம் என்ற கௌரவம் கிடைக்கிறது.

இக்காலத்தில் ஊடகங்களும் கலாச்சார நடுவர்ப் பணி ஆற்றும் ஆற்றல் பெற்றுள்ளன. பெரும்பாலான ஜனரஞ்சக எழுத்துகளையும் திரைப்படப் பாடல்களையும் இலக்கியமாக்கியவை, கவிதை களாக்கியவை, ஊடகங்கள்தாம்.

ஆனால் இங்கும் ஒரு சிக்கல் எழுகிறது. ஒன்றை இலக்கியம் என்று கலாச்சார நடுவர்களை, கல்வி விமரிசனச் சமூகத்தினரைக் கருத வைப்பது எது என்பது அடிப்படைக் கேள்வி. அதற்கும் அப்பால், உள்வட்ட நோக்கினர்க்கும், ஜனரஞ்சக ஊடகத்தினருக்கும் எது இலக்கியம், எது கவிதை என்ற மோதல் வரும்போது எப்படித் தெளிவாக முடிவுசெய்வது?

தரமதிப்பீடும், வேறுபடுத்தலும் நவீனத்துவக்கால விமரிசனம் வரை தான் தேவைப்பட்டது. இன்று நாம் நவீனத்துவக்கால

விமரிசனத்திலேயே, நவ—விமரிசனத்திலேயே நின்றுவிட்டோமா, அல்லது அதற்குப் பின்னரான கருத்துகளை ஏற்கிறோமா என்பதைப் பொறுத்தது இது என்றாலும், வேறுபடுத்தி நோக்கும் ஒரு பார்வை தேவைப்படுகிறது என்பதை மறுப்பதற்கில்லை.

நம்முடைய வாசிப்பு முயற்சிகள் நல்ல பயன்களைத் தரும் என்று நாம் நம்புவதற்கான காரணத்தை அளிக்கும் ஒரு நிறுவன அமைப்பின் அடையாளக் குறிப்பு, இலக்கியம் என்றும் கூறலாம். இலக்கியம் வாழ்க்கைக்கு மையமானதாக எல்லாக் காலங்களிலும் கருதப் பட்டுள்ளது, ஓர் உயர்வகையான பொழுதுபோக்காகவும் காணப் பட்டுள்ளது. இவற்றில், இலக்கியம் வாழ்க்கையை மேம்படுத்தக் கூடியது என்ற நோக்கம் மிகுதியாக உள்ளடங்கியிருப்பதைக் காண்கிறோம்.

இலக்கியப் பிரதியின் இயல்புகளாக ஜானதன் கல்லர் போன்ற இக்காலக் கொள்கையாளர்கள் சில கூறுகளை எடுத்துரைத்துள்ளனர். அவை சற்றே நமக்கு உதவலாம்.

1. மொழியை முன்னணிப்படுத்தல்

இலக்கியத்தில், கவிதையில், கவனத்தை ஈர்க்கும் விதமாக ஒழுங்கு படுத்தப்பட்ட ஒரு மொழியோடு நாம் உறவாடுகிறோம். மொழியியல் கூறுகளை அழகியல் நோக்கில் வேண்டுமென்றே மாற்றுதல் என்பதை முன்னணிப்படுத்தல் (foregrounding) என்ற சொல் குறிக்கும். இந்தச் சொல்லை நடைமுறைக்குக் கொண்டு வந்தவர்கள் ரஷ்ய உருவவியலாளர்கள். இயன்றால் இவர்களது கொள்கையைச் சற்றே விரிவாகப் பின்னர்க் காணலாம்.

(முன்னணிப்படுத்தல் இலக்கியத்துக்கு மட்டுமே உரியது அல்ல. அறிஞர் அண்ணா, கலைஞர் கருணாநிதி போன்றவர்கள் சாதாரண உரையாடலில் சிலேடையை பயன்படுத்தியதும்கூட முன்னணிப் படுத்தலே ஆகும். முன்பே கூறியது போல, நடைமுறை மொழியிலும் இலக்கியக்கூறுகளும் அணிகளும் ஏராளமாகக் காணப்படுவதனை இக்கால ஆய்வாளர்கள் சுட்டிக்காட்டியுள்ளனர். எனவே முன்னணிப்படுத்தலும் இயல்பாக மொழியிலேயே நிகழ்வதுதான்.)

முன்னணிப்படுத்தலோடு வடிவ வார்ப்பு அல்லது வடிவப் பாணி (Pattern) என்பதும் இலக்கியத்திலும் கவிதையிலும் முனைந்து அமைக்கப்படுவதுதான். ஆனால் இலக்கியம் என்று அடையாளம்

காணப்பட்டாலொழிய பெரும்பாலான நிகழ்வுகளில் மொழியியல் வடிவ வார்ப்பை வாசகர்கள் காண்பதில்லை. எனவே இலக்கியத்தை வரையறுப்பதற்கான தனித்த கூறுகளாக முன்னணிப்படுத்தல், வடிவ வார்ப்பு ஆகியவை மட்டும் உதவமாட்டா என்பது வெளிப்படை.

2. இலக்கியப் பகுதிகளின் ஒருங்கிணைப்பு

பழங்காலத்திலிருந்தே உயிரிக்கொள்கை *(organinc theory)* என்பது இருந்துவந்துள்ளது. இலக்கியமும் அமைப்பில் ஓர் உயிரி போன்றதே என்பது இந்தக் கொள்கையின் அடிப்படை. எப்படி ஓர் உயிரிக்குப் *(organism)* பல அங்கங்கள் உள்ளனவோ, அவை ஒருங்கிணைந்து செயலாற்றுகின்றனவோ, அதுபோல இலக்கியத்திற்கும் பல அங்கங்கள் உள்ளன, அவை இலக்கியத் தன்மையை உருவாக்குவதில் ஒருங்கிணைந்து செயல்படுகின்றன என்பது இந்தக் கொள்கையின் அடிப்படை. எந்த ஓர் உயிரியிலும் எல்லா உறுப்புகளும் ஒருங்கிணைந்தே செயல்படுகின்றன. ஓர் உறுப்பிற்கு மாறாக இன்னொன்று இயங்குவதில்லை. அதுபோலவே இலக்கியத்தின் உறுப்புகள் செயல்படுகின்றன.

பழங்கால இந்திய மரபிலும் இலக்கியக் கூறுகளின் பொருத்தப்பாடு பற்றி யோசித்திருக்கின்றனர். க்ஷேமேந்திரர் இதை ஔசித்தியம் என்றார். ஔசித்திய விசார சர்ச்சை என்ற தமது நூலில், இருபத்தேழு வகைப் பொருத்தப்பாடுகளைப் பற்றிப் பேசியிருக்கிறார். அவற்றில் பல இன்றைக்குப் பொருந்தாதாயினும் பொதுவாக அவரது கோட்பாடு மிக முக்கியமானது. கவிதையின் உறுப்பு ஒவ்வொன்றும் மற்றொன்றுடன் மிக இயல்பாக, அழகாகப் பொருந்தி வரவேண்டும் என்பதுதான் ஔசித்தியம்.

மேற்கத்தியக் கவிதையியலிலும் இதனைக் கால ஒருமை, இட ஒருமை, செயல் ஒருமை என்ற தலைப்புகளில் பேசியுள்ளனர். இட ஒருமையைவிட முக்கியமானது கால ஒருமை. கால ஒருமையை விட முக்கியமானது செயல் ஒருமை. அதுதான் முதன்மையாக இலக்கியத்தின் பல கூறுகளையும் இணைப்பது. பிறவிதமான பொருத்தப்பாடுகளும் பேசப்படுகின்றன. உதாரணமாக, மிகையுணர்ச்சி (செண்டிமெண்டாலிட்டி) கூடாது என்பது கவிதைக்கும் பிற இலக்கிய வகைகளுக்கும் பொருந்தக்கூடிய ஒன்று. புனை கதையாயின் மெலோட்ராமா, ஆண்டி-க்ளைமாக்ஸ் முதலியன பொருத்தப்பாட்டினைக் கெடுப்பவை. இம்மாதிரி மேற்கத்தியக்

கவிதையியலில் பொருத்தப்பாடு (புரொப்ரைட்டி), ஒருங்கமைவு அல்லது ஒருமை (யூனிடி) முதலியன பல இடங்களில் பலவிதங்களில் பேசப்படுகின்றன.

3. புனைவியல்பு

கவிதையில் கற்பனையின் இன்றியமையாமையை மிதமிஞ்சி வலியுறுத்தியவர்கள் ரொமாண்டிக் கொள்கையாளர்கள். செவ்வியக் காலத்திலிருந்தே கவிதையில் கற்பனையின் இடம் பற்றி விவாதிக்கப் பட்டுள்ளது. ஆனால் அரிஸ்டாடில் கவிதையை வேறொன்றின் போலி செய்தலாக (மைமஸிஸ், இமிடேஷன்) நோக்கியதால் அவ்வளவாக இது வலியுறுத்தப்படவில்லை.

கவிதையின் கூற்றுகள் உலகத்தோடு தனித்த ஓர் உறவைக் கொண்டுள்ளன. இந்த உறவை நாம் புனைவு ரீதியானது என்கிறோம். இலக்கியப் படைப்பு என்பது ஒரு புனைவுலகத்தை வெளிப்படுத்திக் காட்டும் மொழி நிகழ்வாகும். அப்புனைவுலகு, பேசுபவன், கேட்பவன், கவிதைப் பாத்திரங்கள், நிகழ்வுகள் இவற்றோடு வாசிப்போர்/கேட்போர் குழு ஆகியோரை உள்ளடக்கியுள்ளது. கேட்போர்/வாசகர் குழுவுக்குப் படைப்பின் தீர்மானங்கள் (படைப்பு விளையாட்டின் விதிகள்) பற்றித் தெரியும். இலக்கியத்தின் புனைவுத் தன்மை, மொழியை, அது பயன்படக்கூடிய (தொடர்புகொள்ளல் போன்ற) பிற சூழல்களிலிருந்து பிரிக்கிறது. பிறகு அது உலகத்தோடு படைப்புக்கு உள்ள உறவைப் பற்றிய ஆய்வுக்குத் தன்னை உட்படுத்துகிறது.

4. அழகியல் தன்மை

மேற்கூறிய முன்னணிப்படுத்தல், இலக்கியக்கூறுகளின் முழுமை யாக்கம், புனைவு மூன்றையுமே மொழியின் அழகியல் செயல்பாடு என்று கூறலாம். அழகியல் என்பதைத் தத்துவவாதிகள் காலங்காலமாக ஆராய்ந்துள்ளனர். உலகியலுக்கும் ஆன்மிகத்துக்கும் உள்ள இடை வெளியையும், இயற்கைஆற்றல்களுக்கும், அவற்றின் பரிமாணங் களின் உலகுக்கும் உள்ள இடைவெளியையும் இட்டுநிரப்பும் முயற்சிக்கான பெயரே அழகியல் என்கிறார் இம்மானுவேல் காண்ட். பிற நடைமுறை மொழி நிகழ்வுகள் போலன்றி, இலக்கியப் படைப்புகள் தமது உருவமும் உள்ளடக்கமும் தமக்குள் கொண்டுள்ள பரஸ்பர உறவைப் பரிசீலிக்கும் செயலில் வாசகர்களை ஈடுபடுத்துகின்றன.

அழகியல் நிகழ்வுகளுக்குச் செயல்நோக்கம் அற்ற ஒரு செயல் நோக்கத் தன்மை உள்ளது. அவற்றின் பகுதிகள் ஓர் இலக்கை நோக்கி ஒன்றிணைந்து செயல்படுமாறு அவை உருவாக்கப்படுகின்றன. அந்த இலக்கு என்பது ஒரு படைப்பினால் விளையும் இன்பமே ஆகும், வேறெந்தப் புறமான செயல்நோக்கமும் அல்ல என்பர் அழகியலாளர். மேலும், இலக்கியம் என்று ஒரு பிரதியைக் கருதும்போது, அது ஒரு முழுமை என்ற எண்ணப் பதிவு நமக்கு ஏற்படுகிறது. அப்பதிவு ஏற்பட அதன் பகுதிகளின் பங்களிப்பு என்ன என்ற கேள்வியைத் தூண்டுவதாக அழகியல் அமைகிறது.

5. சுயநோக்குத் தன்மையும் (Self-reflexivity) பரஸ்பரப் பிரதியுறவும் (intertextuality)

இலக்கியப் படைப்புகள் பிற படைப்புகளிலிருந்து உருவாக்கப் படுகின்றன என்பது இந்தக் காலத்தியப் படைப்புக்கொள்கை. பழங்காலத்தில் ஒரு ஞானத்தெளிவு பெற்ற முனைவன் தானாகவே உருவாக்கியது முதல்நூல் என்றும், அதனைப் பிறர் பின்பற்றி வழிநூல் அமைக்கலாமே தவிர, விமரிசனத்துக்கு உட்படுத்தலாகாது என்றும் கருதப்பட்டது.

ஆனால், இன்றைய நோக்கில், ஒரு படைப்பு பல்வேறு பிற படைப்புகளால் சூழப்பட்டுள்ளது. அவற்றுடன் அதற்குள்ள உறவுகளின் வாயிலாகவே இருத்தல் கொள்கிறது. ஒன்றை இலக்கியமாக வாசிக்க இவ்வுறவுகள் உதவுகின்றன. எனவே இலக்கியம் என்பதே பிற சொல்லாடல்களோடு கொண்டுள்ள உறவின் மூலம் அர்த்தத்தைக் கொள்ளும் ஒரு மொழியியல் நிகழ்வு என்று கருதலாம். ஒரு சிறுகதையை இலக்கியமாக வாசிப்பது என்பதே அதைப் பிற கதைகளோடு தொடர்புபடுத்தி நோக்குவதாகத்தான் இருக்கிறது. அது அர்த்தத்தை நிகழ்விக்கும் விதத்தைப் பிற கதைகள் அர்த்தத்தை நிகழ்விக்கும் விதங்களோடு ஒப்பிட்டுப் பார்ப்பதும் வேறுபடுத்துவதுமாகிறது. அதனால் ஒரு கதையை வாசிப்பது என்பது கதையைப் பற்றி வாசிப்பதுதான் என்றாகிறது.

ஒரு தளத்தில், கதைகள் கதைகளைப் பற்றியவைதாம். நாவல்கள் நாவல்களைப் பற்றியவைதாம். அவை அனுபவத்திற்கு உருவமும் அர்த்தமும் கொடுப்பதிலும் அவற்றைக் குறியீடுகளாகச் சுட்டிக் காட்டுவதிலும் உள்ள பிரச்சினைகளையும் சாத்தியங்களையும் பற்றியவையாக உள்ளன. அதாவது எந்த ஒரு நல்ல சிறுகதையும்

கதையை எப்படி வாசிப்பது என்ற தன்மையையும் உள்ளடக்கியுள்ளது. எனவே அது தன்னைப் பற்றியதாகவே அமைகிறது. இவ்வாறே பிற இலக்கியப் படைப்புகளும் அமைகின்றன, இதைத் தான் சுயநோக்கு என்கிறோம்.

மேலும், தனித்ததொரு இலக்கியப்படைப்பு என்பது ஆசிரியர்கள் மொத்த இலக்கியத்தையும் முன்னெடுத்துச் செல்லவோ புதுப்பிக்கவோ முயற்சி செய்யும் ஒரு செயல்முறை. இதன் காரணமாக அது எப்போதும் இலக்கியத்தைப்பற்றிய மறைமுகமான சிந்தனையாகவே உள்ளது. ஆனால் விளம்பர மொழி போன்றவையும் தங்கள் அர்த்தத்துக்குப் பிறவற்றைச் சார்ந்தவை என்பதையும் தற்சுட்டுத்தன்மை உடையவை என்பதையும் எளிதிற்காணமுடியும். எனவே இறுதியாக பரஸ்பரப் பிரதியுறவையும், தற்சுட்டுத் தன்மையையும் மட்டும் இலக்கியத்தை வரையறுக்கும் கூறுகளாகக் கொள்ளமுடியாது.

ஆக இலக்கியம்—குறிப்பாக வாழ்க்கை விளக்கத்துக்கான இலக்கியம் என்பதைத் தீர்மானிப்பதில் மேற்கண்ட பண்புகளில் எதுவுமே நிர்ணயத்துவம் வாய்ந்ததாக, போதுமானதாக இல்லை. மொழி என்பது நாம் திணிக்கும் கட்டுமானச் சட்டகங்களை ஏற்க மறுக்கிறது. எனவே இலக்கியம் என்பதைத் தீர்மானிக்க உலகியல் சார்ந்த, அனுபவம் போன்ற பிற காரணிகளை நோக்க இலக்கியவாதிகள் முயன்றுள்ளனர்.

பதினெட்டாம் நூற்றாண்டின் பிற்பகுதியிலிருந்து தன்னுணர்ச்சிப் பாடல் இலக்கியத்தின் முக்கியக் கூறாயிற்று. உள்ளத்தின் உணர்ச்சிகளை நேரடியாக வெளியிடுவதற்கான மேன்மையான வெளிப்பாட்டுச் சாதனமாகவும், கலாச்சாரத்தின் நேர்த்தியான படைப்பாகவும் அது அமைந்தது. ஏனெனில் அது ஒரே சமயத்தில் அன்றாட வாழ்க்கையையும் அனுபவங்கடந்த மதிப்புகளையும் ஒருங்கிணைத்துத் தனிமனித சுயத்தின் உள்ளுணர்ச்சியை வெளிப்படுத்தும் பருமையான சக்தி வாய்ந்த சாதனமாக நோக்கப்பட்டது. இந்தக் கருத்திற்கு இன்றும் செல்வாக்கு உள்ளது. இன்றைய சிறுகதை தன்னுணர்ச்சிக் கவிதையின் உரைநடை வெளிப்பாடாகவே பலசமயங்களில் உள்ளது. மௌனி போன்றோரின் சிறுகதைகள் தமது இத்தகைய பண்பினாலேயே சிறப்புப் பெறுகின்றன. தன்னுணர்ச்சிக் கவிதையின் ரொமாண்டிக் பண்புகளை மௌனியின் சிறுகதைகள் மிகுதியாகக் கொண்டுள்ளன.

3

தமிழ்ச் சிறுகதைகள் பற்றி

எல்லா மொழிகளிலுமே சிறுகதை நாவலுக்குப் பிந்தித்தான் தோன்றியிருக்கிறது. அதாவது சிறுகதைதான் இலக்கியத்தின் கடைசிக்குழந்தை (புதுக்கவிதை அல்ல). ஆங்கிலத்தில் சாமுவேல் ரிச்சட்ஸனின் நாவல்கள் தொடங்கி ஏறத்தாழ ஒரு நூற்றாண்டுக்குப் பின்னரே சிறுகதை வடிவம் தோற்றம் பெற்றது. தமிழிலும் அவ்வாறுதான்.

ஆதிகாலத்திலிருந்தே மக்கள் இலக்கியமாகச் சிறிய கதைகள் (சிறுகதைகள் அல்ல) விளங்கி வந்திருக்கின்றன. கட்டுக்கதை (fable), உருவகக் கதை (parable), புராணக் கதை (legend), பழங்கதை போன்றவை மிகச் சுருக்கமான தெளிவான வரையறுத்த வடிவங்களைக் கொண்டவை. கட்டுக்கதைகள் அறநெறி போதிப்பதற்கெனப் பயன்பட்டன. கிரேக்க நாட்டில் தோன்றிய ஈசாப் கதைகளும், நமது நாட்டில் பஞ்சதந்திரக் கதைகளும் பிரபலமானவை. உருவகக்கதை போன்றவை பெரும்பாலும் சமயச்சார்பும் ஆன்மிகச் சார்பும் கொண்டவை. சமயத் தலைவர்கள் பலர் தங்களைப் பின்பற்று வோர்க்கு உணர்ச்சிசார்ந்த தூண்டுதல் அளிக்கவும், ஒளியூட்டவும், போதிக்கவும் இவற்றைப் பயன்படுத்தியிருக்கிறார்கள். ஏசுநாதர் பயன்படுத்திய உருவகக்கதைககள் பிரபலமானவை. போதிசத்துவர் கதைகள் புத்தமதச் சார்பாகப் பல நூற்றாண்டுகளுக்கு முன்பே உருவானவை. தென்னாட்டிலும் தெனாலிராமன் கதைகள், மரியாதை ராமன் கதைகள் போன்ற பழங்கதைகள் இருந்து வந்துள்ளன. சிறுசிறு புராணக் கதைகளைப் பற்றி நாம் அறிவோம். விக்கிரமாதித்தியன் கதைகள், ஹாதிம்தாய் கதைகள் போன்ற வற்றையும் சிறிய புராணக் கதைகளின் தொகுப்பாகவே, தனித்த பல சம்பவங்களின் தொகுப்பாகவே காணமுடியும். இவற்றில் ஒரே ஒரு தலைமைப் பாத்திரம் இணைப்புச் சங்கிலியாக இருந்தாலும் நாவலுக்கு அடிப்படையான கதைத் தொடர்ச்சி என்பது கிடையாது.

தமிழ் உரைநடையை முதன்முதலாக இலக்கியத்துக்கெனப் பயன்படுத்த இயலும் என்று கண்டவர் வீரமாமுனிவர். அவருடைய 'பரமார்த்த குருகதை' பின்வந்தவர்களுக்கு முன்னோடியாக இருந்திருக்கிறது. உரைநடையில் அங்கதத்தை மிகச் சிறப்பாகக் கையாண்ட கதைத் தொகுதி இது. இந்த நிகழ்வுக்குப் பின்னரும் ஆக்கபூர்வமாக யாரும் தமிழில் சொந்தமாகக் கதை எழுத முன் வரவில்லை என்பது வியப்புதான். சென்னை பாடப்புத்தகக்குழு அமைந்தபோது மாணவர்களுக்குப் பாடத்தில் சேர்க்கவேண்டும் என்பதற்காக, தாண்டவராய முதலியாரின் பஞ்சதந்திரக் கதைகள், வீராசாமிச் செட்டியாரின் விநோதரச மஞ்சரி போன்றவை எழுதப் பட்டன. விக்கிரமாதித்தன் கதை, மதனகாமராஜன் கதை, மயில் ராவணன் கதை, முப்பத்திரண்டு பதுமை கதை போன்றவை பதிப்பிக்கப்பட்டன.

பண்டிதர்களிடமிருந்து தமிழை விடுவித்து, சாதாரண மனிதர் களிடம் அதைக் கொண்டு சென்றது சிறுகதை என்னும் வடிவம். காரணம், அது தன் வெளியீட்டுக்குப் பத்திரிகை உலகையும் படிப்பதற்கு வாசகர்களையும் சார்ந்திருந்தது. தொடக்க காலத்தில் ஒழுக்க நெறிகளை வலியுறுத்துவதற்காகவும் சுவாரசியத்திற்காகவும் அவை எழுதப்பட்டன என்றாலும் உலகத் தரத்தினை மிக விரைவில் அடைந்துவிட்டன. மேலும் தொடக்க காலக் கதைகள், ஆங்கிலக் கல்வி பயின்றதன் காரணமாக ஐரோப்பியச் சிறுகதைகளைப் படித்து அவற்றைப் போல் எழுத வேண்டும் என்ற எண்ணத்தில் சிலரால் எழுதப்பட்டவை.

இதில் நமது கவனத்திற்கு முதலில் வருபவர் பாரதியார். அவர் தாகூர் கதைகளை மொழியாக்கம் செய்தவர். என்றாலும் தாகூர் கதைகளின் உருவ அமைதியைத் தமது சொந்தக் கதைகள் எதிலும் அவர் கொண்டுவரவில்லை. ஆறில் ஒரு பங்கு என்பது அவர் எழுதிய கதைத்தொகுதி. அவருக்குச் சிறுவர்களுக்கான கதையமைப்பே சிறுகதை வடிவம் என்ற எண்ணம் மனத்தில் இருந்து வந்திருக்கிறது. நவதந்திரக் கதைகள் போன்றவற்றில் தெளிவாகவே இந்த மனப்பான்மையைக் காணலாம்.

செல்வக்கேசவராய முதலியாரும் சிறுகதைகள் எழுதிப்பார்த்தார். அபிநவக் கதைகள் என்பது அவர் சிறுகதைத் தொகுதியின் பெயர். அதுவும் வெற்றிபெறவில்லை. மாதவையா குசிகர் குட்டிக்கதைகள் என்ற பெயரில் எழுதியவையும் சிறுகதையாக வெற்றி பெறவில்லை. மாதவையாவின் காலத்திலேயே ராமானுஜ நாயுடு என்ற ஒருவர்

சிறப்பான கதைகளை எழுதியதாகப் புதுமைப்பித்தன் குறிப்பிடுவதால் தெரிகிறது. ஆனால் அவருடைய கதைகள் இன்று கிடைக்கவில்லை. பேச்சுவழக்கிலிருந்த கதை மரபை எடுத்துக்கொண்டு அதைச் செழுமைப்படுத்தி வெகுஜனங்களிடம் சமூக மாற்றங்களுக்கான கருத்துகளை விதைத்தல் என்பது சிறுகதைகளை முதன்முதல் எழுதிய வ.வே.சு. ஐயர் காலம் முதல் நோக்கமாக இருந்தது.

மரபாக உரைநடையில், எடுத்துரைப்பு வடிவத்தில் பெரும்பாலும் எழுதப்படும் ஓர் சிறிய புனைகதைப் படைப்பினைத்தான் சிறுகதை என்கிறோம். நாவல், குறுநாவல் போன்ற நீண்ட வடிவங்களைவிட சிறுகதை கூர்மையான, தெளிவான வடிவத்தைக் கொண்டுள்ளது. சிறுகதை என்னும் ஒரே இலக்கிய வகையே இன்று பலவகை வடிவங்களைப் பெற்றிருப்பதால் அதை வரையறுப்பதில் சிக்கல் இருக்கிறது.

தமிழில் முதன்முதலில் சிறப்பாகச் சிறுகதை வடிவத்தைக் கையாண்டவர் வ.வே.சு. ஐயர். மங்கையர்க்கரசியின் காதல் என்னும் தலைப்பில் அவருடைய கதைகள் வெளிவந்துள்ளன. அவருடைய கதைகளில் மிகச் சிறப்பான இடம் பெறுவது குளத்தங்கரை அரசமரம். பொதுவாக அவருடைய கதைகள் யாவும் நாட்டுப் பற்றையும் காதலையும் பாராட்டுகின்ற ரொமாண்டிக் தன்மையுள்ள கதைகள்.

இவர்கள் எல்லாருக்கும் பிறகு வந்தவர் புதுமைப்பித்தன். அவரிடம்தான் உலக எழுத்தாளர்களுக்குச் சமமாக—எட்கர் ஆலன் போ, செகாவ், மாப்பஸான் போன்ற மேதைகளின் படைப்புகளுக்கு ஒப்பத் தமிழ்ச் சிறுகதை மேன்மை பெற்றது. ஏழெட்டு ஆண்டுகளே தீவிர இலக்கியப் படைப்பில் ஈடுபட்ட அவர், மிகச் சிறந்த கதைகளை எழுதியிருக்கிறார் என்பதில் ஐயம் இல்லை. 'பாரதி முயன்றார், ஐயர் எழுதினார், புதுமைப்பித்தன் சாதித்தார்' என்று பிரபஞ்சன் மதிப்பிடுவது சிறப்பானது.

அடுத்துச் சொல்லப்பட வேண்டியவர்கள் கு.ப. ராஜகோபாலன், பி.எஸ். ராமையா. பெண்களின் உளவியலை நன்கறிந்து கதைகள் படைத்தவர் என்ற சிறப்பு கு.ப.ரா.வுக்கு உண்டு. கு.ப.ரா.வின் உரைநடை மிகக்கூர்மையானது. பி.எஸ். ராமையா, கார்னிவல், நட்சத்திரக் குழந்தைகள் போன்ற நல்ல கதைகளை எழுதியுள்ளார். அடுத்து, ந. பிச்சமூர்த்தியின் கதை வீச்சு சிறப்பானது.

1930களின் இறுதிக் காலத்தில் மணிக்கொடி, கலைமகள், ஆனந்த விகடன் போன்ற பத்திரிகைகள், தமிழ்ச் சிறுகதை வளர்ச்சிக்கு முக்கியப் பங்காற்றியிருக்கின்றன.

மௌனி, தனிப்பாங்கான கதைகளைத் தமிழில் படைத்தவர். சில குறிப்பிட்ட மனநிலைகளை மட்டும் மிகச் சிறப்பாகப் படைத்துக் காட்டியிருக்கிறார். ஆனால் இவர் கதைகளில் பாத்திரப்படைப்பின் கனமோ, சூழ்நிலைச் சித்திரிப்போ சரிவர அமையவில்லை. இலக்கியச் சிகரம் என்று சிலராலும், மோசமான படைப்பாளி என்று சிலராலும் மதிப்பிடப் பட்டவர். வாழ்க்கையின் சில தருணங்களைச் செறிவாகப் படைத்துக் காட்டியதால் ஒருவேளை இவரைச் சிறுகதைத் திருமூலர் என்று புதுமைப்பித்தன் வருணித்திருக்கலாம். மௌனியின் மொழி நடை—மௌனியின் தமிழ்ச்சொல் தொகுதி மிகவும் குறைவானது. அவரது தமிழ் வாக்கிய அமைப்பில் விதேசித்தனம் தெரிகிறது. வலிந்துகட்டிய செயற்கைத்தனமும் அசதியும் அவர் கதைகளில் காணப்படுபவை.

ஏறத்தாழ இவர்களுக்குச் சமகாலத்தில் எழுதத் தொடங்கியவர்கள் க.நா. சுப்பிரமணியமும் சி.சு. செல்லப்பாவும். மணிக்கொடிக் காலத்தின் கடைசிப் பகுதியில் தோன்றியவர் லா.ச. ராமாமிருதம். அவர் உள்மன ஓட்டத்தை மிகச் சிறப்பாகக் கையாண்டவர். 'லா.ச.ரா.வின் கதாபாத்திரங்கள் கணநேர மனஇசிவுகள், வலிப்புகள், விகாரங்கள் கொண்டு ஏன் இப்படி நடந்துகொள்கிறோம் என்று தங்களுக்குத் தெரியாமல் நடந்துகொள்கிறார்கள். உணர்ச்சி சம்பந்தமாக நிதானம் இழந்து உணர்ச்சி வசப்பட்டு தராதரம் அறிய இயலாதுபோய், தேவைக்கு மீறிய பதட்டம், மனஉளைச்சல் கொண்டு தேவைக்குமேல் விஷயத்துககு வேசம், வெறிகாட்டி, விபரீத விளைவுகளுக்கு இட்டுச் செல்லும்படி நடக்கிறார்கள் என்றும், ஒருவித ஹிஸ்டீரிக்கல் மனநிலையில் நடந்துகொள்கிறார்கள்' என்றும் சி.சு. செல்லப்பா கூறியுள்ளது பொருத்தமானது. எம்.வி. வெங்கட்ராமும் நல்ல சிறுகதைகளை எழுதியிருக்கிறார்.

ஜனரஞ்சகப் படைப்புகளை வெளியிடும் பொழுதுபோக்குப் பத்திரிகைகள், தீவிரமான படைப்புகளை வெளியிடும் இலக்கியச் சிறுபத்திரிகைகள் என்று பத்திரிகை உலகம் 1940களில் இரண்டுபட்டு விட்டது. அகிலன், நா. பார்த்தசாரதி, சாண்டில்யன் எனப் பலர் தப்பிப்புக் கதைகளை உருவாக்கினார்கள்.

நாவலின் வடிவம் வேறு, சிறுகதையின் வடிவம் வேறு. ஒருவகையில் நாவல் எழுதுவது எளிதானது என்று கூறலாம். பெரிய அளவில் கதை மாந்தர்களை உருவாக்குதலும் சம்பவங்களை உருவாக்குதலும் அவற்றை ஒருங்கிணைத்தலும் போன்ற செயல்கள் அதற்குத் தேவைப்பட்டாலும், குறிப்பிட்டதொரு கதையின் போக்கில் மனத்தில் தோன்றியவற்றையெல்லாம் எழுதிவிட்டுப் பின்னர் ஒருங்கிணைக்கும் வாய்ப்பு அதில் உண்டு. சிறுகதையில் அவ்வாறான வாய்ப்பு கிடையாது. எழுதும்போக்கிலேயே சரியான அமைப்பு உருவாக வேண்டும். ஒரு தொடக்கம்—வளர்ச்சி—முடிவு என்ற விதமான கனகச்சிதமான அமைப்பு, இறுக்கமான அமைப்பு சிறுகதைக்குத் தேவை.

திராவிட இயக்கம் தோன்றியபோது அந்தக் கருத்தியலினால் ஈர்க்கப்பட்ட சில எழுத்தாளர்கள் உருவாயினர். அவர்களில் முக்கியமாகக் குறிப்பிட வேண்டியவர்கள் டி.கே. சீனிவாசன், ராதா மணாளன், கோவி. மணிசேகரன் போன்ற பலர். இவர்களது முயற்சிகள் வெற்றி பெறவில்லை. அண்ணாவின், கலைஞரின் சிறுகதை முயற்சிகளும் அப்படித்தான். உருவக்குறைபாடும் மிகையுணர்ச்சியும் நீதிபோதனையும் இவற்றில் மிதமிஞ்சியிருந்தன.

தேசியப் போராட்டத்தில் ஈடுபட்டிருந்தவர்களில் ராஜாஜி முக்கியமானவர். அவருடைய கதைகள் சில உருவச் சிறப்புப் பெற்றவை. கல்கியின் கதைகளில் உருவம் கிடையாது. அவர் சிறுகதைகள் நாவலின் சுருக்கம்போலக் காணப்படுபவை. 'நிமிஷத்தை நித்தியமாக்கும் வேலையைச் செய்வதுதான் சிறுகதை' என்று ந. சிதம்பர சுப்பிரமணியன் கூறினார். கல்கியோ, நிமிஷங்கள் அல்ல, பலப்பல ஆண்டுகளையே சிறுகதையில் கடப்பவர்.

தமிழ்ச் சிறுகதை உலகில் தி. ஜானகிராமனுக்குத் தனி இடம் உண்டு. அவருடைய நாவல்கள்—மோகமுள் உட்பட சற்றே நீர்த்துப்போனவை என்று சொல்லலாம். ஆனால் சிறுகதைகளில் அதீதமான சொற்செறிவினைக் கையாண்டவர். மிகச் சிறந்த பாத்திரப் படைப்புகளை அவர் தம் சிறுகதைகளில் உருவாக்கியிருக்கிறார். ஏறத்தாழச் சமகால எழுத்தாளரான ந. பிச்சமூர்த்தியும் மிக அகன்ற கதைவெளியைக் கையாண்டிருக்கின்றவர்.

பின்னர் தமிழ் இலக்கியச் சிறுபத்திரிகைகள் பல வெளிவரலாயின. அவற்றில் சக்தி போன்றவை மிகச் சிறப்பான பணிசெய்துள்ளன.

சக்தி பத்திரிகையில் மிகுதியாக எழுதிய கு. அழகிரிசாமி ஒரு சாதனையாளர். ராஜா வந்தார், காற்று போன்ற இவரது கதைகள் மறக்கமுடியாதவை.

உணர்வுபூர்வமாகச் சமூகப் பிரச்சினைகளை அடிப்படையாகக் கொண்டு கதைகளைப் படைக்கும் மரபு சற்றே பின்னால்தான் தோன்றியது. ஜெயகாந்தன், பொன்னீலன், சி.ஆர். ரவீந்திரன், கந்தர்வன், மேலாண்மை பொன்னுச்சாமி, தனுஷ்கோடி ராமசாமி, சு. சமுத்திரம் போன்ற எத்தனையோ பேர் இப்படிப்பட்ட படைப்புகளை உருவாக்கினார்கள்.

இதற்கு மாறாக, அகவயப்பட்ட பிரச்சினைகளைப் படைப்பவர்களாக, தி. ஜானகிராமன், சுந்தர ராமசாமி, ந. முத்துசாமி, நகுலன், வண்ணநிலவன், பிரபஞ்சன், வண்ணதாசன், சா. கந்தசாமி போன்றவர்கள் இயங்கினர்.

ஜனரஞ்சகக் கதைகளின் போக்கில் 1960களின் இறுதியில் ஒரு தேக்கநிலை ஏற்பட்டபோது அதனை நிலைநிறுத்தும் வாயிலாக சுஜாதா உருவானார். அறிவியல் புதினங்களையும் சிறுகதைகளையும் தப்பிப்பு நோக்கிலே இவர் மிகுதியாக உருவாக்கினார். இவரைத் தொடர்ந்து ஒரு திரளான எழுத்தாளர்கள்-இவர்கள் வரலாற்றுக் கதைகளுக்கான மவுசு மாறிவிட்டதைக் கண்டுகொண்டவர்கள்–குடும்பக் கதைகளை ஜனரஞ்சகப்போக்கில் உருவாக்கினார்கள். இதற்கான மனநிலையை உருவாக்கியதில் லக்ஷ்மி, சிவசங்கரி, இந்துமதி, அனுராதா ரமணன் போன்ற பெண் எழுத்தாளர்களுக்கும் பெரிய பங்கு உண்டு.

இவர்களுடைய மாமியார்–மருமகள் கதைகளை ரசிக்கும் மனப்பாங்கு 1980 அளவில் மாறியது. பெண்கள் மிகுதியாக வேலைக்குச் செல்லும் நிலை ஏற்பட்டது. வாழ்க்கைமுறை மாறியது. படித்து வெளியில் பலரோடு பழகவேண்டிய நிர்ப்பந்தத்திற்கு ஆளான வேலைக்குச் செல்லும் பெண்கள் சுதந்திர மனப்பான்மையைச் சற்றே ஏற்றதில் வியப்பில்லை. ஆனால் இதனையும் வழக்கமான ஃபார்முலாக்களில் அடைத்து பாலகுமாரன் போன்றவர்கள் விற்பனைசெய்ய முன்வந்தனர். குடும்பக்கதைகளுக்கும் பெண்கள் சார்ந்த பிரச்சினைக் கதைகளுக்கும் வரவேற்பு குறைந்தபோது அம்புலிமாமாக் கதைகளை பேய்க்கதைகளாகவும் மந்திரதந்திரக் கதைகளாகவும் மாற்றி எழுத இந்திரா சவுந்தரராஜன் போன்றோரை உள்ளிட்ட ஒரு எழுத்தாளர் குழு உருவாகியது.

இவர்களை விட்டுச் சிறுபத்திரிகைகளில் தரமான கதைகள் எழுதியவர்களை மட்டும் இங்கே பார்க்கலாம்.

அந்தந்த மண்ணின் மணம் கமழச் சில எழுத்தாளர்கள் எழுதத் தொடங்கினர். கி.ராஜநாராயணன், பா. செயப்பிரகாசம், ச. தமிழ்ச்செல்வன், கோணங்கி, நாஞ்சில்நாடன், பிரகாஷ், பெருமாள் முருகன் என இவர்கள் பட்டியல் செல்லும்.

விளிம்புநிலை மனிதர்கள் மீது அக்கறைகொண்டு ஜி. நாகராஜன், ராஜேந்திரசோழன் போன்றவர்கள் முதலில் கதைகள் படைத்தனர். பின்னர் தலித் இலக்கியம் உருவாகியது. பூமணி, சோ. தர்மன், விழி. பா. இதயவேந்தன், அபிமானி, நடராசன் என இவர்கள் பட்டியல் நீளுகிறது.

மத்தியதர வாழ்க்கையின் சிறுசிறு பிரச்சினைகளைப் படைப்பவர்களாக அசோக மித்திரன், ஆதவன், விமலாதித்த மாமல்லன், கோபிகிருஷ்ணன், திலீப்குமார், பாவண்ணன், சுப்ரபாரதி மணியன், சாருநிவேதிதா போன்றவர்கள் செயல்பட்டனர்.

பெண்கள் சார்ந்த விஷயங்களை வைத்து எழுதிய பெண் எழுத்தாளர்களாக ராஜம் கிருஷ்ணன், சூடாமணி, அம்பை, சிவகாமி, பாமா, திலகவதி போன்றவர்களைக் குறிப்பிடலாம். இவர்களில், அம்பையின் கதைகள் மிக உயர்ந்த தளத்தில் இயங்குபவையாக உள்ளன.

மீப்புனைவு எழுத்துகளைப் படைத்த சில எழுத்தாளர்கள் உள்ளனர். கோணங்கி, எஸ். ராமகிருஷ்ணன், ஜெயமோகன், சுரேஷ்குமார இந்திரஜித், சில்வியா, கௌதம சித்தார்த்தன், ப்ரேம்–ரமேஷ் போன்றவர்களை இப்பட்டியலில் சேர்க்கலாம். சற்றே வித்தியாசமான உருவச் சோதனைகளைச் செய்தவர் சில்வியா (எம்.டி. முத்துக்குமாரசாமி). பிரேம்–ரமேஷ் கதைகளைப் புனைவின் மீதான புனைவு என்று வருணிக்கின்றனர் விமரிசகர்கள். அண்மைக் காலத்தில் அழகிய பெரியவன், இமையம், யூமா வாசுகி எனப் பலர் நல்ல சிறுகதைகளை வழங்கியிருக்கின்றனர்.

மீண்டும் மலிவான கதைகளின் ஒரு பிரிவைப் பற்றிப் பார்க்கலாம்.

தமிழ்நாட்டில் மர்மக் கதைகளுக்கு எழுபத்தைந்தாண்டுக் கால வரலாறு உண்டு. நடேச சர்மா தொடங்கி, வடுவூர் துரைசாமி ஐயங்கார், ஆரணி குப்புசாமி முதலியார், ஜே. ரங்கராஜூ என்று ஒரு

பெரிய பட்டியல் உண்டு. 1960களில் தமிழ்வாணன், சங்கர்லால் என்ற துப்பறிவாளரைக் கொண்ட மர்மக்கதைகளை எழுதினார். பின்னர் மர்மக்கதைகள் குற்றக்கதைகளாக மாறின. ராஜேஷ்குமார், பட்டுக் கோட்டை பிரபாகர் போன்றோர் தொடர்ச்சியாகக் குற்றக் கதைகளை எழுதிவந்தனர். இவர்கள் மேற்கத்திய ஜேம்ஸ்பாண்ட் கதைகளை ஒட்டி, துப்பறிபவன் பின்னால் தொற்றிச்செல்லும் அழகான பெண்களையும் கவர்ச்சிக்கெனக் கதையில் கொண்டுவந்தனர். தமிழில் குற்றக்கதை எழுதுதல் தனித்துறையாகவே இயங்கி வந்திருக்கிறது. அதற்காகவே மாதப்பதிப்புப் பத்திரிகைகள் உள்ளன.

சிறுகதைகள் குமுதம், ஆனந்தவிகடன், கல்கி போன்ற ஜனரஞ்சகப் பத்திரிகைகளில் தப்பிப்புக் கதைகளாகவே உருப்பெற்றன. இதற்கு விதிவிலக்குகள் மிகச் சில இருக்கக்கூடும், அதிலும் குமுதம் போன்ற இதழ்களில் ஒருபக்கக் கதைகள், முக்கால் பக்கக்கதைகள் என ஒரு தொடக்கத்தையும் ஒரு சஸ்பென்ஸையும் மட்டுமே வைத்து உருவாக்கப்படும் நிலைக்கு அவை வந்துவிட்டன. இவற்றால் சிறுகதை என்னும் வாழ்க்கை விளக்க வடிவத்திற்குப் பயனில்லை.

சிறுகதையை முதலில் அதன் நீளத்தை வைத்து வரையறுக்க முயற்சி செய்தார்கள். அரைமணி நேர அளவில் படிக்கப்படுவது சிறுகதை என்பது அப்படிப்பட்ட ஒரு வரையறை. ஒரேமூச்சில் படித்து முடிக்கக்கூடியது என்பது இன்னொன்று. இந்தக் கருத்தை எட்கர் ஆலன் போ பிரபலப்படுத்தினார். ஏறத்தாழ ஆயிரம் முதல் இருபதாயிரம் வார்த்தைகளுக்குள் அமையக்கூடியது என்பது இன்னொரு வரையறை. ஆயிரம் வார்த்தைகளுக்கும் குறைவான எண்ணிக்கை கொண்ட சிறுகதைகள் மீச்சிறுகதைகள் எனப்படுகின்றன. அமெரிக்க அறிவியல்கதைகள் சங்கம், தான் நடத்தும் போட்டியில் 7500 வார்த்தைகளுக்குக் குறைவாக உடைய கதைகளை மட்டுமே பரிசீலிக்கிறது.

மக்கள் இலக்கியம் வேறு; ஜனரஞ்சக இலக்கியம் வேறு. நாட்டார் கதைகள், கதைப் பாடல்கள் போன்றவையும் கதைகளை உள்ளடக்கியவைதான். ஆனால் இவற்றைச் சமூகத்திற்குத் தீங்கிழைப்பவை என்று நோக்க முடியாது. இவை உழைக்கும் சமூகத்தின் ஆணிவேர் எனலாம். ஆனால் வணிக நோக்கத்திற்காக, வெறும் விற்பனைக்காக, அதனால் பணமும் புகழும் சேர்ப்பதற்காக எழுதப்படுவனவற்றை ஜனரஞ்சக இலக்கியம் என்ற சொல்லினால் குறிக்கிறோம். இன்றைய தப்பிப்பு இலக்கியங்கள் என முக்கியமாக

வகைப்படுத்தப்படுபவையும் இவைதான். பெரும்பாலும் ஃபார்முலாக்களை மட்டுமே கொடுத்து, மக்களின் சிந்தனையைக் குலைக்கின்ற அல்லது தடுக்கின்ற திருப்பணியைத் தமிழில் இவை செய்து வருகின்றன என்பதுதான் இவற்றின்மீது நாம் காட்டும் வெறுப்புக்கோ அசிரத்தைக்கோ காரணமாக அமைகிறது.

பக்க அடிப்படையில் பார்க்கும்போது குற்றக்கதைகள் சிறுகதையா, நாவலா என்ற கேள்வி எளிதாகவே எழும். ஒரு நாவலுக்கான பரந்த களம், பலவகையான உணர்ச்சிப் பின்னல்கள் போன்றவை இவற்றில் கிடையாது. வழக்கமாக மர்ம நாவல் என்று சொல்லப்பட்டாலும் இவை சாதாரண அச்சில் நாற்பது–ஐம்பது பக்கங்களைத் தாண்டாதவை.

'நாவல்லா' என்ற சொல் ஆங்கிலத்திலும் பிற ஐரோப்பிய மொழிகளிலும் நாவலுக்கும் சிறுகதைக்கும் இடைப்பட்ட வடிவத்தைக் குறிக்கிறது. (தமிழில் குறுநாவல் என்பதைப் போல.) குறுநாவல் என்ற வடிவத்தைப் பெரும்பாலும் மேற்கத்திய இலக்கிய உலகில் பாராட்டுவதில்லை. தமிழில் எளிதில் குறுநாவல் என்று பெயரிட்டுவிடக்கூடிய, சற்றே நீண்ட வடிவம் கொண்ட கதைகளான இவான் இலியிச்சின் மரணம் (டால்ஸ்டாய்), உருமாற்றம் (காஃப்கா), கடலும் கிழவனும் (ஹெமிங்வே) போன்ற கதைகளைச் சிறுகதைக ளாக நோக்குவது வழக்கமே அன்றிக் குறுநாவல்கள் என்று சொல்லுவதில்லை.

ஏராளமான மொழிபெயர்ப்புக் கதைகள் தமிழில் வெளி வந்துள்ளன. அவை நல்ல எழுத்தாளர்களால் எழுதப்பட்டவை என்பது சிறப்புக்குரியது. தரமற்ற எழுத்தாளர்கள் பெரும்பாலும் இப்போதெல்லாம் மொழிபெயர்க்கப்படுவதில்லை.

4

கதைப்பின்னல்

கதைகளை உருவாக்க உதவும் கூறுகள் பல உள்ளன. ஐந்து கூறுகள் இவற்றில் முக்கியமானவை என்று சில கொள்கையாளர்கள் கூறியிருக்கிறார்கள். கதாபாத்திரம் (கேரக்டர்), சூழலமைவு (அட்மாஸ்பியர்), போராட்டம் (கான்ஃப்ளிக்ட்), கதைப்பின்னல் (ப்ளாட்), கதைக்கரு (தீம்) என்பவை அவை. இன்னும் சிலர் இவற்றுடன் வேறுசில கூறுகளையும் சேர்த்துக்கொள்கிறார்கள். கதைப்பின்னல், கதாபாத்திர வார்ப்பு, கதைக்கரு, நோக்குநிலை (பாயிண்ட் அஃப் வியூ), சூழலமைவு, குறிப்புமுரண் (ஐரனி), உணர்ச்சிப் பாங்கு (எமோஷன்) போன்றவற்றை அடிப்படையான கூறுகளாக நான் காண்கிறேன்.

ஒரு கதைப்பின்னல் (ப்ளாட்) என்பது கதையின் முக்கியமான போராட்டத்திற்குத் தொடர்பான சம்பவங்களின் தொடர்ச்சி, கதாபாத்திரங்கள் செய்யும் செயல்களின் தொடர்ச்சி. எழுத்தாளர் தமது அடிப்படைக் கருத்தை வளர்க்க எப்படிச் சம்பவங்களை ஒழுங்கமைக்கிறார் என்றும் சொல்லலாம். ஒரு பயணப்படம் எப்படிப் பிரயாணத்திற்கு உதவுகிறதோ அவ்வாறு கதைப்பின்னல் கதைக்கு உதவுகிறது என்றும் சொல்வார்கள். கதைப்பின்னல் பெரியதாகவோ சிறியதாகவோ இருக்கலாம்.

புனைகதையில் கதைப்பின்னல்தான் மிக எளிய கூறாக இருப்பதனால் பெரும்பாலும் அதுதான் கதையின் விஷயம் என்று பலர் முடிவுகட்டிவிடுகிறார்கள். கதை எதைப் பற்றியது என்று கேட்டால் அவர்கள் அது இன்னாரைப் பற்றியது, அவருக்கு இன்னது இன்னது நடந்தது என்று கூறுவார்கள். ஒரு குறிப்பிட்ட வகையான மனிதரைப் பற்றியது என்று பொதுமைப்படுத்தவோ, வாழ்க்கையில் குறிப்பிட்டதொரு பார்வையை அளிக்கிறது என்றோ கூறமாட்டார்கள். முதிர்ச்சி குறைந்த வாசகர்கள் கதையை அதன் கதைப்

பின்னலுக்காகவே படிக்கிறார்கள். அதனால், அவர்கள் அதில் உள்ள திருப்பங்கள், நிகழ்கின்ற வன்முறை ஆகியற்றிற்காக வாசிக்கக்கூடும். ஆனால் முதிர்ச்சிவாய்ந்த வாசகர்கள் அந்தக் கதைப் பின்னலால் என்னவிதமான வெளிப்பாடு கிடைக்கிறது என்பதற்காக வாசிக்கிறார்கள்.

உடல்ரீதியான இயக்கம், சண்டை, மோதல் என்பதற்குத் தன்னளவில் எந்தவித அர்த்தமும் இல்லை. மிகக்குறைந்த அளவே உடற்செய்கைகள் கொண்ட கதையும்கூட மிக அதிக அளவு ஆழ்நோக்கை அளிக்கப் பயன்படக்கூடும். ஒவ்வொரு கதைக்கும் செயல் தேவைதான், ஆனால் நல்ல கதைக்குத் தேவை குறிப்பிடத்தக்க செயல், அர்த்தமுள்ள செயல் (சிக்னி∴பிகண்ட் ஆக்ஷன்).

கதைச் சம்பவங்கள் திட்டமிடப்படுபவை. தர்க்கரீதியாக ஒரு தொடக்கம், நடுப்பகுதி, முடிவு என அமைபவை. சிறுகதையில் பெரும்பாலும் ஒரே ஒரு கதைப் பின்னல் மட்டுமே இருப்பதனால் ஒரே மூச்சில் படித்துவிடுகிறோம்.

கதைப்பின்னலில் ஐந்து கூறுகள் இருப்பதாகக் கூறுவர்

1. அறிமுகம்—இதுதான் கதையின் தொடக்கம். இதில் கதாபாத்திரங்களும், சூழலமைவும் தெரிய வருகிறார்கள்.
2. செயலெழுச்சி-கதையின் சம்பவங்கள் சிக்கலாகின்ற இடம். கதையின் போராட்டம் தொடங்குகின்ற இடம். அறிமுகத்திற்கும் உச்சகட்டத்திற்கும் இடையிலான சம்பவங்களைக் கொண்டது இது. கதையின் வளர்ச்சி என்றும் இந்தப் பகுதியைச் சொல்வார்கள்.
3. உச்சகட்டம்—வாசகரின் ஆர்வத்தை உச்சத்திற்குக் கொண்டு செல்லும் கட்டம் இது. கதையின் திருப்புமையம் என்றும் சொல்லலாம். வாசகர், இனிமேல் என்னதான் நிகழப் போகிறது, போராட்டம் முடிவுக்கு வருமா வராதா என்ற கலக்கத்திற்கு ஆளாகிறார்.
4. செயல்வீழ்ச்சி—கதையின் சம்பவங்களும் சிக்கல்களும் தெளிவுபடத் தொடங்குகின்றன. உச்சகட்டத்திற்குப் பின்னர் என்ன நிகழ்ந்தது என்றும் போராட்டம் முடிவுக்கு வந்ததா இல்லையா என்றும் வாசகர் சிந்திக்கும் கட்டம் இது. உச்சகட்டத்திற்கும் முடிவுக்கும் இடையிலான பகுதி.

5. முடிவு—கதையின் இறுதி விளைவு, கதையின் சம்பவங்கள் முற்றிலுமாகச் சிக்கல் தீர்தல்.

உச்சகட்டத்தை மூன்று விதமான அமைவுகளாகப் பார்க்கலாம்

1. முக்கியக் கதாபாத்திரத்திற்குப் புதிய தகவல் கிடைக்கிறது.
2. அவர் அந்தப் புதிய தகவலைப் பெற்றுக் கொள்கிறார் (தெரிந்துகொள்கிறார், ஆனால் கட்டாயம் ஏற்கவேண்டும் என்ற அவசியமில்லை).
3. அந்தத் தகவலுக்கேற்பச் செயல்படுகிறார் (ஒரு முடிவுக்கு வருகிறார், அது அவர் தன் நோக்கத்தில் வெற்றியடைவாரா இல்லையா என்பதைத் தீர்மானிக்கும்.)

கதையில் ஏதேனும் விஷயங்களைச் சொல்லாமல் ஒத்திப்போடுவது சஸ்பென்ஸ் (தற்காலிகமாக மறைத்துவைப்பது) எனப்படுகிறது. அப்படி மறைத்துவைப்பதனால் வாசக ஆர்வம், சுவாரசியம் தூண்டடப்படுகிறது. கதையில் அடுத்து என்ன நிகழப்போகிறது என்றோ, அல்லது இது அடுத்து எப்படி ஆகப்போகிறது என்றோ கேள்வியை எழுப்ப வைக்கும் தன்மை சஸ்பென்ஸ். சாதாரணத் திரைப்படக் கதைகளில் இறுதிக் காட்சியில் கதாநாயகன் மலையுச்சியிலிருந்து தொங்குவான். அல்லது கதாநாயகியின் கால் தண்டவாளத்தில் மாட்டிக் கொண்டிருக்கும். அடுத்து என்ன நடக்கப்போகிறது, இவர்கள் பிழைப்பார்களா என்ற கேள்வியை எழுப்புவது இங்கு சஸ்பென்ஸின் நோக்கம். குற்றக்கதைகளிலோ, யார் இந்தக் கொலையைச் செய்தார்கள் என்பதாக சஸ்பென்ஸ் தொடங்கும். காதல்கதைகளில், இந்தப் பையன் இந்தப் பெண்ணை அடைவானா, அல்லது இந்தக் காதல் நிறைவேறுமா என்று சஸ்பென்ஸ் வைக்கப்படும். முடிவு ஒத்திப்போடப்படும். கதையை இப்படி ஒத்திப் போடுவதற்கும் அதில் முடிவைக் கொண்டுவருவதற்குமான சமநிலைப்படுத்தல்தான் சிறுகதை என்று சொல்லலாம்.

மேம்பட்ட புனைகதைகளில் என்ன நிகழப்போகிறது—இந்த 'என்ன' என்ற கேள்விக்கு பதிலாக 'எப்படி' அல்லது 'ஏன்' என்ற கேள்விகள் மனத்தில் எழும். இந்த முதன்மைப் பாத்திரத்தின் நடத்தையை மானிட ஆளுமைக்கூறுகளின் அடிப்படையில் எப்படி விளக்குவது, அல்லது அவர் ஏன் இப்படி நடந்துகொள்கிறார் என்னும் கேள்விகள் எழும்.

சஸ்பென்ஸைத் தருவதற்கு இரண்டு முக்கிய வழிகள் உள்ளன. ஒன்று விஷயமறைப்பு அல்லது இரகசியத்தை வெளிப்படுத்தாமை (மிஸ்டரி). அசாதாரணமான சந்தர்ப்பங்களின் ஒரு தொகுதியாக இது அமையலாம். இந்தச் சந்தர்ப்பங்களுக்கு என்ன பொருள் என்று வாசகர்கள் மனத்தில் கேள்வி எழும். ஒரு திரைப்படத்தில், வெடிகுண்டு வைத்த பொம்மை ஒன்று பலர் கைகளில் இடம் மாறிச் சென்றுகொண்டே இருக்கும். அது எப்போது யாரிடம் வெடிக்கப் போகிறது என்று தெரியாது. இது 'மிஸ்டரி.'

இன்னொன்று தர்மசங்கடம் அல்லது நெருக்கடிநிலை (டிலம்மா). இதில் இரண்டு வழிகளில் ஒன்றை கதாபாத்திரம் தேர்ந்தெடுத்தாக வேண்டும் என்ற நிலையில் அவர் வைக்கப்படுவார். ஆனால் இரண்டுமே விரும்பத்தகாத விளைவுகளை உருவாக்குவதாக இருக்கும். உதாரணமாக, ஒருவன் காதலிக்கிறான். காதலித்த பெண்ணைத் திருமணம் செய்துவைக்க அவன் தாய் மறுப்பதோடு, திருமணம் செய்துகொண்டால் தான் தற்கொலை செய்துகொள்வதாக மிரட்டுகிறாள். இப்போது அவன் காதலித்த பெண்ணைத் திருமணம் செய்தால், தாய் தற்கொலை செய்துகொள்வாள், காதலித்த பெண்ணைக் கைவிடுவதோ அவளை (ஏன் இவனையும்தான்) இடர்ப்பாட்டில் ஆழ்த்திவிடும், வாழ்க்கையைக் கசந்துபோகச் செய்துவிடும். இப்படி எதைச் செய்தாலும் சங்கடம் என்பதுதான் தர்மசங்கடம்.

மகாபாரதக் கதையில் முக்கியமான சந்தர்ப்பத்தில் அர்ச்சுனன் இப்படித்தான் தர்ம சங்கட நிலையில் நிறுத்தப்படுகிறான். (அப்போது அவனுக்கு வழிகாட்டுவதற்காகவே பகவத்கீதை உருவாக்கப்பட்டதாகச் சொல்லப்படுகிறது.) கௌரவர்களை எதிர்த்துப் போரிட வேண்டும். போரிட்டால் உறவினர்களையும், தனது குருநாதர்களையும் கொன்றாக வேண்டிய விரும்பத்தகாத நிலை. போரிடாவிட்டால் தனக்கு அவமானம், தான் கோழை எனத் தூற்றப்படுவதோடு பாஞ்சாலியின் சபதத்தையும் நிறைவேற்றமுடியாது. ஆனால் இரண்டில் ஒன்றைச் செய்யாமலும் இருக்கமுடியாது. தர்மசங்கடம் என்பது இதுதான்.

கதையில் உங்களுக்குப் பிடித்தமானது என்ன என்னும் கேள்விக்கு விடையளிக்கும்போது முதிர்ச்சியற்ற வாசகர்கள் முதலில் குறிப்பிடக் கூடியது சஸ்பென்ஸ்தான். ஆனால் அதற்காக சஸ்பென்ஸைக் குறைத்து மதிப்பிடமுடியாது. ஒரு கதை நம்மைப் படிக்குமாறு ஆர்வத்தைத் தூண்டாவிட்டால், அப்புறம் அதனால் என்ன பயன்? ஆனால் சஸ்பென்ஸுக்கு மிதமிஞ்சிய மதிப்பளித்துவிடக்கூடாது

என்பதுதான் நாம் சொல்லவருவது. எல்லாக் கலைகளுக்கும் சஸ்பென்ஸ் உரியதும் அல்ல. மத்யமாவதி ராகத்தை பாகவதர் பாடுவது, அதில் நேரிடப் போகின்ற திருப்பம் என்ன என்பதற்காக அல்ல. அல்லது ஒரு நல்ல ஓவியத்தை இரசிப்பது அதில் திடீரென என்ன மறைபொருள் வெளிப்படப்போகிறது என்பதற்காக அல்ல. இந்தப் பொதுவான கலையியல்புகளையும் மனத்தில் கொண்டால் சஸ்பென்ஸுக்கான இடம் என்ன என்பது தெளிவாகும்.

ஒரு நல்ல கதை என்பது நல்ல உணவு போன்றதுதான். உணவைச் சாப்பிடும்போதே அதன் ருசி, இன்பம் எழுவதுபோல, கதையும் வாசிக்கும் போதே தனக்கான இன்பத்தைத் தர வேண்டும். ஒரு நல்ல கதையின் அளவுகோல்களில் ஒன்று அதை மறுபடியும் வாசிக்கும் எண்ணத்தை உண்டாக்குகிறதா என்பது. ஒரு நல்ல உணவை இரசித்துச் சாப்பிட்டால் மீண்டும் அடுத்தமுறை சாப்பிட வேண்டும் என்ற எண்ணம் எழுவதைப்போல, ஒரு நல்ல பாட்டைக் கேட்டால் மீண்டும் கேட்க வேண்டும் என்ற விருப்பம் ஏற்படுவதுபோல ஒரு நல்ல கதையைப் படித்தால் மறுபடியும் படிக்கவேண்டும் என்ற ஆசை இயல்பாக எழவேண்டும்.

எனவே முதிர்ச்சி பெற்ற வாசகர்கள் சஸ்பென்ஸின் மதிப்பைக் குறைத்து நோக்குவதும் இல்லை, ஆனால் செயற்கையாக சஸ்பென்ஸ் அளிக்கப்படும் சந்தர்ப்பங்களை சந்தேகக் கண்ணோடு பார்க்கிறார்கள். வெறுமனே வாசக ஆர்வத்தைத் தூண்டுவதற்காக, வாசகர்களின் யூகங்களை எழுப்புவதற்காக மட்டுமா, அல்லது அதற்கும் மேலாக ஒரு வெளிப்பாட்டிற்காகவா என்பதில்தான் சஸ்பென்ஸின் பயன் அடங்கியிருக்கிறது. உயரமான தண்ணீர்த் தொட்டி மேலிருந்து ஒரு முக்கியப் பாத்திரம் குதிக்கப்போகிறானா இல்லையா என்பதைவிட ஏன் அவ்வாறு செய்யப்போகிறான், அவன் வாழ்க்கையில் இந்த நடப்பின் முக்கியத்துவம் என்ன என்பதில்தான் சஸ்பென்ஸ் இருக்கிறது.

(ஓர் எழுத்தாளர் கதையில் எவ்வளவு மோசமாக சஸ்பென்ஸ் கையாளப்படுகிறது என்பதற்கு ஒரு உதாரணம் ஞாபகம் வருகிறது. அது ஒரு தொடர்கதை. இந்த வாரம் முடியும் கதையில் ஒரு பெண் உடை மாற்றிக்கொள்கிறாள், அப்போது இரண்டு கண்கள் அவளையே உற்று நோக்கிக்கொண்டிருக்கின்றன என்று முடியும். வாசகர்கள் மனத்தில் ஒரே சங்கடம், யாரடா அது இந்த மாதிரியெல்லாம் பார்ப்பது என்று. அடுத்த வாரம் கதையில் அப்படிப் பார்த்துக்

கொண்டிருந்தது அவளுடைய குழந்தை என்று தொடங்கும். சஸ்பென்ஸை இப்படித்தான் பயன்படுத்தவே கூடாது. இதுமாதிரி நிகழ்வுகளை அளிப்பதில் சாண்டில்யனும் சுஜாதாவும் வல்லவர்கள்.)

சஸ்பென்ஸோடு தொடர்புடைய இன்னொரு சொல் வியப்பு (சர்ப்ரைஸ்). கதையில் என்னதான் நடக்கப்போகிறது என்பதை முன்பே நாம் தெரிந்துகொண்டு விட்டால் அதில் சஸ்பென்ஸ் இல்லை. அது நமக்குத் தெரியாவிட்டால் பின்னால் அதனால் என்ன விளைவுகள் நேரிட்டாலும் அவை வியப்பினை அளிப்பதாகத்தான் இருக்க இயலும். நாம் எதிர்பாராத அளவுக்கு விளைவுகள் நேரிட்டால் வியப்பு கூடுகிறது. விளைவு ஏற்கெனவே நாம் ஓரளவு எதிர்பார்த்ததாக இருந்தால் வியப்பு குறைகிறது. எதிர்பாராத முடிவுகளைச் சிறுகதையில் தரும்போது, ஒரு திடீர்த் திருப்பத்தை அளிக்கும்போது, வியப்பு விளைவு சிறப்பாக அமையும். இவ்வாறான முடிவுகளைத் தருவதில் ஓ ஹென்றி என்னும் ஆங்கில எழுத்தாளர் புகழ் பெற்றவர். எனவே இவ்வகை முடிவுகளுக்கு 'ஓ ஹென்றி முடிவுகள்' என்றே பெயர் வந்துவிட்டது.

சஸ்பென்ஸின் முக்கியத்துவம் பற்றிக் கூறியன அனைத்தும் வியப்பு விளைவுக்கும் பொருந்தும். தேவைக்கும் மிகுதியான அந்தஸ்தினை இதற்கும் அளித்துவிடக்கூடாது.

முதிர்ச்சியற்ற வாசகர்கள், சஸ்பென்ஸ், வியப்பு, உடல்ரீதியான செயல் ஆகியவற்றிற்குக் கூடுதல் முக்கியத்துவம் அளிக்கிறார்கள். அதனால்தான் நல்ல இலக்கியவாதிகளுடைய கதைகளைவிட இம்மாதிரிக் கதைகள் அதிகமாகச் சந்தையில் விற்கின்றன. வாழ்க்கை விளக்கக்கதைகளைவிடத் தப்பிப்புக் கதைகளில் வியப்பு முடிவுகள் அதிகம். உதாரணத்திற்கு இரண்டு கதைகளைப் பார்க்கலாம். இரண்டுமே கணவன் மனைவி இருவரும் ஒருவர்மீது மற்றவர் கொண்டுள்ள அன்பின் ஆழத்தை விளக்குவன என்ற விதத்தில் ஒன்றுபடுபவை.

ஒரு கதையில், மணநாளுக்கு என்ன பரிசளிப்பது என்று கணவனும் மனைவியும் சிந்திக்கிறார்கள். கணவனின் கடிகாரத்திற்கு ஒரு நல்ல செயின் வாங்கித் தரவேண்டும் என்பது மனைவியின் ஆசை. மனைவியின் கூந்தலுக்கு ஒரு நல்ல 'கிளிப்' வாங்கித் தரவேண்டும் என்பது கணவனின் ஆசை. மனைவி தன் அழகான நீண்ட கூந்தலை விற்று, கணவனின் கடியாரத்திற்குச் செயின் வாங்கிவருகிறாள்.

கதைப்பின்னல் ✦ 33

வீட்டுக்குவரும் கணவனோ, தன் கடியாரத்தினை விற்றுத் தன் மனைவியின் கூந்தலுக்கான கிளிப் வாங்கிவந்திருக்கிறான். ஓ ஹென்றியின் கதை இது. கடைசியில் இரண்டுபேர் வாங்கிவந்த பரிசுப்பொருள்களும் பயனற்றதாகிவிடுகின்றன. நல்ல சஸ்பென்ஸையும் வியப்பு முடிவையும் சிறப்பாகக் கையாளும் கதை இது. ஆனால் தப்பிப்பு என்பதற்கு மேல் விஷயம் ஒன்றுமில்லை. இறுதியில் இரண்டு செயல்களுமே பயனற்றுப் போயினவே என்ற ஒரு ஆதங்கத்திற்கு மேல் இடமில்லை.

இன்னொரு கதை மாபஸானுடையது. இதில் ஒரு அழகான மனைவிக்கு ஆடம்பரத்தில் மோகம். தன் தோழியான ஒரு பணக்காரச் சீமாட்டியிடம் ஒரு நெக்லஸைக் கடன் வாங்கி அணிந்துகொண்டு கணவனுடன் ஓர் ஆடம்பரப் பார்ட்டிக்குச் செல்கிறாள். அங்கு அவள் கடன்வாங்கி வந்த நெக்லஸ் தொலைந்து போகிறது. பணக்காரச் சீமாட்டிக்கு நெக்லஸைத் திருப்பித் தந்தாகவேண்டுமே! எப்படியோ கடனை உடனை வாங்கி அதே போன்ற நெக்லஸைச் செய்து திருப்பித் தந்துவிடுகிறாள். பிறகு அவளும் அவள் கணவனும் அந்தக் கடனை ஈடு செய்ய வாழ்நாளெல்லாம் உழைத்து மாயவேண்டியிருக்கிறது. இருபதாண்டுகள் அந்தக் கடனை அடைக்க உழைத்தாயிற்று. இப்போது அவள் அழகும் போன இடம் தெரியவில்லை. ஆணவமும் போன இடம் தெரியவில்லை. மிகத் தற்செயலாக இப்போது அந்தப் பழைய சீமாட்டி அவளைச் சந்திக்கிறாள். 'ஏன் இப்படி ஆகிவிட்டாய்?' என்று கேட்கும் சீமாட்டிக்கு அவளிடம் வாங்கிய நெக்லஸைத் தொலைத்துவிட்டதுதான் காரணம் என்று சொல்கிறாள் இந்தத் தோழி.

'ஐயோ, அது போலியாயிற்றே' என்கிறாள் சீமாட்டி. இதிலும் சஸ்பென்ஸ், வியப்பு போன்ற எல்லாக் கூறுகளும் இருக்கின்றன. ஆனால் கதை வெறுமனே தப்பிப்புக்கானது அல்ல.

வியப்பு விளைவின் நேர்மையை ஏற்றுக்கொள்வதற்கு இரண்டு வழிகள் இருக்கின்றன. ஒன்று, எவ்வளவு நியாயமாக அந்த வியப்பு விளைவு அடையப்பட்டுள்ளது என்ற விஷயம்; இரண்டாவது, அது என்ன நோக்கத்திற்காகக் கையாளப்படுகிறது என்பது. நிகழச் சாத்தியமற்ற ஓர் ஒருங்கிணைவின் விளைவாகவோ, தொடர்ச்சியான நம்ப இயலாத சிறு ஒருங்கிணைவுகளின் இறுதியிலோ வியப்பு விளைவு ஏற்பட்டால் அதனால் பயனில்லை.

சில சமயங்களில் வாசகர் நேரான முடிவை அடைந்துவிடக்கூடாது என்பதற்காகப் போலியான கதைக்குறிப்புகள் தரப்படலாம், அல்லது நோக்குநிலையைத் தவறாகக் கையாளுவதன் மூலம் வாசகருக்கு அளிக்கவேண்டிய விஷயங்களை அளிக்காமல் தவிர்க்கலாம். இவையெல்லாம் தப்பிப்புக் கதைகளில் சர்வசாதாரணமாகக் கையாளப்படும் மலிவான தந்திரங்கள். மாறாக, கதையின் முடிவு முதலில் நமக்கு வியப்பை அளித்தாலும் அது முழுமையாக தர்க்கரீதியாகவும், இயற்கையாகவும் பின்னர்த் தோன்றுகிறது என்றால் அது நியாயமான விளைவு என்பதை ஒப்புக்கொள்ளலாம்.

பொதுவாக, கதையில் வரும் சம்பவங்கள் யதார்த்தமாக, நம்பக்கூடியவனவாக இருக்கவேண்டும். தற்செயல் நிகழ்ச்சிகள், ஒருங்கிணைவுகள் அதிகம் வரக்கூடாது.

கதையின் மாந்தர்கள் எதிர்பாராத ஒரு நிகழ்ச்சி நடப்பதற்குத் தற்செயல் நிகழ்ச்சி (ஆக்சிடென்ஸ்) என்று பெயர் (இதிலிருந்துதான் விபத்தைக் குறிக்கும் ஆக்சிடெண்ட் என்ற சொல் வருகிறது). தற்செயல் நிகழ்ச்சிகள் கதையின் தொடக்கத்திலோ மத்தியிலோ வரலாம். அப்போது அவை ஆர்வத்தைத் தூண்டப் பயன்படும். உதாரணமாக, காஃப்கா எழுதிய உருமாற்றம் என்னும் சிறுகதையில், கதைத் தலைவன் ஒருநாள் காலை கண்விழிக்கும்போது தான் ஒரு பெரிய பூச்சியாக மாறிவிட்டிருப்பதை உணர்கிறான். ஒரு மனிதன் பூச்சியாக மாறுவது என்பது ஒரு தற்செயல் நிகழ்ச்சி மட்டுமன்று, இது ஒரு அதீதப் புனைவு (ஃபேண்டஸி). ஆனால் இது வாழ்க்கைக்கு ஒத்துவராதது என்று நாம் புறக்கணிப்பதில்லை. அதற்குமாறாக, 'சரி—அப்படியானால் இனிமேல் என்ன நடக்கப்போகிறது' என்றுதான் எதிர்பார்க்கத் தொடங்குகிறோம். இதுதான் ஆர்வத்தைத் தூண்டல் (சஸ்பென்ஸ்). எனவே கதையின் தொடக்கத்தில் தற்செயல் நிகழ்வுகள் வருவது எந்த விதத்திலும் கதைக்குக் குந்தகமாக இருப்பதில்லை.

கதையின் நடுப்பகுதியில்கூடத் தற்செயல் நிகழ்ச்சிகள் வரலாம். ஆனால் கதைக் கடைசியில் வரவேகூடாது. கதையின் தொடக்கத்தில் கதைத்தலைவன் பூச்சியாக மாறினான் என்றால் இனிமேல் என்ன நடக்கப்போகிறது என்று கவனிப்போம். இதற்குத்தான் அவநம்பிக்கையை விருப்பத்தோடு ஒத்திவைத்தல் (willing suspension of disbelief) என்று பெயர். மாறாக, ஒரு கதை முடியப்போகிறது, ஒரு திருடனைப் போலீஸ் துரத்துகிறது, அவன்

பூச்சியாக மாறித் தப்பித்துக்கொண்டான் என்று முடித்தால், 'என்னய்யா காதில் பூச்சுற்று கிறீர்கள்?' என்று கேட்போம்.

இரண்டு அல்லது இரண்டிற்கு மேற்பட்ட தற்செயல் நிகழ்ச்சிகள் ஒருங்கே நிகழ்வது ஒருங்கிணைவு (கோ-இன்சிடென்ஸ்) எனப்படும். பொதுவாக ஒருங்கிணைவுகள் நம்பக்கூடியவை அல்ல. ஒருவருக்கு ஒரு கஷ்டம் ஏற்படலாம். அதை ஏற்றுக் கொள்வோம். ஆனால் அவருக்கே நான்கைந்து கடும் பாதிப்புகள் ஏற்படுவதாகக் காட்டினால் மனம் உடன்படுவதில்லை. பழையகாலத் திரைப்படங்களில் கதாநாயகனுக்கு அடுக்கடுக்காகத் துன்பங்கள், சோதனைகள் வந்துகொண்டேயிருக்கும். ஆனால் அவை எல்லாம் ஓர் ஒருங்கிணைவில் முடிவில் தீர்ந்துபோய்விடும். விளைவு கேலிக்கூத்துதான். கதை நம்பகத்தன்மை அற்றதாகிவிடும். எனவே ஒருங்கிணைவுகளைக் கூடியவரை தவிர்க்கவேண்டும். கதையின் இடையில் அபூர்வமாக ஒருங்கிணைவுகள் வரலாம். இறுதியில் கட்டாயம் வரவே கூடாது.

தமிழின் சிறந்த எழுத்தாளர்களில் ஒருவர் அசோகமித்திரன். அவர் எழுதிய 'மறுபடியும்' என்ற சிறுகதையை வைத்து மேற்கண்ட அமைப்புகள் பொருந்திவருகின்றனவா என்று பார்க்கலாம். கதை 'சந்திரசேகரனுக்குக் கவலை வந்துவிட்டது' என்று தொடங்குகிறது. முதல் வாக்கியமே ஒரு ஒத்திப்போடலை—மறைபொருளைக் கொண்டிருக்கிறது, ஆர்வத்தைத் தூண்டுகிறது. இந்த முதல் வாக்கியத்தைப் படித்தவுடனே நாம் 'யார் இது சந்திரசேகரன்? என்ன அவனுக்குக் கவலை?' என்ற கேள்விகளுக்குத் தூண்டப்படுகிறோம். இந்தத் தகவல்களைத் தெரிந்துகொள்ளக் கதைக்குள் செல்ல முனைகிறோம். அடுத்து அளிக்கப்படும் தகவல்களும் ஆர்வத்தைத் தூண்டக்கூடிய விதத்திலேயே அளிக்கப்படுகின்றன.

அவனும் அவன் மனைவியும் அக்கம்பக்கத்துப் பெரியவர்கள் சொன்னபடி வால்மிளகைப் பொடி செய்து தேனில் குழைத்துக் கொடுத்தார்கள். பிறகு இரவு வேளைகளில் பால் தருவதை நிறுத்தினார்கள். ஒருநாள் இரண்டுநாட்கள் ஒன்றும் இல்லை போலிருக்கும். மறுபடியும் ஏற்பட்டுவிடும்.

இதெல்லாம் முத்து என்ற அவர்களுடைய குழந்தையைப் பற்றி. கதையின் தலைப்பாகிய மறுபடியும் என்பது இயல்பாகவே இந்த வாக்கியத்தில் இடம் பெறுவதை கவனிக்கவேண்டும். மறுபடியும் இங்கே ஒரு சஸ்பென்ஸ்.

இதைத் தொடர்ந்து வரும் வாக்கியங்கள் கதையின் சிக்கல் என்ன என்பதை வெளிப்படுத்துகின்றன. இங்கிருந்துதான் கதையின் வளர்ச்சி என்பதும் தொடங்குகிறது.

'இந்தக் குழந்தைக்கு என்ன? ஒன்றுமேயில்லையே' என்றார் டாக்டர்.

'இரவில் படுக்கையை நனைத்துக்கொண்டுவிடுகிறான்.'

'அது என்ன பிரமாதம்! பெரியவர்களுக்கே அப்படி நேர்ந்து விடுகிறது.'

'இல்லை, தினமும் அப்படியாகிவிடுகிறது.'

டாக்டர் பீஸ்கூட வாங்காமலே ஏதோ விலையுயர்ந்த மருந்தை எழுதிக்கொடுத்தார். கதைச்சம்பவங்கள் தொடர்கின்றன (வளர்ச்சி). கொஞ்சம் முத்துவுக்குச் சரியாகிப்போனது போல் இருக்கிறது. ஆனால் பிரச்சினை தொடர்கிறது. பிரச்சினையைத் தீர்ப்பதற்கான செயல்களும் கதையில் நிகழ்ந்துகொண்டே வருகின்றன. போகிறபோக்கில் முத்துவின் உடல்நலம் சிறப்பாக இருக்கிறது என்பதும் அவன் தனக்குப் பிறகு பிறந்த சிறிய குழந்தையை அடிக்கிறான் என்பதும் சொல்லப்படுகின்றன. எவ்வளவோ முயற்சிசெய்தும் பிரச்சினை தீராததால் இதில் எல்லோருக்கும் அசிரத்தை வந்துவிட்டது. பிறகு சந்திரசேகரனின் சித்தி வருகிறாள். 'முடிக்கயிறு கட்டு' என்று ஓர் ஆலோசனையைச் சொல்கிறாள். அதில் சற்றே பலன் இருப்பதாக உணர்ந்தாலும் மறுபடியும் பிரச்சினை தொடங்கிவிடுகிறது.

இதுவரை கதையின் வளர்ச்சிப்பகுதி. ஒன்றும் செய்ய இயலாத நெருக்கடி நிலையில் முடிவடைகிறது. உச்சகட்டம் இதைத் தொடர்கிறது.

சந்திரசேகரனுடைய மைத்துனனுக்குக் கல்யாணம். ஊரிலிருந்து கடிதம் வந்திருந்தது. மனைவியைப் பத்துநாட்கள் முன்னதாகவே அனுப்பித்துவிட்டு, தான் கலியாணத்திற்கு முதல்நாள் போகலாமென்று சந்திரசேகரன் தீர்மானித்தான். அதன்படி மனைவியையும் இரு குழந்தைகளையும் ரயிலேற்றிவிட்டு வந்தான். இரவு படுக்கையை விரிக்கும்போது முத்துவின் ஞாபகமாகவே இருந்தது. சந்திரசேகரனுக்குக் குழந்தை பக்கத்தில் இல்லாமல் படுப்பது கஷ்டமாக இருந்தது. அதேசமயத்தில் ஒரு திருப்தியும் இருந்தது. பத்துப் பதினைந்து நாட்களுக்காவது ஈரப்படுக்கையில் புரளாமல் இருக்கலாம். வேஷ்டியைக் காலை வேளையில் தானே

தண்ணீரில் அலசித் தோய்க்கவேண்டியிருக்காது.

காலையில் பால்காரன் இருட்டுடன் வந்துவிட்டான். பாலை வாங்கி வைத்துவிட்டுச் சந்திரசேகரன் மீண்டும் படுத்துக்கொள்ளப் போனான்.

இதுவரை உச்சக்கட்டம். உச்சக்கட்டம் முடிந்தவுடன் கதைமுடிவு தொடரவேண்டும். முடிவு இரண்டே வாக்கியங்களில் தொடர்கிறது, பாருங்கள்.

அப்போது அவனுக்குத் தெரியவந்த விஷயம் அவனைத் தூக்கி வாரிப் போடச் செய்தது.

படுக்கை மறுபடியும் நனைந்திருந்தது.

கதை முடிந்துவிட்டது. இப்போது, கதைப்பின்னல் பற்றி நாம் வாசித்த விஷயங்களை மனத்தில்கொண்டு, கதையின் அமைப்புப் பற்றி நாம் முன்பு சொன்ன ஐந்து பகுதிகளும் சரிவர அமைந்திருக் கின்றனவா என்பதைச் சிந்தித்துப் பாருங்கள்.

கதை சம்பந்தமான சில கேள்விகளை நாம் கேட்டுக்கொள்ளலாம். விடையளிக்க முயன்று பாருங்கள்.

1. கதைத்தலைவன் யார்? என்ன சிக்கல் கதையில் நிகழ்கிறது? அந்தச் சிக்கல் பௌதிகமானதா, அறிவார்த்தமானதா, அறநெறி தொடர்புடையதா, உணர்ச்சி சம்பந்தப்பட்டதா? அந்தச் சிக்கல், கோடிட்டுப் பிரிக்கப்பட்ட நல்லது—கெட்டது என்ற வரையறையை உடையதா? அல்லது இன்னும் நுட்பமாக, சிக்கலாக இருப்பதா?
2. இந்தக் கதைப்பின்னலுக்கு ஒருமைப்பாடு அமைந்துள்ளதா? கதையின் நிகழ்வுகள் எல்லாமே கதையின் அர்த்தத்திற்கு அல்லது விளைவிற்கு அணுக்கமாக அமைந்திருக்கின்றனவா? ஒரு நிகழ்வின் தர்க்கரீதியான தொடர்ச்சியாக அமைந்து அடுத்த நிகழ்ச்சிக்குக் காரணமாக அமைந்திருக்கிறதா? கதையின் முடிவு மகிழ்ச்சியானதா, அவலமானதா, இரண்டுமற்றதா? அது நியாயமாக அடையப்பட்டுள்ளதா?
3. தற்செயல் நிகழ்வு, ஒருங்கிணைவு என்பவை பயன்படுத்தப் பட்டுள்ளனவா? இவை தொடக்கத்தில் வருகின்றனவா, இடையில் வருகின்றனவா, கதையைத் தீர்க்க வருகின்றனவா? அவற்றின் சாத்தியங்கள் எவ்வளவு?
4. கதையின் ஆர்வமூட்டல் (சஸ்பென்ஸ்) எவ்விதம் உருவாகிறது?

அடுத்து என்ன நடக்கப் போகிறது என்பதிலேயே அது முடிந்து விடுகிறதா, அல்லது வேறு அக்கறைகள் அதற்கு உள்ளனவா? மறைபொருள், தர்மசங்கடம் இவை ஏதேனும் உள்ளனவா?

5. வியப்பு என்பதைக் கதை எப்படிப் பயன்படுத்துகிறது? அதைக் கதை நியாயமாக அடையச் செய்கிறதா? அதற்கு அர்த்தமுள்ள பயன் இருக்கிறதா? அல்லது கதையின் பலவீனங்களை மறைப்பதற்கு அது பயன்படுத்தப்படுகிறதா?

6. இது ஒரு ஃபார்முலாக் கதையா? எவ்விதம்?

இவற்றிற்கெல்லாம் நீங்கள் எளிதாகவே பதிலளித்துவிடுவீர்கள். வேறு சில பொதுவான கேள்விகளை இப்போது கேட்போம்.

அ. கதையின் முக்கிய ஆர்வம் எதில் செயல்படுகிறது—கதைப் பின்னலிலா, கதை மாந்தரிலா, கருப்பொருளிலா, அல்லது வேறு ஏதேனும் ஒன்றிலா?

ஆ. கதையின் தலைப்பு எவ்வித வெளிச்சத்தை அளிக்கிறது?

இ. கதையின் முக்கிய நோக்கம் என்ன? அது எவ்வளவு முழுமை யாகப் பூர்த்தியாகி இருக்கிறது?

ஈ. கதை, வாழ்க்கை விளக்கத்திற்கானதா, தப்பிப்பிற்கானதா? கதையின் நோக்கம் எவ்வளவு தூரம் முக்கியத்துவம் வாய்ந்தது?

உ. கதை, இரண்டாம் வாசிப்பில் அதிகப் பயன் அளிக்கிறதா, அல்லது பயனற்றதா?

இந்தக் கேள்விகளுக்கு விடை எனச் சில குறிப்புகளைச் சொல்லலாம். இந்தக் கதையின் முதல் சிறப்பு, தேவையற்ற ஒரு சொல், தேவையற்ற ஒரு வாக்கியம்கூடக் கிடையாது. அவ்வளவு கடுமையான செறிவையும் ஒருமைப்பாட்டினையும் கொண்டுள்ளது.

கதையின் தலைப்பு 'மறுபடியும்' என்பது, கதையின் தொடக்கத்தில் —சிக்கலை அறிமுகப்படுத்தும்போதும் வருகிறது, பிரச்சினையைத் தீர்க்கும்போதும்—கதை முடிவிலும் வருகிறது. மிகப் பொருத்தமான தலைப்பு.

கதையின் பிரச்சினை என்ன? படுக்கையை நனைப்பது யார் என்பதா? ஒருவிதத்தில் அது சரிதான். ஆனால் உண்மையில் அதுவல்ல பிரச்சினை. வாழ்க்கையில் பல சமயங்களில் நாமே பல பிரச்சினை களுக்குக் காரணமாக இருக்கிறோம். ஆனால் பழியை எளிதாகப் பிறர்மீது, குறிப்பாக—எளியவர்களாக, பதில் பேசாதவர்களாக

இருப்பவர்கள்மீது போட்டு விடுகிறோம். பிறகு நாமே அதன் தீர்வுக்கு முயற்சி செய்கிறோம். உண்மையான குற்றவாளி நாம்தான் என்பதை நாம் உணர முயற்சிப்பதே இல்லை. காலங்காலமாக—மறுபடியும் மறுபடியும் இவ்விதமாகத்தான் நிகழ்ந்துவருகிறது. (தலைப்பு வெற்றிபெற்று விட்டதா?) இதற்கும் ஒரு குறிப்பு அளிக்கப்படுகிறது. 'அது என்ன பிரமாதம்? பெரியவர்களுக்கே அப்படி நேர்கிறது' என்ற டாக்டரின் கூற்றைப் பாருங்கள்.

கதையின் நோக்கம் என்ன? பிறரைக் குற்றம் கூறும் முன்பு உன்னை நீ சோதித்துப் பார்த்துக்கொள் என்பதுதான். இதனைத் தவிர வேறு சிறப்பான நோக்கங்களும் இருக்கின்றனவா என்று நீங்களே கண்டறிய முயற்சிசெய்து பாருங்கள்.

கதையில் இரண்டு சமயங்களில் தற்செயல் நிகழ்வு பயன் படுத்தப்படுகிறது. திடீரென ஒரு சித்தி வந்து ஆலோசனை சொல்கிறாள். அது ஒரு தற்செயல் நிகழ்வு. அது, கதையின் வளர்ச்சிப் பகுதியை முடிவுக்குக் கொண்டுவருகிறது. சித்தி வருவதில் ஒரு பொருத்தப்பாடு இருக்கிறது. ஏனென்றால் கைமருத்துவம், ஆங்கில மருத்துவம் எல்லாம் செல்லுபடி ஆகவில்லை என்ற நிலை ஏற்பட்டபோது நம்பிக்கை அடிப்படையிலான ஒரு தீர்வை—முடி கயிறுகட்டுதல் என்பதை அவளைப்போன்ற முதியவர்கள்தானே அளிக்கமுடியும்?

கதையின் போக்கில் கடைசியாகச் சந்திரசேகரன் தன்னை உணரவேண்டுமென்றால் அவன் தனியாக இருக்கவேண்டும். அதற்கு அவன் மனைவி குழந்தைகளை வீட்டிலிருந்து அப்புறப்படுத்த வேண்டும். எனவே அவன் மைத்துனனுக்குக் கல்யாணம் என்ற தற்செயல் நிகழ்வு புகுத்தப்படுகிறது. எவ்வளவு பொருத்தமாக இருக்கின்றது பாருங்கள்!

கதையின் சிறிய சிறிய தகவல்கள்கூட வெளிச்சத்தை அளிக்கின்றன என்பது இந்தக் கதையின் இன்னொரு சிறப்பு. உதாரணமாக,

> சென்னையிலேயே எவ்வளவோ வருஷங்களாக இருந்துவந்த போதிலும் முத்துவைத் தூக்கிக்கொண்டு போனபோதுதான் ஆயிரம் விளக்கருகில் இவ்வளவு மசூதிகள் இருக்கின்றன என்று சந்திரசேகரனுக்குத் தெரியவந்தது.

என்ற பகுதியைப் பாருங்கள். தன்னை உணராமல், பிறரிடம் குறை காண்பவர்களின் இயல்பு இதுதான். தன்னருகிலேயே எவ்வளவோ

விஷயங்கள் இருந்தபோதிலும், சம்பவங்கள் நிகழ்ந்த போதிலும் அவற்றை உணராதிருப்பது. தனக்கருகிலேயே-தான் வசிக்கும் இடத்திலேயே-இவ்வளவு மசூதிகள் இருக்கின்றன என்பதைச் சந்திரசேகரன் ஏன் கவனிக்கத் தவறுகிறான்? இந்த மாதிரி வெளிச்சங்களை அளிக்கின்ற பகுதிகள் இன்னும் இருக்கின்றனவா என்பதை நீங்கள்தான் சோதனை செய்து ஆராய்ந்து பார்க்கவேண்டும். அதற்காகக் கதையை இன்னொருமுறை வாசிக்கவேண்டும். ஆக, கதையின் மதிப்பு அடுத்த வாசிப்புகளில் கூடுகிறது என்பது கதையின் இன்னொரு சிறப்பு.

கதையின் முடிவு இப்படித்தான் அமையப்போகிறது என்பதை நாம் பெரும்பாலும் எதிர்பார்ப்பதில்லை. இதுவும் ஒரு வியப்பு முடிவைக் கொண்ட கதைதான். ஆனால் இந்த வியப்பு முடிவை நாம் ஏற்கும் விதமாகக் கதையில் அவ்வப்போது குறிப்புகள் தரப்பட்டுக் கொண்டே வருகின்றன என்பதைக் கவனிக்கவேண்டும். அவை என்ன என்பதை நீங்களே தேடிப் பார்க்கலாமே!

5
கதை அமைப்பு

பெரும்பாலான கதைகளில் 'லீனியர்' என்று சொல்லப்படுகின்ற, நேர்க்கோட்டுத்தன்மை கொண்ட கதைகளில், கதைப்போக்கு தொடக்கம் முதலாக வளர்ச்சிப்பகுதி வரை தர்க்கரீதியாக வளர்கிறது. பிறகு எதிர்பாராத/தற்செயல் நிகழ்ச்சி ஒன்று குறுக்கிட்டுக் கதைப்போக்கு மாறுகிறது. அதனால் நெருக்கடி ஏற்படுகிறது. இந்தக் குறுக்கீட்டின் பின்விளைவாகத்தான் முடிவு நிகழ்கிறது. எதிர்பாராத/தற்செயல் நிகழ்ச்சியைக் கொண்டுவருவதில்தான் ஆசிரியரின் அறிவுக்கூர்மை, அவரது 'லேடரல் திங்கிங்' எனப் படுகின்ற மாறுபட்டுச் சிந்திக்கின்ற தன்மை பயன்படுகிறது. கதையை எவ்விதமாகவேனும் தொடங்கிவிடுவதிலும் வளர்ப்பதிலும் சிரமம் இல்லை. தக்கவிதமான குறுக்கீட்டையும் முடிவையும் ஆசிரியர் அமைப்பதில்தான் சாமர்த்தியம் இருக்கிறது.

அதனால், கதையின் நெருக்கடிநிலையையும் முடிவையும் முதலில் சிந்தித்து அமைத்துவிட்டுப், பிறகு தொடக்கம்—வளர்ச்சி ஆகியவற்றை அமைக்கவேண்டும் என்றும் தாம் அப்படித்தான் அமைப்பதாகவும் எட்கர்ஆலன் போ என்னும் புகழ் பெற்ற எழுத்தாளர் சொல்கிறார். இதனைக் 'கதையமைப்பின் தத்துவம்' (ஃபிலாசஃபி ஆஃப் காம்போசிஷன்) என்னும் கட்டுரையில் உதாரணத்துடன் விளக்கி யிருக்கிறார்.

ஒரு கதைக்கு வியப்பு முடிவு அமைகிறதோ இல்லையோ, முதிர்ச்சியற்ற வாசகர்கள் அதற்கு மகிழ்ச்சியான முடிவுதான் தேவை என்று விரும்புகிறார்கள். கதைத்தலைவன் தனது பிரச்சினைகளைத் தீர்த்து, வில்லனைத் தோற்கடித்து, தனது காதலியை அடைந்து, பிறகு இருவரும் (திருமணம் செய்துகொண்டு) என்றைக்கும் மகிழ்ச்சியாக வாழ்ந்தார்கள் என்று அது முடியவேண்டும்.

எல்லாச் சமயங்களிலும் இல்லாவிட்டாலும், அவ்வப்போது வாழ்க்கைவிளக்கக் கதைகள் சோகமுடிவுடன் அமைகின்றன. வாழ்க்கை விளக்கக் கதைகளை முதன்முதலாகப் படிக்க முயலும் வாசகர்கள் எதிர்கொள்கின்ற சங்கடம் இது. 'அந்தக் கதைகள் சோர்வளிக்கின்றன' என்பார்கள் அவர்கள். 'நிஜவாழ்க்கையிலேயே ஏராளமாகச் சோர்வளிக்கும் விஷயங்கள் இருக்கும்போது இலக்கியத்திலும் எதற்கு?' என்றோ, 'இந்தக் கதையில் காணுகின்ற அளவுக்கு மகிழ்ச்சியற்றதாக வாழ்க்கை இல்லை' என்றோ குறை சொல்லுவார்கள்.

கொள்கை ரீதியாகச் சோகமுடிவுகளை எதிர்ப்பவர்களும் உண்டு. உதாரணமாக ஒரு போராட்டத்தில் ஈடுபடுபவர்கள் தோல்வி யடைந்தால் 'தோழர்கள்' ஒப்புக்கொள்வதில்லை. 'இது இனிமேல் போராட்டங்களில் ஈடுபடப்போகின்றவர்களை மனம் தளரச் செய்யும், எனவே முடிவை மாற்றிவிடவேண்டும்' என்று கேட்கிறார்கள். ஆனால் உண்மையான நிலையை மறுத்துப் பொய்யாக எழுதுவதால் பயனில்லை. போராட்டத்தில் தோல்வி என்பதால் மனம் தளர்ச்சி அடைவதைவிட, எந்த மாதிரி நிலைகளால், ஏன் தோல்வி ஏற்பட்டது என ஆராய்ந்து அதற்கேற்பச் செயல்படுவதுதான் சிறப்பானது. கதையிலே இதற்கான கூறுகள் அமையக்கூடுமானால் இன்னும் சிறப்பானது.

சோகமான முடிவுகளைக் கதைகளில் கொண்டுவருவதற்கு நாம் இரண்டு காரணங்களைக் காட்ட முடியும். ஒன்று: வாழ்க்கையில் பலசமயங்களில் மகிழ்ச்சியும் சோகமும் கலந்தே நிகழ்கின்றன. வாழ்க்கையை உள்ளதுபோலக் காட்டவேண்டும் என்றால் சிறுகதையிலும் நாவலிலும் இந்த இரண்டுவித விஷயங்களும் கலந்துதானே காணப்பட வேண்டும்? வணிக நோக்கிலான கதைகளில் (அல்லது இப்போதெல்லாம், 'உன்னால் முடியும் தம்பி' என்று வணிகநோக்கில் பத்திரிகைகளில் எழுதப்படுகின்ற கட்டுரைகளில் கூட) ஒரு கதைத்தலைவன் அல்லது ஒரு குழு தனது முயற்சியால் வெற்றிபெற்றதைக் காட்டுகிறார்கள். அதைப் பாராட்டுகிறார்கள். ஆனால் ஒருவன் வெற்றி பெற்றால், இன்னொருவன் அல்ல, இன்னும் பலபேர் தோல்வியடைவது இயல்பல்லவா?

வணிகத்துறையில் ஒருவன் பெருமுயற்சி செய்து கோடீசுவரனாக ஆன வாழ்க்கைக் கதைகளைப் படிக்கிறோம், பாராட்டுகிறோம். ஆனால் அவன் செய்த அதேமுயற்சிகளை அவன் செய்யும் அதே

கதை அமைப்பு ❖ 43

காரியத்தில் ஈடுபட்டு முயற்சி செய்த இன்னும் ஆயிரக்கணக் கானவர்கள் தோல்வியுற்றிருப்பார்கள்தானே? ஒருவன் பெரு முயற்சியில் ஈடுபட்டுப் போட்டியில் வெற்றி பெற்றான் என்று மகிழ்ச்சியடைகிறோம். ஆனால் அதே போட்டியில் அவனோடு கலந்து கொண்ட இன்னும் பல பேர் தோல்வியுற்றதை நினைப்பதே இல்லை அல்லவா? வாழ்க்கையைப் பற்றி நன்கு சிந்தித்தால் அதில், வெற்றியைவிட தோல்வி நம்மைத் தழுவும் சந்தர்ப்பங்களே அதிகம் என்பதை உணரலாம்.

இரண்டாவதாக: கதையில் தோல்வி முடிவுகளே நமக்கு வாழ்க்கை யைப் பற்றி மிகுதியாகச் சிந்திக்கின்ற வாய்ப்பினைத் தருகின்றன. மகிழ்ச்சி முடிவுகளைப் பெற்ற வாசகர்கள், 'சரி, எல்லாம் சரியாகத்தான் இருக்கிறது' என்ற மகிழ்நோக்கோடு அதிகமாகச் சிந்திக்காமல் சென்றுவிடுகிறார்கள். ஆனால் தோல்வி ஏற்படும்போதுதான் 'ஏன் அது ஏற்பட்டது' என்ற சிந்தனையில் ஈடுபடுகிறோம். கஷ்டங்கள் ஏற்படும்போதுதான் மனிதன் எப்படி அவற்றை எதிர்கொள்கிறான் என்பதைக் கூர்ந்து கவனிக்கமுடிகிறது. அதுபோலத் துன்ப முடிவு ஏற்படும்போது தான் நாமும் வாழ்க்கையைக் கூர்ந்து கவனிக்கிறோம்.

சோகமுடிவுகள், ஆழமான பிரச்சினைகளை எழுப்ப வல்லவை. ஷேக்ஸ்பியரின் இன்பியல் நாடகங்களைவிட அவலமுடிவு நாடகங்கள் இன்றுவரை ஆழமாகப் பயிலப்படுவதன் காரணம் இதுதான். இராமாயணத்தில்கூட, இராமனின் வெற்றிக்குப் பிறகு அவ னைப்பற்றி நாம் கவலைப்படுவதில்லை. 'இராவணன் ஏன் இத்தகையதொரு அவமானத் தோல்விக்கு ஆளானான்' என்பதுதான் மனத்தில் நிலைத்து எழுகின்ற உணர்ச்சி. மகாபாரதக் கதையிலும் குருஷேத்திரப் போர் முடிந்தபிறகு ஏற்படுவது ஒரு நிலைத்த அவல உணர்வுதான். இவ்வளவு பெரிய போர் ஏன் மகிழ்ச்சியை அளிக்கவில்லை? கெட்டவர்கள் மட்டுமே போரில் அழிவதில்லை. நல்லவர்கள் கெட்டவர்கள் எல்லாரும் ஒருங்கே அழிந்தார்கள். பாண்டவர்கள் ஐவர் மட்டுமே பிழைத்தார்கள். அவர்களில் ஒருவரது மகனும் கூடத் தப்பிக்கவில்லை. அவர்களையும் பழிவாங்குவதற்கென துரோணரின் மகன் அசுவத்தாமன் துடித்துக்கொண்டிருக்கிறான். ஒரு குலமே முற்றிலும் அழிந்துபோயிற்று. இதில் என்ன மகிழ்ச்சி இருக்கிறது? பழங்கால இதிகாசங்கள் அனைத்தும் இறுதியில் அவல முடிவைத்தாம் காட்டுகின்றன.

முதிர்ச்சிபெற்ற வாசகர்கள் ஒரு கதையின் முடிவு சோகமாகி விட்டதா, மகிழ்ச்சியாக அமைந்திருக்கிறதா என்பது பற்றி அவ்வளவாகக் கவலைப்படுவதில்லை. முடிவுக்கு முன் நேர்ந்த சம்பவங்களின் தொடர்ச்சியாக அது வந்திருக்கிறதா என்பதைத்தான் கவனிக்கிறார்கள். அல்லது அதனால் கிடைக்கக்கூடிய வாழ்க்கை வெளிப்பாடு சரியானதாக இருக்கிறதா என்பதை வைத்துத்தான் மதிப்பிடுகிறார்கள்.

கலைப்பூர்வமான திருப்தியை ஒரு கதை அளிக்கவேண்டினால், கதைக்கு ஒரு முடிவு என்பதுகூடத் தேவையில்லைதான். வாழ்க்கையைக் காட்டும் ஜன்னல், கதை என்கிறார்கள். ஒரு ஜன்னல் வழியாக எவ்வளவு வாழ்க்கையைப் பார்த்துவிட முடியும்? அதில் எவ்வளவு முடிவுகளை நாம் அடைந்துவிட முடியும்? நிஜ வாழ்க்கையில்—தனி மனித வாழ்க்கைப் பிரச்சினைகள் ஆயினும்—ஒரு சமூகமே எதிர்கொள்ளும் பிரச்சினைகள் ஆயினும்—அவற்றில் பல என்றைக்குமாகத் தீர்வதேயில்லை, போட்டிகள், சண்டைகள், பிரச்சினைகள் பல, முடிவுக்கு வருவதேயில்லை.

எனவே பல கதைகளுக்கு முடிவே கிடையாது. ஆனால் எங்கேயோ ஓரிடத்தில் கதையை நிறுத்தித்தானே தீரவேண்டும்? கலைப்பூர்வமாகப் படைப்பு இருக்கவேண்டும் என்றால் எங்கே வேண்டுமானாலும் திடீரென்று கதையை நிறுத்திவிடமுடியாது. ஆனால் கட்டாயம் பிரச்சினைக்குத் தீர்வு அளித்துத்தான் கதையை முடிக்கவேண்டும் என்ற அவசியம் இல்லை. தமிழ்க் கதைகளில் முடிவுகளற்ற கதைகளுக்கு ஏராளமான உதாரணங்களைக் காட்ட இயலும். சான்றாக, புதுமைப்பித்தன் எழுதிய செல்லம்மாள் என்ற கதை அவ்வளவாகப் பாராட்டப்படாத கதை. அது சொல்லும் விஷயம், பிரமநாயகம் பிள்ளை என்பவரின் மனைவி இறக்கும் தருவாய். சில நாட்கள் போராடிவிட்டு செல்லம்மாள் இறந்துபோகிறாள். அவள் இறக்கப் போகிறாள் என்பதும் பிரமநாயகத்திற்குத் தெரிந்ததுதான். இதில் என்ன முடிவு இருக்கிறது?

ஒரு நல்ல கதைப்பின்னலுக்குக் கலைப்பூர்வமான ஒருமை வேண்டும். கதையில் ஏற்புடையது அல்லாத அம்சங்கள் எவையும் இடம்பெறக்கூடாது. கதையின் முழு அர்த்தத்துக்கு உதவாத எந்த விஷயமும் சிறுகதையில் தேவையற்றது. தன்னளவிலே சுவையானது, ஹாஸ்யமானது என்பதற்காக எதையும் நாம் சேர்க்க இயலாது. செகாவ் ஒரு முறை கூறியதுபோல, 'கதையின் தொடக்கத்தில் ஓர் அறையில்

கதை அமைப்பு ❋ 45

துப்பாக்கி இருப்பதாக வருணித்தால், முடிவுக்குள் அது வெடித்தே தீரவேண்டும்.' அந்த அளவுக்குக் கடுமையான சம்பவத் தேர்வும் பொருள் தேர்வும் கதையில் இன்றியமையாதது. நல்ல எழுத்தாளர்கள், கதையின் மையச்சம்பவத்தை முன்னோக்கி நகர்த்துகின்ற விஷயங் களைத் தவிர வேறெதையும் கதைக்குள் கொண்டுவருவதில்லை. ஜெயகாந்தன் தமது நான் இருக்கிறேன், குருபீடம் முதலிய கதைகளில் கையாளும் சம்பவத் தேர்வுமுறை அற்புதமானது.

ஆனால் சம்பவத்தேர்வுமட்டும் போதாது, கதாசிரியர்கள் அதைச் சரிவரப்பயன்படுத்த வேண்டும். நிகழ்வுகளும் சம்பவங்களும் மிகச்சிறந்த முறையில் வரிசைப்படுத்தப்பட வேண்டும். நமது நாட்டின் இலக்கியக் கொள்கையில் ஔசித்தியம் (பொருத்தப்பாடு) என்று இதைத்தான் குறிப்பிட்டிருக்கிறார்கள்.

கதைச்சம்பவங்கள் காலவரிசைப்படி அமைவதுதான் சிறந்த ஒழுங்கமைப்பினைத் தரும் என்பதல்ல. எப்படி வேண்டுமானாலும் கதைச்சம்பவங்கள் அமைந்திருக்கலாம். ஆனால் கதைப்பின்னலாகக் காலமுறைப்படி (நாம்) ஒழுங்குபடுத்தும்போது அச்சம்பவங்கள் திருப்தியளிக்க வேண்டும். ஒரு சிறந்த கதையில் ஒரு சம்பவம் அதற்கு முன்னர் நிகழ்ந்தவற்றின் விளைவாகவும், பின்வரும் சம்பவ வளர்ச்சிக்குக் காரணமாகவும் இருக்கவேண்டும். அதாவது காரணகாரியத் தொடர்பு என்பது கதையில் இன்றியமையாதது. (வாழ்க்கையில்கூட இப்படிப்பட்ட காரண காரியத் தொடர்பினை நாம் காணஇயலாது.) அப்படியிருந்தால், சரியான முறையில்தான் கதை நடக்கிறது என்ற உணர்வினைப் பெறுகிறோம். ஆசிரியர் கதையைக் 'கையாளுகிறார்' (திரிக்கிறார்) என்ற எண்ணம் வருவதில்லை.

கதைச்சூழலுக்குப் பொருத்தமற்ற, அந்தக் கதையின் மாந்தர்களுக்கு ஏற்புடையது அல்லாத திருப்பம் ஒன்றை ஆசிரியர் கொண்டுவரும் போது, 'கதையைத் திரித்தல்' (ப்ளாட் மேனிபுலேஷன்) என்ற குற்றத்திற்கு அவர் ஆளாகிறார். தற்செயல் நிகழ்வுகளையோ ஒருங்கிணைவுகளையோ ஆசிரியர் அதிகமாக நம்பிக் கதையை நடத்தினாலும் அந்தக் குற்றம் ஏற்படும்.

எட்கர் ஆலன் போவின் பிட் அண் தி பெண்டுலம் என்ற கதை இவ்விதத்தில் 'பேர்போனது.' சித்திரவதை அறையொன்றில் கதைத் தலைவன் மாட்டிக்கொண்டிருக்கிறான். அவனை அறுத்துவிடக் கூடிய ஒரு தொங்குவாள் நொடிக்குநொடி அவனை நெருங்கிவருகிறது.

சரியாக அவன் அறுபட்டு உயிரிழக்கவேண்டிய சந்தர்ப்பத்தில் ஃபிரெஞ்சு இராணுவப்படை வந்து அவனைக் காப்பாற்றுகிறது. பொதுவாக இம்மாதிரி சம்பவத்தை 'மேலிருந்து காக்கும் கடவுள்' (டூ எக்ஸ் மெஷினா) என்பார்கள். பழையகால கிரேக்க நாடகங்களில் இவ்வாறு நடப்பது வழக்கம். (நம் திரைப்படங்களில் கடவுள் திடீரெனத் தோன்றி வரம் தரும் சம்பவங்களும் இதைப் போன்றவை தாம்.)

கதைப்பின்னலை ஆராயப், படங்களெல்லாம் வரைந்து சம்பவத் தொடர்ச்சியைக் காட்டுபவர்கள் இருக்கிறார்கள். ஆனால் அதைவிட, கதைப்பின்னலின் ஒவ்வொரு சம்பவமும் கதையின் முழு அர்த்தத்திற்கு எப்படித் துணை செய்கிறது என்று ஆராய்ந்தாலே போதுமானது. ஈ.எம். ஃபார்ஸ்டரின் கருத்துப்படி, கதைப்பின்னல் என்பது வாசகர்களாகிய நாம் உருவாக்குவதுதான். எழுதப்பட்டதொரு கதையில், 'பாண்டிய அரசன் செத்துப் போனான், அவன் மனைவியும் அவனோடு மாண்டாள்' என்றுதான் இருக்கும். 'நீதியின் கடுமையைத் தாங்க முடியாமல் பாண்டிய அரசன் இறந்தான், அவன் பிரிவைத் தாங்க இயலாத முதன்மைக் கற்புடையவள் ஆனதால் அவன் மனைவி இறந்தாள்' என்று நாம்தான் காரணத் தொடர்பினை வருவிக்க வேண்டும். இப்படிக் காரணகாரியத் தொடர்பினை வருவித்துக் காலமுறைப்படி கதைச் சம்பவங்களை வரிசைப்படுத்தி ஓர் அமைப்பை வருவிப்பதுதான் கதைப்பின்னல். கதைப்பின்னலை உருவாக்கக் காரணம், கதையின் அர்த்தத்தை வெளிப்படுத்துவதற்கு எளிதாக இருக்கும் என்பதனால்தான்.

ஆனால் கதைப்பின்னலை மட்டும் ஆராய்ந்து நாம் வெகுதூரம் போய்விடமுடியாது. எந்தக் கதையிலும் கதைமாந்தர்களிலிருந்தும் கதையின் அர்த்தத்திலிருந்தும் கதைப்பின்னலைத் தனியே பிரிக்க இயலாது. ஒரு கதைப்பின்னல் கதையை விளக்கிவிடும் என்பது ஒரு நிலப்படம் பிரயாணத்தை விளக்கிவிடும் என்பது போலத்தான். என்றாலும் மதிப்பீட்டு அடிப்படையில் ஒரு கதையை நோக்கும்போது அதன் சம்பவங்கள் எப்படி இணைக்கப்பட்டுள்ளன என்று ஆராய்வது பயனுடையது. கதையின் சாத்தியப்பாடு, ஒருமை என்பவற்றிற்கான சோதனையாக இப்படிப்பட்ட ஆராய்ச்சி அமைகிறது. சாத்தியப்பாடு என்பது வாழ்க்கையோடு பொருந்துமா என்று பார்ப்பது. ஒருமை என்பது சம்பவங்களின் பொருத்தம். உதாரணமாக, புதுமைப்பித்தனின் ஒரு கதையில் பள்ளிக்கு லேட்டாக வந்து வாத்தியாரிடம் அடிவாங்கு கிறான் பையன். அவனை வகுப்புக்கு வெளியே முட்டிபோட

வைக்கிறார் அவர். அப்போது தானாகவே கண்ணயரும், அவன், தான் வாத்தியாக மாறி வாத்தியாரைப் பையனாக்கி அடிப்பது போலக் கனவு காண்கிறான். இது சாத்தியப்பாடு பற்றியது. ஆனால் முடிவு, அதனால் மேலும் அடிவாங்குகிறான் என்பது. வெறும் கனவாக முடிப்பதைவிட இந்த முடிவு இன்னும் நன்றாக இருக்கிறது.

கதைப்பின்னல்களை ஆராய்வது பல அனுகூலங்களைத் தரக் கூடியது. உதாரணமாக, ஜெயகாந்தனின் கதைகள் பலசமயங்களில் இரட்டைக் கதைப்பின்னலை உடையவை. எதிரும் புதிருமாகவோ, இணையாகவோ உள்ள இரட்டைக் கதைப்பின்னல்களைக் கையாளுகிறார், ஜெயகாந்தன். உதாரணமாக, இருளைத் தேடி கதையில் எதிரான இரு கதைப்பின்னல்கள்; நான் இருக்கிறேன் கதையில் இணையான, சற்றே மாறுபட்ட கதைப் பின்னல்கள். இப்படி, மௌனியின் கதைகளில் கதைப்பின்னல் இல்லை என்று பலர் சொல்கிறார்கள். ஆனால் அவற்றிலும் உணர்ச்சி சார்ந்த ஒரு கதைப்பின்னல் இருக்கவே செய்கிறது. உதாரணமாக, 'பிரபஞ்ச கானம்' கதையை ஆராய்ந்து பாருங்கள்.

இதுவரை கதைப்பின்னல் பற்றிப் பார்த்தோம். இனி கதைப் பின்னலோடு தொடர்புடைய மோதல் (இதுவரை பிரச்சினை என்ற சொல்லையே இதற்கு பதிலாகப் பயன்படுத்தி வந்தோம்) என்ற விஷயத்துக்கு வருவோம். கதை வளர்ச்சிக்கு ஆதாரம் மோதல். மோதலுக்குப் பதிலாக, முரண்பாடு, போராட்டம், சிக்கல் என்ற சொற்களையும் பயன்படுத்துவதுண்டு. சிக்கல் எதுவும் ஏற்படாமல் கதை வளரமுடியாது.

உதாரணமாக, ஒருவன் தன் அலுவல் காரணமாக கிராமத்தை விட்டுச் சென்னைக்குச் செல்கிறான். அலுவலகத்தில் எல்லாரும் நன்றாகப் பழகுகிறார்கள். அவனுக்கு எல்லா உதவியும் செய்கிறார்கள். அவனுடைய பணியும் திருப்திகரமாக இருக்கிறது. திருவல்லிக் கேணியில் ஒரு லாட்ஜில் தங்கியவாறு தன்னுடைய வேலைக்குச் சென்று வந்துகொண்டிருக்கிறான். இப்படியே சொல்லிக்கொண்டு போனால் கதை வளராது. 'சரி, என்னய்யா ஆச்சு அவனுக்கு?' என்று கேட்பீர்கள். அந்த 'என்ன ஆச்சு' என்ற கேள்வியே 'கதையின் சிக்கல் என்ன?' என்று கேட்பதுதான். ஆகவே 'ஒருநாள் அவனுக்கு....' என்று ஒரு சிக்கலைக்கொண்டு வரவேண்டும். அப்போதுதான் கதை வளரமுடியும்.

வழக்கமான பாட்டி கதையில்கூட, காக்காய் வடையைத் தூக்கிக் கொண்டு போய்விட்டது. அது வடையைத் தின்றுவிட்டது என்றால் கதை இல்லை. அங்கே ஒரு நரி வருகிறது. அது எப்படியாவது காக்காயின் வாயிலிருக்கும் அந்தக் குறிப்பிட்ட வடையை அடைய வேண்டும் என்ற முயற்சியில் இறங்குகிறது என்னும்போதுதான் ஒரு சிக்கல் முளைக்கிறது. நரி எப்படித் தன் காரியத்தைச் சாதிக்கப் போகிறது என்று ஒரு சஸ்பென்ஸ் எழுகிறது. கதையின் விறுவிறுப்பு கூடுகிறது. ஒரு சாதாரண காக்காய்-நரி கதையிலேயே சிக்கல் இல்லை என்றால் கதை இல்லை என்னும்போது, மனித நிலைமைகளைப் பற்றி எழுதப்படுகின்ற சிறுகதைகளில் மோதல் இல்லாமல் இருக்குமா? ஆகவே மோதல் இன்றிக் கதைப்பின்னலே இல்லை.

கதையில் மோதல் என்பது இரண்டு மனிதர்களுக்கிடையே அல்லது பொருள்களுக்கிடையிலே ஏற்படுவதாக இருக்கின்ற போராட்டம். கதையின் முக்கியக் கதாபாத்திரம் அந்த மோதலின் ஒருபுறத்தில் இருக்கிறார். கதையின் ஒரு சம்பவத்தை இன்னொன்றுடன் பிணைத்துக் கதைப்பின்னலை முன்நகர்த்தும் விசைதான் போராட்டம். கதையில் ஒரே ஒரு போராட்டம் மட்டுமே இருக்கக்கூடும். நீண்ட சிறுகதையாக இருந்தால், ஒரு மையமான போராட்டமும், சில சிறு போராட்டங்களும் இருக்கலாம். நாவலாக இருந்தால் பல போராட்டங்கள் நிகழும். அவ்வப்போது அவை தீர்க்கப்பட்டு, கதை முன்னோக்கி நகரும்.

இரண்டு வகையான போராட்டங்கள் இருக்கின்றன. ஒன்று புறப்போராட்டம், இன்னொன்று அகப்போராட்டம்.

புறப்போராட்டம் என்பது ஒருவன் தனக்குப் புறத்திலே இருக்கின்ற சக்திகளுடன் போராட நேரிடுவது. அது இன்னொரு மனிதனுடனோ, இயற்கையுடனோ, சமூகத்துடனோ, தனது கண்ணுக்குத் தெரியாத சக்திகளுடனோ, இயற்கைக்கு அப்பாற்பட்ட சக்திகளுடனோ, காலத்துடனோ நிகழ்வதாக இருக்கலாம்.

அகப்போராட்டம் என்பது ஒருவன் மனத்திற்குள்ளேயே நிகழ்வது; ஒருவன் ஏதோ ஒரு முடிவை எடுத்தாக வேண்டும், வலியை அல்லது கவலையைக் குறைத்தாக வேண்டும், மனத்தை அமைதிப் படுத்தியாகவேண்டும், ஏதோ ஓர் உந்துதலைத் தடை செய்தாக வேண்டும் அல்லது தணித்தாக வேண்டும் என்பது போல.

இதை நான்காகவும் வகைப்படுத்துவார்கள்.

1. ஒரு மனிதனுக்கும் இன்னொரு மனிதனுக்குமான பௌதிக (உடல்ரீதியான) போராட்டம். தனது உடல்வலிமையைக் கொண்டு ஒருவன் இயற்கைச் சக்திகளுடனோ, இன்னொரு மனிதன் அல்லது மனிதர்களுடனோ, விலங்குகளுடனோ போராட நேர்வதாக அமைவது. உதாரணமாக, 'கடலும் கிழவனும்' கதையில் ஒரு கிழவன், அதுவும் களைத்துப் போயிருப்பவன், ஒரு பெரிய சுறா மீனுடன் போராட வேண்டி வருகிறது. அவன் தோற்றுப் போய் விடுவானா, ஜெயிப்பானா என்ற கவலை எழுகிறது.

   நம் திரைப்பட உச்சக்கட்டக் காட்சிகளில் நாம் பெரும்பாலும காண்பதெல்லாம் உடல்ரீதியான போராட்டம்தான். ஒருவன் பத்துப் பதினைந்து பேரை அடிப்பது, இருக்கும் கடை கண்ணிகள் எல்லாவற்றையும் உடைப்பது இவையெல்லாம் உடல்சார்ந்த போராட்டங்கள் தானே? (இங்கே ஔசித்தியம் முற்றிலுமாகக் காணாமல் போய்விடுகிறது என்பதையும் ஞாபகப்படுத்திக்கொள்ளுங்கள்.)

2. ஒரு மனிதனுக்கும் அவனது சந்தர்ப்ப சூழல்களுக்கும் இடையில் நிகழும் போராட்டம். முதன்மைப் பாத்திரம், தனது வாழ்க்கைச் சூழல்களுடனோ, விதியுடனோ போராட வேண்டி வருகிறது. இன்றும் புயலின், வெள்ளங்களின் விளைவுகளை எதிர் கொண்டும், தூத்துக்குடியில் ஆலையை எதிர்த்தும், எட்டு வழிப்பாதையை எதிர்த்தும், இன்னும் பல அரசு திட்டங்களை எதிர்த்தும் போராட்டம் நடத்தி வருபவர்கள் தங்கள் சந்தர்ப்ப சூழல்களுடன் தான் நேரடியாகப் போராட வேண்டியிருக்கிறது. அரசாங்கத்தோடும் கூட்டுவணிகக் குழுக்களோடும் ஊடகங் களோடும் போராட வேண்டும் என்னும்போது அது சமூகம் சார்ந்த போராட்டம் ஆகிவிடுகிறது.

3. தனது சமூகத்துடனே போராடவேண்டி வருவது மூன்றாவது வகைப் போராட்டம். சமூகத்தில் மனிதன் ஒத்துவாழ வேண்டியிருக்கிறது. தனக்குத் தானே மனிதன் பல விதிகளையும் கட்டுப்பாடுகளையும் ஏற்படுத்திக்கொண்டிருக்கிறான். சமூகத்தில் நிலவும் சிந்தனைகள், நடைமுறைகள், மரபுகள் போன்றவற்றுடன் போராட வேண்டிவருவது இந்த வகைப் போராட்டம் ஆகும். உதாரணமாக, ஒருவர் தன் மகனுக்குச்

சீர்திருத்தத் திருமணம் செய்ய வேண்டும் என்று நினைக்கிறார். நல்ல பெண்ணும் அமைகிறாள். ஆனால் பெண் வீட்டார் மூடநம்பிக்கையில் ஊறியவர்களாக இருக்கிறார்கள். ஜாதகம் சரியாக அமையவில்லை, நாள் சரியில்லை, தோஷம் கழித்துத் தான் மணம் செய்யவேண்டும் என்று பல நிபந்தனைகளைப் போடுகிறார்கள். இதெல்லாம் சமூகத்துக்கும் மனிதனுக்கும் நடக்கும் போராட்டம் தான்.

4. மனிதன் தனக்கு எதிராகத் தானே போராட வேண்டிவருவது நான்காவது வகைப் போராட்டம். தனது மனத்துடன், ஆன்மாவுடன், சிந்தனையுடன், இது நல்லதா கெட்டதா என்ற எண்ணங்களுடன், தனது தேர்வுகளுடன், நிச்சயங்களுடன் அல்லது நிச்சயமின்மைகளுடன் போராட வேண்டிவருவது. கு.ப.ராவின் 'ஆற்றாமை' என்ற கதையின் நாயகி பொறாமை யினால் எதிர்ப்பகுதிப் பெண்ணுக்கு ஒரு தலைகுனிவை ஏற்படுத்திவிட்டுப் பிறகு அதற்கு வருத்தப்படுகிறாள். இவள் கணவனைப் பிரிந்து வாழும் நிர்ப்பந்தத்திற்கு ஆளானவள். எதிர்ப் போர்ஷன் பெண் புதிதாகத் திருமணமாகி கணவனோடு சந்தோஷமாக இருக்கிறாள். இவள் மனத்தில் ஆற்றாமை. ஓர் இரவு. நேரமாகிவிட்டது. எதிர்ப் போர்ஷன் தம்பதியர் படுத்துவிட்டார்கள். ஒரு நண்பன் எதிர்ப் போர்ஷன் ஆளைத் தேடிவருகிறான். இவள் விழித்திருக்கிறாள். எத்தனையோ வழிகளில் இந்த ஆள் வந்ததை நாசூக்காக உணர்த்தியிருக்க முடியும். ஆனால் அவனை நேராகக் கதவைப் பார்க்கக் கைகாட்டி விடுகிறாள். கதவு திறக்கப்படும்போது ஒரு தர்மசங்கடமான காட்சி. கதை முடிவில் இந்தப் பெண் தான் நடந்துகொண்டதை நினைத்து வருத்தப்படுகிறாள். 'இப்போது திருப்திதானா பேயே' என்று தன் மனத்தையே சாடிக் கொள்கிறாள்.

மேற்கண்ட நான்குவிதமான போராட்டங்களையும் வைத்து மிகச் சிறப்பான கதைகள் எழுதப்பட்டுள்ளன. வணிக நோக்கிலான மலிவான புனைகதைகள் மனிதனும் மனிதனும் உடல் ரீதியாகச் சண்டை போடுவதற்கே அதிகமான முக்கியத்துவம் தருகின்றன. (வணிகத் திரைப்படமும் அப்படித்தான்.) உடல்வலிமையும் அதனால் ஏற்படும் போராட்டமும் இங்கே உணர்ச்சித் தூண்டலுக்குக் காரணமாக அமைகின்றன. இப்படிப்பட்ட சண்டைகள் இன்றி ஒரு குற்றக்கதையோ, ஒரு திரைப்படமோ இருக்கிறதா என்று யோசித்துப்பாருங்கள்.

ஆனால் இவ்விதக் கதைகளிலும்கூட ஏதோ ஒன்று கூடுதலாக இருக்கிறது. நல்லவர்கள் ஓரணியில் வைக்கப்படுகிறார்கள். மோசமானவர்கள் எல்லாம் எதிரணியில் வைக்கப் படுகிறார்கள். எனவே இது வெறும் பௌதிகப் போராட்டமாக அன்றி, அற மதிப்புகளுக்கிடையிலான போராட்டமாகவும் முன்வைக்கப்படுகிறது. (இல்லையென்றால் கதை இழிவுக்கு ஆளாகும்.) மலிவான கதைகளில் இது கருப்பு–வெள்ளைப் பேராட்டமாக, வெளிப்படையானதாக, கதாநாயகன்–வில்லன் இவர்களுக்கிடையிலான போராட்டமாகத் தோற்றம் கொள்ளும்.

வாழ்க்கைவிளக்கக் கதைகளில், இம்மாதிரி கருப்பு–வெள்ளை மோதலைக் காண முடியாது. நன்மையே நன்மையை எதிர்ப்ப தாகவோ, அரைகுறை உண்மை இன்னொரு விதக் குறை–உண்மையை எதிர்ப்பதாகவோ இருக்கலாம். எனவே எதுதான் உண்மை, எதுதான் நன்மை என்ற கேள்விகள் அங்கே எழுகின்றன, மனத்தில் இவற்றைப் பற்றிய போராட்டமே பௌதிகப் போராட்டத்தைவிட முன்னுரிமை பெறுவதாக அமைகிறது. இது அறிவு சார்ந்த, அறம்சார்ந்த போராட்டம். அவ்வளவுகூட வேண்டாம். உணர்ச்சிசார்ந்த போராட்டமே கதை முழுவதும் இருக்கலாம்.

உணர்ச்சி சார்ந்த போராட்டத்திற்கு நம் ‘குடும்பத்’ திரைப் படங்களின் கதைகள் நல்ல உதாரணம். பலப்பல ஆண்டுகளுக்கு முன்னால் வந்த கல்யாணப் பரிசு என்ற திரைப்படக் கதையில், தான் காதலித்தவனை கலியாணம் செய்துகொண்டு சுகமாக இருப்பதா, அவனையே காதலிக்கின்ற தன் அக்காவுக்கு வாழ்க்கையை விட்டுக்கொடுப்பதா என்று ஒரு போராட்டம் வரும். இது உணர்ச்சி சார்ந்த போராட்டம். (பழங்காலத் திரைப்படங்களில் இதற்கு ஒரு தராசைக் காட்டி முள் எந்தப்பக்கம் சாயப்போகிறது என்ற உருவகத்தை வைப்பார்கள். வேடிக்கைதான்.)

எவ்வளவு சிறிய விஷயத்தைப் போராட்டமாக்கி, ‘விடியுமா?’ என்ற கதையை நடத்துகிறார் கு.ப. ராஜகோபாலன், பாருங்கள். தந்தியைக் கண்டு இடிந்து உட்கார்ந்து போனோம். அதில் கண்டிருந்த விஷயம் எங்களுக்கு அர்த்தமே ஆகவில்லைபோல் இருந்தது. சிவராமையர்–டேஞ்சரஸ் என்ற இரண்டு வார்த்தைகளே இருந்தன. தந்தி சென்னை ஜெனரல் ஆஸ்பத்திரியிலிருந்து வந்திருந்தது. முன் பகுதியில் கதையின் சஸ்பென்ஸ், விறுவிறுப்பு பற்றிச் சொல்லியதை எல்லாம் பொருத்திப் பார்த்துக்கொள்ளுங்கள்.

போராட்டத்தை அல்லது சிக்கலை ஆசிரியரே வெளிப்படையாகச் சொல்லிவிடுகிறார்: எங்கள் எல்லோருடைய மனத்திலும் ஒரு பெருத்த போர் நடந்துகொண்டிருந்தது. 'இருக்காது!' 'ஏன் இருக்கக்கூடாது? இருக்கும்!' என்று இரண்டுவிதமாக மனத்தில் எண்ணங் கள் உதித்துக்கொண்டிருந்தன. 'இருக்கும்!' என்ற கட்சி, தந்தியின் பலத்தில் வேரூன்றி வலுக்க வலுக்க, 'இருக்காது!' என்ற கட்சி மூலைமுடுக்குகளிலெல்லாம் ஓடிப்பாய்ந்து தனக்குப் பலம் தேட ஆரம்பித்தது.

பிறகு கதை முழுவதும் இந்தச் செய்தியைப் பற்றி மாறிமாறி வரும் சிந்தனைகள்தாம். இதற்கேற்பக் கதைச்சம்பவங்களும் பின்னப்படு கின்றன. உதாரணமாக, இரயிலில் சென்னைக்குப் போகிறார்கள். வழியில் ஒரு பெண், சிவராமையரின் மனைவி குஞ்சம்மாளை விசாரித்துக்கொண்டே வருகிறாள். பிறகு அவள் குஞ்சம்மாளுக்குப் பிடித்த மல்லிகைப் பூவைத் தருகிறாள். ஆவலுடன் அந்தப் பூவை வாங்கி ஜாக்கிரதையாகத் தலையில் வைத்துக் கொண்டாள். அம்பாளே அந்த உருவத்தில் வந்து தனக்குப் பூவைக்கொடுத்து, 'கவலைப் படாதே! உன் பூவிற்கு ஒரு நாளும் குறைவில்லை' என்று சொன்னது போல எண்ணினாள். 'மகாலட்சுமி போல இருக்கீங்கம்மா! ஒங்களுக்கு ஒண்ணும் கொறவு வராது!' என்று அவள் சொன்னதைத் தெய்வ வாக்காக எடுத்துக்கொண்டுவிட்டாள் குஞ்சம்மாள்.

இப்படிக் கதை வளர்கிறது. சற்றே கண்ணயர்கிறார்கள். விடியும் நேரத்தில் சென்னை போய்ச் சேர்கிறது இரயில். உண்மையில் விடியுமா விடியாதா என்ற பிரச்சினை.

> 'அப்பா! விடியுமா!' என்கிற நினைப்பு ஒரு பக்கம். 'ஐயோ விடிகிறதே! இன்னிக்கி என்ன வச்சிருக்கோ!' என்ற நினைப்பு மற்றொரு பக்கம்.
>
> 'இரவின் இருட்டு அளித்திருந்த ஆறுதலைக் கொஞ்சம் கொஞ்சமாகத் தலைகாட்டிய வெளிச்சம் பறிக்கவருவதுபோல் இருந்தது' என்று இங்கே வருகிற வருணனை, தக்க சமயத்தில் அமைந்து, வரப் போவதை முன்னறிவிப்பதுபோலவும் இருக்கிறது.
>
> ஜெனரல் ஆஸ்பத்திரிக்குப் போனோம். அரைமணிநேரம் துடித்தபிறகு குமாஸ்தா வந்தார். 'நீங்கள் கும்பகோணமா?' என்றார்.

'ஆமாம்' என்றேன்.

'நோயாளி நேற்றிரவு இறந்து போய்விட்டார்' என்று குமாஸ்தா சாவதானமாகச் சொன்னார். 'இறந்து? அது எப்படி? அதற்குள்ளா?' அப்பொழுதும் சந்தேகமும் அவநம்பிக்கையும் விடவில்லை...

'சிவராமையர்?'

'ஆமாம் ஸார்!'

'ஒருவேளை—?'

'சற்று இருங்கள். பிரேதத்தைப் பெற்றுக்கொள்ளலாம்' என்று சுருக்கமாகச் சொல்லிவிடு குமாஸ்தா தம் ஜோலியைக் கவனிக்கப் போனார். கொஞ்சநேரம் கழித்துப் பிரேதத்தைப் பெற்றுக் கொண்டோம்...

பிறகு—?

விடிந்துவிட்டது.

என்று முடிகிறது கதை. ஒரு சிறிய விஷயத்தை எவ்விதம் சிறப்பான போராட்டமாக, மோதலாக மாற்றி, அருமையாகக் கதையை உருவாக்கலாம் என்பதற்கு இது ஒரு எடுத்துக்காட்டு. இன்னும் ஒன்று: கதை என்றால் ஏதோ புதிது புதிதாகக் கண்டுபிடித்துக் காதில் பூச்சுற்ற வேண்டியதில்லை, வாழ்க்கையில் நாம் காணும் சின்னச்சின்ன (அல்லது கதாபாத்திரங்களின் நோக்கில் ஆழமான, பெரிய) அனுபவங்களும் கதையாகலாம் என்பதை இம்மாதிரிக் கதைகளைப் படிப்பவர்கள் எளிதில் உணர்ந்துகொள்ளலாம்.

6
கருப்பொருள் (தீம்)

ஆங்கிலப் பத்திரிகைகளில் கண்ட இரண்டு துணுக்குகள்

'அப்பா, அடுத்தவீட்டு மாமா ஒவ்வொருநாள் காலையிலும் வேலைக்குப் புறப்படும்போது மாமிக்கு முத்தம் கொடுத்துவிட்டுப் போகிறார். நீங்கள் ஏன் அப்படிச் செய்வதில்லை?'

'சின்னக்குட்டி, அந்த மாமியை எனக்குத் தெரியாதே.'

***

'மகளே, உன் கணவர் எப்போதும் இரவில் தாமதமாகக் கண்டநேரத்தில் வீட்டுக்கு வருகிறாரே, உன் அம்மா இதைப் பற்றி ஒன்றும் சொல்லவில்லையா?'

'சொன்னாளே அப்பா. இந்த ஆண்கள் எத்தனை காலம் ஆனாலும் மாறுவதேயில்லை என்றாள்.'

***

மேற்கண்ட இரு துணுக்குகளையும் யோசித்துப் பார்க்கும்போது ஒரு முக்கியமான வேறுபாடு தென்படலாம். முதல் துணுக்கு, ஓர் எதிர்பார்ப்பின் கவிழ்ப்பில் நிகழ்கிறது. முதல் துணுக்கில் வரும் மனிதன் தன் மனைவிக்கு ஏன் முத்தமளித்துவிட்டுப் போகவில்லை என்ற விளக்கத்தை நாம் எதிர்பார்க்கிறோம். ஆனால் அவனோ அடுத்த வீட்டான் மனைவிக்கு ஏன் முத்தம் தரவில்லை என்பதைச் சொல்கிறான். இரண்டாவது துணுக்கும் ஓர் எதிர்பார்ப்பின் தலைகீழாக்கலில் எழுவதுதான். ஆனால் வாழ்க்கையின் ஓர் உண்மை அதில் வெளிப்படுகிறது. ஆண்கள் வயதாக வயதாகப் பழமை மனப்பான்மைக்கு மாறுகிறார்கள் என்ற விஷயத்தை அது சொல்ல வருவதாக நினைக்க இடமிருக்கிறது. அல்லது, தந்தைமார்கள் தாங்கள் இளமையில் எதைச் செய்தார்களோ அதை அடுத்த தலைமுறை இளைஞர்கள் செய்யும்போது குறை காண்கிறார்கள் என்றும்

சொல்லலாம். இப்படி வெவ்வேறு வார்த்தை களில் சொல்லக்கூடிய இந்தக் கருத்து இருக்கிறதே, இதுதான் இரண்டாவது துணுக்கின் கரு.

ஒரு கதையின் மையச்சிந்தனை அல்லது நம்பிக்கையை கதைக் கரு(ப்பொருள்) என்கிறோம். கதையில் வெளிப்படுத்தப்படும் அல்லது குறிப்பாக உணர்த்தப்படும் வாழ்க்கை பற்றிய பொதுமைப்படுத்தல் அது. கதாசிரியர் முன்வைக்க முயலுகின்ற கதையின் அர்த்தம் அதுதான். ஒரு கதையின் கதைக்கருவைக் கண்டுபிடிப்பதற்கு, கதையின் மையநோக்கம் என்ன என்று கேட்கவேண்டும். அது ஆதரிக்கின்ற வாழ்க்கை நோக்கம் என்ன? அல்லது அது வெளிப் படுத்தும் வாழ்க்கை பற்றிய பார்வை என்ன?

ஒரு குறித்த தலைப்பு பற்றிய எழுத்தாளரின் சிந்தனையாகவோ அல்லது பொதுவாக மனித இயல்பு பற்றிய பார்வையாகவோ கதைக்கரு இருக்கலாம். சிறுகதையின் தலைப்பு பெரும்பாலும் கதாசிரியரின் சிந்தனையைச் சுட்டிக்காட்டுவதாக அமைகிறது. தலைப்பே அல்லாமல், அவர் வேறுவிதமான கருவிகளையும்—குறியீடு, மேற்சுட்டு (அல்யூஷன்), உவமை, உருவகம், உயர்வுநவிற்சி, குறிப்புமுரண் (ஐரனி) போன்ற பலவற்றையும் கதைக்கருவை உணர்த்தக் கையாளலாம்.

'நமக்குத் தோற்றமளிக்கும் விதமாகவே விஷயங்கள் எப்போதும் இருப்பதில்லை', 'காதலுக்குக் கண்ணில்லை', 'உன்னால் முடியும் தம்பி', 'தன் கையே தனக்குதவி', 'மாற்றத்தைக் கண்டு மக்கள் பயப்படுகிறார்கள்', 'தோற்றத்தை வைத்து எவரையும் எடை போடாதே', 'நேர்முகச் (பாசிடிவ்) சிந்தனை வேண்டும்' போன்றவை கதையில் வழக்கமாகக் கையாளப்படும் கருப்பொருள்களில் சில. இவை 'ஸ்டாக்' அல்லது மாறாக் கருப்பொருள்கள்.

எல்லாக் கதைகளுக்கும் கரு இருந்தாக வேண்டும் என்ற அவசியமில்லை. ஒரு திகில் கதையின் நோக்கம் வெறுமனே வாசகர்களுக்கு அச்சுறுத்தல் தருவதாகவே இருக்கலாம். ஒரு சாகசக் கதையின் நோக்கம் பலவித வீரச்செயல்களுக்கிடையில் வாசகரை அழைத்துச் செல்வதாகவே இருக்கக்கூடும். ஒரு குற்றக் கதையின் நோக்கம், ஒரு மர்ம முடிச்சினை வாசகர்களை அவிழ்க்க வைப்பது— அல்லது கடைசிப் பத்திவரை அவிழ்க்கமுடியாமல் செய்வது என்பதாகவே இருக்கலாம். சில கதைகள், வெறுமனே ஒரு சஸ்பென்ஸை அளித்து, கதையின் இறுதியில் அதை வெளிப்படுத்தி

வாசகரை வியப்படையவோ, சிரிக்கவோ வைக்கலாம். வாழ்க்கையை நுணுக்கமாகப் பதிவு செய்ய ஓர் ஆசிரியர் முயற்சிசெய்து, ஏதோ ஓர் உண்மையைச் சொல்ல வேண்டுமென்று நினைக்கும்போது தான் கருப்பொருள் என்பது தோன்றுகிறது. பல சமயங்களில் வாழ்க்கையைப் பற்றிய ஓர் எந்திரத்தனமான கருத்தை விளக்குவதற்காகவே கதை எழுதும்போதும் அது தலைகாட்டுகிறது. வாழ்க்கைவிளக்கக் கதைகளில்தான் கதைக்கரு உண்டு. தப்பிப்புக் கதைகளில் பெரும்பாலும் இருப்பதில்லை, அப்படியே இருந்தாலும் அது கதையை மாட்டிவைப்பதற்கான ஓர் ஆணியாகவே பயன்படுகிறது.

பல கதைகளில், கதாபாத்திரத்திற்குக் கிடைக்கும் வாழ்க்கை பற்றிய வெளிச்சமே கதைக்கரு ஆகிறது. குறித்த நபர்களைக் குறித்த சூழலில் கதை சித்திரித்துக் காட்டும்போது எல்லா மனிதர்களின் பொது இயல்பு பற்றிய ஒரு பார்வைக்கோ, மனிதர்களுக்கிடையிலான உறவுநிலை பற்றிய ஒரு கருத்துக்கோ, அவர்களுக்கும் பிரபஞ்சத்திற்குமான தொடர்பு பற்றிய ஒரு பொதுமைப்படுத்தலுக்கோ நாம் வர இயலும்.

கதைக்கருவையும் கதைப்பின்னல் போன்றே சுருக்கமாகவோ பெரியதாகவோ கூறலாம். என்றாலும் பெரும்பாலும் சிறுகதைகளின் கருப்பொருளைக் கூற ஒரு வாக்கியம் போதுமானது. பெரிய கதைகளின் கருப்பொருளைக்கூட ஒரு வாக்கியத்தில் சுருக்கிக் கூறலாம். அப்படிச் சொல்லுவதுதான் சிறப்பானது. சிலசமயங்களில் ஒரு பாரா அளவிலும் சொல்லலாம்; மிக அபூர்வமாக ஒரு கட்டுரையும் தேவைப்படலாம். ஒரு வளமான கதை, பல சிக்கலான உள்நோக்குகளையும் அளிக்கவல்லது. அதன் மையநோக்கினை நாம் தேர்ந்தெடுத்து ஒரு வாக்கிய அளவில் வெளிப்படுத்த வேண்டும். அது கதையின் கூறுகள் அனைத்தையும் தழுவியதாகவும் இருக்க வேண்டும். ஏனென்றால், கதைக்கு ஒருமையை அளிப்பது அதன் கதைக்கருதான். சில சமயங்களில் அதற்கு ஒரு வாக்கியக்கூற்று போதாது என்று உணர்கிறோம். தி. ஜானகிராமன் எழுதிய மோகமுள் கதையின் கருப்பொருளை 'வயது வேறுபாடு இன்றி, உடலின்பம் சார்ந்ததே வாழ்க்கை' என்று கூடப் பார்க்கமுடியும். ஆனால் அதில் ஒரு போதாமை உணர்வு ஏற்படுகிறது. கதையின் ஆழத்தை அது வெளிப்படுத்துமாறு அமையவில்லை என்று நினைக்கிறோம்.

ஓர் ஒற்றைவரி அருவக் கூற்றினைப் பெறுவதுதான்/வெளிப்படுத்துவதுதான் சிறுகதையின் பயன் என்று ஒருபோதும் கருதலாகாது.

அப்படியானால் அந்தக் கூற்றை மட்டுமே சொல்லிவிட்டுப் போய்விடலாமே—கதை என்ற ஒன்றே தேவை யில்லையே? கதையின் நோக்கம், புத்திக்குத் தீனி அளிப்பதல்ல—உணர்ச்சிகளுக்கு, அனுபவத்திற்கு, கற்பனைக்கு, புலன்களுக்கு விருந்தளிப்பது.

சிலசமயங்களில் கதையின் கருப்பொருள், ஆசிரியராலோ, கதாபாத்திரங்களில் ஒருவராலோ கதையின் போக்கிலே நேரடியாகவே சொல்லப்பட்டுவிடுகிறது. பலசமயங்களில் கதையின் உட்குறிப்பாக அது இருக்கிறது. கதாசிரியர்கள், கதைக்கு ஆசிரியர்கள்தாம். அவர்கள் தத்துவஞானிகளோ, கட்டுரையாளர்களோ அல்ல. அவர்களுடைய வேலை வாழ்க்கையை வெளிப்படுத்துவதே அன்றி அதைப் பற்றி விளக்கம் உரைப்பதோ, கதையின் பிரச்சினைக்குத் தீர்வு சொல்லுவதோ அல்ல. கதையின் கருப்பொருளைத் தங்கள் சொந்த வார்த்தைகளில் வெளிப்படுத்தினால் அன்றி, அது நன்றாக வெளிப்படும் என்ற நம்பிக்கை சில ஆசிரியர்களுக்கு வருவதில்லை. இதனால் ஜெயகாந்தன் போன்றவர்கள் தங்கள் கதைப் பொருள்களைத் தாங்களே வெளிப்படுத்துவதையும் காண்கிறோம். ஆனால் அவ்விதம் வெளிப்படுத்துவது, நகைச்சுவைத் துணுக்குகளைச் சிலர் விளக்கமுற்பட்டு அதைப் பாழாக்குவது போல ஆகிவிடுகிறது. எனவே ஆசிரியர்கள் கருப்பொருளை உட்குறிப்பாக விட்டுவிடுவதே வழக்கமாக இருக்கிறது.

பழங்கால நீதிக்கதைகள், பஞ்சதந்திரக் கதைகள், ஈசாப் கதைகள் போன்றவை ஒரு கருப்பொருளை அல்லது நீதியை மனத்தில் வைத்துக்கொண்டு அதை விளக்குவதற்காக எழுதப்பட்டவை. சிறுகதைகள் அவ்வாறல்ல. சிறுகதைகள், மனித வாழ்க்கையின் ஒரு பகுதியை உயிரூட்டிக் காட்டுவதற்காக எழுதப்படுபவை. தேடலுடனும், முரண்பாடின்றியும் அவ்விதம் செய்யும்போது கருப்பொருள் தானாகவே எழுகிறது.

வாசகர்கள் சிலர்—குறிப்பாக மாணவர்கள்—தாங்கள் வாசிக்கும் எல்லாவற்றிலும் ஒரு நீதியைத் தேடுவது வழக்கமாக இருக்கிறது. கருப்பொருள் என்றால் நீதி போதனை, அறம் உணர்த்தல் என்று அவர்கள் நினைத்துக்கொள்கிறார்கள். சிலசமயங்களில் சிறுகதைகள் நீதி போதனை செய்வதாகவும் அமையக்கூடும். ஆனால் நல்ல சிறுகதைகள் அளிக்கின்ற வெளிச்சத்திற்கு நீதி என்ற வார்த்தை மிகவும் குறுகியதாகும். எனவே நீதி, பாடம் என்ற சொற்கள் சிறுகதை பற்றிய விவாதத்தில் விரும்பப்படுவதில்லை. சிறுகதை ஓர் இலக்கியம், கலை

என்ற முறையில் அதன் முதல்நோக்கம் மகிழ்ச்சி அளித்தல்தான். கதைகளைப் பிழிந்து நீதியை வருவிப்பது நமது நோக்கமல்ல. ஒவ்வொரு கதையிலும் நீதிபோதனையை எதிர்பார்க்கும் நபர், அதனை மிகவும் எளிமைப்படுத்தவும், மரபாக்கிவிடவும்தான் வாய்ப்பிருக்கிறது. 'பிராணிகளிடம் அன்பாக இருங்கள்', 'யோசித்து எந்தக் காரியத்திலும் இறங்கவும்', 'குற்றம் இழைப்பது, அதன் தண்டனையை உள்ளடக்கியிருக்கிறது' என்பதுபோல. கதாசிரியர் களின் நோக்கம் இம்மாதிரி தினசரி நடத்தைக்கான ஒழுக்க விதிகளை வகுத்துரைப்பது அல்ல, மாறாக வாழ்க்கையை இன்னும் வெளிச்சமிட்டுக் காட்டுவது. ஆகவே கருப்பொருளைத் தேடும்போது இந்தக் கதை என்ன போதிக்கிறது என்று கேட்கலாகாது; மாறாக, அது எதனை வெளிப்படுத்துகிறது என்று கேட்பது நல்லது.

சிலசமயங்களில் காலங்காலமாக வரும் நம்பிக்கைகள் வணிகக் கதைகளில் போற்றப்பட்டு மக்கள் மனத்தில் ஆழமாக விதைக்கவும் படுகின்றன. அவற்றில் மிக முக்கியமான ஒன்று, தாய்மையின் புனிதத் தன்மை அல்லது தெய்விகத் தன்மை. இது போன்ற இன்னும் சில: உண்மைக் காதல் வெல்லும்; உண்மையான உழைப்பு தன் பயனைக் கொடுக்கும்; வயது முதிர்ச்சி ஞானத்தை அளிக்கும்; எல்லா மனிதர்களுக்கும் இதயம் உண்டு—போன்றவை. தாய்மை புனிதமானது, அன்பே உருவானது என்றால், மருமகள்கள் ஏன் கொலைசெய்யப்படுகிறார்கள், சித்திரவதைப்படுத்தப் படுகிறார்கள்? சில தாய்மார்கள் ஏன் தங்கள் குழந்தைகளையே கொல்கிறார்கள்? ஆகவே குறைந்தபட்சம் தாய்மை தன் மகன்மேல் மட்டுமே அன்பு செலுத்தக்கூடியது, பிறரைத் துன்புறுத்தவும் வதைக்கவும் கூடியது, பல சமயங்களில் தன் சொந்த இச்சைக் காகவும் இயங்கக்கூடியது என்பதையாவது ஒப்புக்கொள்ள வேண்டும்.

எம்.வி. வெங்கட்ராம் எழுதிய 'பைத்தியக்காரப் பிள்ளை' என்ற கதையில் தன் தாயாரின் சித்திரவதையைத் தாங்கமுடியாமல் இரயிலுக்கிடையில் தலையைவிட்டுத் தற்கொலை செய்துகொள்ளும் மகனைக் காண்கிறோம். அப்படியானால் திரைப்படங்களிலோ வணிகக் கதைகளிலோ 'அம்மா, நீதான் தெய்வம்' என்பது போலப் பேசும் பேச்சுகள் அர்த்தமற்றதாகிவிடுகின்றன. வாழ்க்கையை விளக்கும் கதாசிரியர்கள் இதுமாதிரி ஒற்றைக் கூற்றுகளை உடைக்க முனைவார்களே அன்றி ஏற்றுக்கொள்வது கடினம்.

ஆனால் ஒன்று, வணிகக் கதையோ, வாழ்க்கை விளக்கக் கதையோ எதுவாயினும் அது முன்வைக்கும் கருப்பொருளை வாசகர்கள் ஏற்றாக வேண்டும் என்ற கட்டாயமில்லை. சிந்தனையின்றிப் புறக்கணிக்கக் கூடாது என்றாலும், ஒரு சில கதைகளின் கருப்பொருள்கள் ஆராய்ந்து பார்க்கும்போது ஏற்க முடியாததாகவும் இருக்கலாம். ஒரு முதிர்ந்த, தீவிரமான கலைஞரின் தர்க்கரீதியான நோக்கு அது என்றால் நமக்குப் பயனளிக்காமல் இருக்க இயலாது. இந்த உலகம் பிறருக்கு எவ்விதத்தில் காட்சியளிக்கிறது என்று தெரிந்துகொள்வது நமக்குப் பயனுள்ள விஷயம்தானே? நாமே ஒப்புக்கொள்ளாத ஒரு நோக்கு என்றாலும், மனித அனுபவம் பற்றிய நமது அறிவை நாம் வளப்படுத்திக்கொள்ள முடியும் அல்லவா?

நேர்மையான கலைஞர்கள், சிந்தனை மிக்க பார்வையாளர்கள், நாம் ஒப்புக்கொள்வதற்குத் தயங்குகின்ற முழுமை நோக்கு ஒன்றை முன்வைத்தாலும், ஆங்காங்குப் பகுதியளவில் நாம் ஒப்புக்கொள்ளத் தக்க பல கருத்துகளைக் கூறியே செல்வார்கள். எனவே நல்ல வாசகர்கள், அதன் ஒட்டுமொத்தக் கருப்பொருளோடு உடன்படா விட்டாலும் அதற்காகக் கதையைப் புறக்கணிப்பதில்லை. போதிய ஆழ்ந்த உற்றுநோக்கு, சிந்தனை ஆகியவற்றின் விளைவாக உருவாகிய எந்தக் கதையையும் நாம் இரசிக்கமுடியும். அதேசமயம், நாம் விரும்புகின்ற ஒரு கருப்பொருளை முன்வைக்கின்ற, ஆனால் ஆழமற்ற, போதிய சிந்தனையற்ற, கலைரீதியாக வெற்றி பெறாத கதையை நாம் ஆதரிக்க முடியாது.

ஒரு கதையின் கருப்பொருளைக் கண்டறிந்து வெளிப்படுத்துவது சற்றே கடினமான பணிதான். சில சமயங்களில் கதை என்ன சொல்ல வருகிறது என்பதை நம்மால் ஆழ்ந்து உணர முடிந்தாலும் அந்த உணர்வை வார்த்தையில் வெளிப்படுத்துவது கடினமாக இருக்கும். திறனுள்ள வாசகர்கள் என்றால் அப்படி வெளிப்படுத்தியாக வேண்டும் என்ற அவசியமும் இல்லை. ஆனால் பல சமயங்களில், கருப்பொருள் என்ன என்பதை ஆராய்ந்து வெளிக்கொணர முயல்வது முன்னர் நாம் கவனம் செலுத்தாத பல விஷயங்களில் கவனம் செலுத்த வைக்கக்கூடும். அதனால் ஆழ்ந்த புரிதலுக்கு அது இட்டுச்செல்லும். மேலும், கருப்பொருளைக் கண்டறிந்து வெளிப்படுத்துவது, நாம் கதையைப் புரிந்துகொண்டோமா என்பதற்கான ஒரு சோதனை. சிலபேர் தனித்தனிச் சம்பவங்களைப் புரிந்து கொண்டாலும் அவை ஒன்றுசேர்ந்து ஒட்டுமொத்தமாக

என்ன விளைவை ஏற்படுத்துகின்றன என்பதில் தெளிவின்றி இருக்கலாம்.

கதையின் கருப்பொருளைக் கண்டறிந்து வெளிப்படுத்துவதற்கெனத் தனி வழிமுறை எதுவும் இல்லை. சிலசமயங்களில் முக்கியக் கதாபாத்திரம் எவ்விதம் கதைப்போக்கின்போது மாறியிருக்கிறார் என்பதை வைத்தோ, அல்லது கதை முடிவில் அவர் என்ன கற்றுக் கொண்டார் என்பதை வைத்தோ கருப்பொருளைத் தெளியலாம். சிலசமயங்களில் மையச் சிக்கலின் இயல்பை ஆராய்வது சிறந்த அணுகுமுறையாக இருக்கும். சில சமயங்களில் தலைப்பு முக்கியமான குறிப்பை அளிக்கக்கூடும். இருப்பினும் பின்வரும் சில விஷயங்களை எப்போதும் மனத்திலிருத்துவது நல்லது.

1. கதைக் கருப்பொருளை ஒரு கூற்றாக வெளிப்படுத்த முடிய வேண்டும். அண்ணன் தங்கை பாசம் என்றோ, நாட்டுப் பற்று என்றோ, தாய்மையின் மேன்மை என்றோ கூறுவது போதாது. எழுவாயும் பயனிலையும் கொண்டமைந்த வாக்கியமாக அது உருப்பெற வேண்டும். எழுவாயைப் பற்றிய ஒரு செயல்கூற்றாக அது அமையவேண்டும். உதாரணமாக, 'பலசமயங்களில் தாய்மைக்குப் பரிசுகளைவிட கஷ்டங்களே அதிகமாகக் கிடைக்கின்றன' என்பது கருப்பொருள் கூற்று. அதுபோலவே, 'நாட்டுப்பற்று பலசமயங்களில் உயிர்த் தியாகத்தையும் நிகழச் செய்கிறது' என்பதும் ஒரு கருப்பொருள் கூற்றுதான்.

2. கதைக்கரு, வாழ்க்கை பற்றிய ஒரு பொதுமைப்படுத்தலாக வெளிப்படவேண்டும். அதனைச் சொல்லும்போது கதா பாத்திரத்தின் பெயரையோ கதை நடந்த இடத்தையோ குறிப்பிடலாகாது. மருது சகோதரர்கள் ஆங்கிலேயரை எதிர்த்துப் போரிட்டு வீழ்ச்சியடைந்தார்கள். அந்த நிகழ்ச்சியைப் பற்றிய கதை என்றால் மருது சகோதரர்கள், சிவகங்கை என்ற பெயரெல்லாம் கதைக்கருவில் இடம்பெறத் தேவையில்லை. 'சுதந்திரத்திற்காகப் போராடுபவர்கள் பல சமயங்களில் அதற்காக உயிர்த்தியாகமும் செய்ய நேரிடுகிறது' என்று பொதுமைப்படுத்த வேண்டும்.

3. பொதுமைப்படுத்தும்போது தேவையான அளவைவிட அதைப் பெரிதுபடுத்தக்கூடாது. எல்லா, எப்போதும், ஒவ்வொரு, போன்ற சொற்களை மிக எச்சரிக்கையாகவே பயன்படுத்த வேண்டும். சிலசமயங்களில், சிலர், இருக்கக்கூடும் போன்ற

வார்த்தைகளைப் பயன்படுத்துவதே துல்லியமான விளைவைத் தரும். உதாரணமாக 'மறுபடியும்' கதையின் கருப்பொருளைச் சொல்லும்போது, 'சிலபேர், தங்கள் சொந்தக் குறையை உணரமுடியாமல், சமயங்களில் பிறர்மீது குறைகாண்கிறார்கள்' என்று சொல்வதே சரியாக அமையும்.

4. கருப்பொருள் என்பது கதையின் மையமான, ஒருங்கிணைக்கும் கருத்து. எனவே கதையின் எல்லா விஷயங்களையும், எல்லாப் பகுதிகளையும் அது கணக்கில் கொள்ளவேண்டும். குறிப்பிட்ட சில பகுதிகளை மட்டும் எடுத்துக்கொண்டு சில பகுதிகளை விட்டுவிடக்கூடாது. மிக முக்கியமாக, கதையின் எந்தக் கூறும் கருப்பொருளுக்கு முரணாக, அதை மறுப்பதாக அமைந்துவிடக் கூடாது. அடுத்து, நாமாக யூகிக்கக்கூடிய விஷயங்களைக் கருப் பொருளாகக் கூறக்கூடாது. கருப்பொருளாக முன்வைப்பதைக் கதையின் கூறுகள் யாவும் வெளிப்படையாகவோ குறிப்பாகவோ ஆதரிப்பதாக இருக்கவேண்டும்.

5. கருப்பொருளை இப்படித்தான் கூறவேண்டும், வெளிப்படுத்த வேண்டும் என்று எந்தச் சட்டமும் கிடையாது. அது வாழ்க்கை பற்றிய ஒரு நோக்கினை முன்வைக்கிறது. மேற்கூறிய நிபந்தனைகள் யாவும் பூர்த்தியாகும் பட்சத்தில், அந்த வாழ்க்கை நோக்கினைப் பல விதங்களில் நாம் வெளிப்படுத்தமுடியும்.

6. கருப்பொருளை நாம் ஏற்கெனவே கேள்விப்பட்டிருக்கின்ற பொன்மொழிகள், பழமொழிகள் போன்றவற்றிற்குக் குறுக்கிவிடக்கூடாது. 'காற்றுள்ளபோதே தூற்றிக்கொள்', 'முயற்சி திருவினை ஆக்கும்' போன்ற தொடர்கள் இப்படிப் பட்டவை. இம்மாதிரிக் கூற்றுகளும் சிலசமயங்களில் கதைக் கருப்பொருளாக அமையலாம். ஆனால் இப்படிக் கூறுவது சோம்பேறியின் குறுக்குவழி. முயற்சியைச் செலவிடாமல் கதையின் சாரம்சத்தை எளிதாக்கி விடுவதாகும் இது. புதிய அனுபவங்களையெல்லாம் இம்மாதிரி பழைய ஃபார்முலாக் களில் அடைக்கும் வாசகர்கள், புதிய பார்வைக்கான வாய்ப்பினை இழந்துவிடுகிறார்கள். உலகத்தைப் பற்றிய அவர்களது அறிவையும் விழிப்பையும் கதை வளப்படுத்து வதற்கு உடன்பட்டுச் செல்லாமல், தேய்ந்து போன வார்த்தை களில் சரணடைந்துவிடுகிறார்கள்.

பொதுவாக ஆசிரியர்கள் எவ்விதமான கருப்பொருள்களைக் கையாள்கிறார்கள் என்பதைக் கண்டறிந்து அவற்றிலிருந்து ஒரு முடிவுக்கு வருவது அவர்களைப்பற்றி மதிப்பிடுவதற்கு உதவியாக இருக்கும். உதாரணமாக, கு.ப. ராஜகோபாலன் ஆண்–பெண் உறவு பற்றியே மிகுதியாக எழுதியிருக்கிறார் என்று கூறுகிறார்கள். லா.ச.ரா. குடும்ப விஷயங்களைத் தாண்டிக் கதைகள் எழுதியதில்லை என்பார்கள். புதுமைப்பித்தன் பலவகையான கருப்பொருள்களைக் கையாண்டிருக்கிறார். மௌனி காதல் கதைகளையே எழுதியவர் என்பார்கள். ஜெயந்தனும் ஆண்–பெண் உணர்ச்சிகளைப் பற்றியே மிகுதியாகக் கதைகள் படைத்தவர். ஜெயகாந்தன் தமது கதைகளின் கருப்பொருள்களைத் தானே சொல்லிவிடுவது வழக்கம் அல்லது அவற்றையே கதைத் தலைப்பாக வைத்துவிடுவது வழக்கம்.

இரவீந்திரநாத் தாகூர் மிகச் சிறந்த, மறக்கமுடியாத கதைகளைப் படைத்தவர். அவர் படைத்த கதைகளில் காபூலிவாலா என்ற கதை பற்றிப் பார்ப்போமே. (காபூலிவாலா என்றால் காபூலில் இருந்துவந்த பட்டாணியன், முஸ்லிம். அந்தக் காலத்தில், பிரிட்டிஷ் ஆட்சியில் காபூலும் இந்தியாவின் பகுதிதான்.) அவன் ஆண்டுக்கு ஒருமுறை காபூலிலிருந்து வரும்போது கொண்டுவரும் பொருள்களைக் கல்கத்தாவில் விற்பனைசெய்து போவான். அப்போது ஒரு சிறிய பெண்ணை–மினியைக்–காண்கிறான். அந்தக் குழந்தையிடம் மனத்தைப் பறிகொடுத்த அவன் அவ்வப்போது தின்பதற்கு அவளுக்கு ஏதாவது தந்துவிட்டுச் செல்வான். அந்தச் சிறுபெண்ணும் அவனிடம் பாசத்தோடு ஒட்டிக்கொண்டாள்.

திடீரென ஏற்பட்ட ஒரு கலவரத்தில் கைதுசெய்யப்பட்ட அவன் திரும்பிவந்து மினியைப் பார்ப்பதாகச் சொல்லிவிட்டுச் சிறைக்குச் செல்கிறான். பல ஆண்டுகள் கழிந்துவிட்டன. மினி பெரியவளாகியதோடு, சிறுவயதுத்தோழனான அவனை மறந்தும் போனாள். அவன் மனத்தில் அவள் சிறுகுழந்தையாகவே இருப்பதாக எண்ணம். சிறையிலிருந்து திரும்பிய அவன் அவளைப் பார்க்கத் தின்பண்டங்களுடன் ஓடோடி வருகிறான். அவளுக்கு மறுநாள் திருமணம். மணப்பெண்ணான அவளைப் பார்க்க முடியாது என்கிறார் தகப்பனார். கண்ணைத் துடைத்துக் கொண்டு திரும்புகிறான். காபூலில் வீட்டில் விட்டுவந்த தனது சிறு பெண்ணும் இப்போது இப்படித்தான் பெரியவளாகியிருப்பாள் என்று நினைத்து ஒரு காகிதத்தை எடுத்துப் பார்த்துக்கொள்கிறான் (அது அவனுடைய குட்டிப்பெண்

கிறுக்கிய காகிதம்). அதைக் கண்ட தகப்பனார் அவனை உள்ளே சென்று மினியைப் பார்க்க அனுமதிக்கிறார். ஒரு தந்தையின் பாசத்தை மிக அருமையாகச் சித்திரித்த கதை இது. இதன் கருப்பொருளைக் கூறமுயன்று பாருங்கள்.

கருப்பொருளைப் பற்றி இதுவரை அருவமாக விவாதித்துவந்த நாம், இப்போது ஒரு சிறிய கதையினைக் காணலாம். இதுவும் அசோகமித்திரன் எழுதிய கதைதான். பெயர் 'ரிக்ஷா.'

ரிக்ஷா

'அப்பா, அப்பா! ரிஷ்கா! ரிஷ்கா!' என்று ரவி உள்ளே என்னிடம் ஓடிவந்தான். ரவிக்கு மூன்று வயது. வாசலில் ரிக்ஷா ஒன்று போய்க் கொண்டிருந்தது. வீட்டில் வேறு யாரும் இல்லை.

'ரிஷ்கா இல்லை, ரிக்ஷா'

ரவி அருகே வந்தான்.

'எங்கே சொல்லு, ரிக்ஷா'

'ரிஷ்கா'

'ரிஷ்கா இல்லை, ரிக்ஷா'

'ரிஷ்கா'

'ரிக்ஷா'

'ரிஷ்கா'

'ரிக்-ஷா'

'ரிஷ்கா'

'ரிக்ஷா'

'ரிஷ்கா'

'அப்படியில்லை, இதோ பார், ரிக்'

'ரிக்'

'ஷா'

'ஷா'

'ரிக்ஷா'

'ரிஷ்கா'

'ஊஹூம், மறுபடியும் சொல்லு, ரிக்'

'ரிக்'

‘ரிக்’

‘ஷா’

‘ஷா’

‘ரிக்ஷா’

‘ரிஷ்கா’

சிறிதுநேரம் மௌனம் நிலவியது.

‘பார் ரவி, என்னைப் பார்த்துச் சொல்லு, ரீ’

‘ரீ’

‘இக்’

‘இக்’

‘ஷா’

‘ஷா’

‘ரிக்ஷா’

‘ரிஷ்கா’

‘ரிக்ஷா’

‘ரிஷ்கா’

உலகம் க்ஷணகாலம் அசைவற்று இருந்தது.

‘ரவி’

‘அப்பா’

‘சரியாச் சொல்லு, ரிக் ரிக் ரிக்’

‘ரிக் ரிக் ரிக்’

‘ரிக் ரிக் ரிக்’

‘ரிக் ரிக் ரிக்’

‘ஷா ஷா ஷா’

‘ஷா ஷா ஷா’

‘ஷா ஷா ஷா’

‘ஷா ஷா ஷா’

‘ரிக்ஷா, ரிக்ஷா’

‘ரிஷ்கா, ரிஷ்கா’

‘ரிக்ஷா, ரிக்ஷா’

'ரிஷ்கா, ரிஷ்கா'

காய்கறி வாங்கப் போன மனைவி திரும்பிவந்தாள். வந்த பிறகுதான் அவள் குடையை மறந்துவிட்டு வந்தது தெரிந்தது.

'ஐயோ, அவ்வளவு தூரம் மறுபடியும் போகவேண்டுமே' என்றாள்.

'ரிக்‌ஷாவில் போய்விட்டு வந்துவிடேன்' என்றேன்.

மனைவி என்னை ஏதோ மாதிரிப் பார்த்தாள்.

'என்ன?' என்றேன்.

'இப்போது நீங்கள் என்ன சொன்னீர்கள்?'

'ரிக்‌ஷாவில் போய்விட்டு வா என்றேன்.'

'ஏதோ ரிஷ்கா என்கிற மாதிரி விழுந்தது' என்றாள்.

நான் ரவியைப் பார்த்தேன். ரவி விளையாடிக்கொண்டிருந்தான்.

இந்தக் கேள்விகளுக்கு பதிலளிக்க முயன்று பாருங்கள்

1. இந்தக் கதைக்குக் கருப்பொருள்(கள்) என்ன?
2. அது/அவை வெளிப்படையாகவே தெரிகிறதா, உள்ளார்ந் திருக்கிறதா?
3. வாழ்க்கையின் பொதுவான எண்ணங்களை அது வலுப் படுத்துகிறதா? அல்லது புதிய வெளிச்சம் எதையேனும் தருகிறதா? அல்லது ஏற்கெனவே உள்ள கருத்துகளைப் புதுமைப்படுத்துகிறதா? ஆழப்படுத்துகிறதா?

7
பாத்திர வார்ப்பு

ஒரு கதையின் செயல்களில் பங்குகொள்ளும் ஒரு மனிதரோ, விலங்கோ எவராயினும் கதாபாத்திரம் எனப்படுகிறார். கதையே மனிதர்களை (அல்லது மனிதர்களை உட்பொருளாகக் கொண்ட விலங்குகளை)ப் பற்றியதுதானே? மனிதர்கள் இல்லாமல் கதை ஏது?

பாத்திரம் (கேரக்டர்) என்ற சொல்லுக்கு இரண்டு அர்த்தங்கள் இருக்கின்றன. ஒருவரது குணாதிசயங்களைக் குறிக்கும் சொல்லாக அது அமைகிறது. கதையில் வரும் மனிதரைக் குறிக்கும் சொல்லாகவும் அது இருக்கிறது. அது அஃறிணைப் படர்க்கைச் சொல்லாக இருக்கிறது. எனவே சிலர் கதைமாந்தர் என்ற உயர்திணைச் சொல்லைப் பயன்படுத்துகிறார்கள்.

முன் இரண்டு இயல்களில், எளிமைக்காக வேண்டி, (ஏதோ இரண்டும் வெவ்வேறு என்பது போலக்) கதாபாத்திரத்தைத் தவிர்த்துக் கதைப்பின்னல் பற்றி மட்டும் பேசப்பட்டது. ஒரு நாணயத்தின் இரண்டு பக்கங்கள் போல, ஓர் அளவுகோலின் இருமுனைகள் போல, ஒரு சீசாப்பலகையின் இருபக்கங்கள் போல, பாத்திரவார்ப்பும் கதைப்பின்னலும் ஒரே விஷயத்தால் ஆனவை. ஒன்று இல்லாமல் இன்னொன்று இருக்க இயலாது. சீசாப்பலகை என்ற உதாரணம் இங்கே பயனுள்ளது. கதை, பொழுதுபோக்கிற்கானது என்றால் கதாபாத்திரமுனை தாழ்ந்திருக்கும்—கதைப்பின்னல்முனை உயர்ந்திருக்கும். கதை வாழ்க்கை விளக்கத்தை நோக்கிச் செல்லச் செல்ல, கதைப்பின்னல்முனை தாழ்ந்து பாத்திர வார்ப்புமுறை உயர்ந்துகொண்டே செல்லும். தேர்ந்த வாசகர்கள், நிகழுகின்ற சம்பவங்களைக் காட்டிலும், அவை ஏன் நிகழ்கின்றன என்பதில்தான் அக்கறை காட்டுகிறார்கள்.

கதாபாத்திர வார்ப்புக்காக வாசிப்பது, வெறுமனே கதைக்காக வாசிப்பதைவிடக் கடினமானது. ஏனெனில் பாத்திரவார்ப்பு சிக்கலானது. ஒரு குறிப்பிட்ட கதைமாந்தர் என்ன செய்தார் என்பதை யார் வேண்டுமானாலும் எளிதில் சொல்லிவிடலாம். ஆனால் அந்தப் பாத்திரம் யாராக இருக்கிறார் என்பதை அவ்வளவு எளிதில் கூறிவிட முடியாது. மனித இயற்கைக்குச் சமமான சிக்கல் கொண்டது உலகில் எதுவுமே இல்லை. குற்றக்கதைகள் போன்றவை கதைப் பின்னலை வலியுறுத்தி, கதாபாத்திர வார்ப்பைச் சிக்கலற்றதாக ஆக்குகின்றன. முதிர்ச்சி குறைந்த வாசகர்கள், எளிய கதா பாத்திரங்களையே விரும்புகிறார்கள். அவர்கள் எளிதில் அடையாளம் காணக்கூடியவர்களாக இருக்கவேண்டும், நல்லவன் அல்லது கெட்டவன் என்று முத்திரை குத்தவேண்டும்.

மேலும் வரையறைப்பட்ட வாசகர்களுக்கு முக்கியக் கதாபாத்திரம் கவர்ச்சிகரமாகவும் இருக்கவேண்டும். முழுமைபெற்ற ஆளாக இருக்கவேண்டுமென்ற அவசியமில்லை. ஆனால் அடிப்படையில் மேன்மை உடையவனாக, நாகரிகமானவனாக, நல்லெண்ணம் உடையவனாக, கொஞ்சம் அழகானவனாக இருக்கவேண்டும். அவன் நல்லவனாக இல்லாவிட்டால் அதை ஈடுசெய்யக்கூடிய வலிமையான பண்புகள்-தைரியம், வீரம், சாகசம் இவையெல்லாம் இருக்க வேண்டும். அவனுக்கு எல்லோருக்கும் நல்லது செய்யவேண்டும் என்ற மனம் இருந்தால் அவன் சட்டத்தையும் மீறலாம். 'நாலு பேருக்கு நல்லது செய்யணும்னா எந்தத் தப்பையும் செய்யலாம்'—என்ற வசனத்தை எத்தனை திரைப்படங்களில் கேட்டிருப்பீர்கள்? அப்படி எளிதாகச் செய்துவிட முடியுமா?

முதிர்ச்சி குறைந்த வாசகர்களின் எதிர்பார்ப்பு இப்படி இருப்பதற்குக் காரணம், இலக்கியத்தை அவர்கள் வாழ்க்கையைப் புரிந்துகொள்ளப் பயன்படுத்துவதில்லை, பகற்கனவு காண்பதற்கு ஒரு முகாந்திரமாக அதை ஆக்குகிறார்கள். முக்கியக் கதாபாத்திரத்தோடு எளிதில் அவர்கள் ஒன்றிவிடுகிறார்கள். பிறகு அந்தக் கதாபாத்திரத்தின் சாகசங்கள், வெற்றிகள், தப்பித்தல்கள் ஆகியவற்றில் அவர்களும் பங்கேற்கிறார்கள். எனவே முக்கியக் கதாபாத்திரம் ஒரு மகிழ்ச்சியான பிம்பத்தை அவர்களுக்குத் தரவேண்டும். தாங்கள் கனவுகாணும் ஒரு மனிதனாக, அல்லது விரும்புகின்றவனாக அவன் இருக்க வேண்டும். இந்த வகையில் முதிர்ச்சி அற்ற கதைகள், வாசகர்களை மகிழ்விக்கின்றன. வாசகர்களும் தங்கள் போதாமைகளை மறந்து,

தங்கள் சுயத்தைத் திருப்திப்படுத்திக்கொள்கிறார்கள். கதையின் முக்கியக் கதாபாத்திரங்களுக்குக் குற்றங்குறைகள் இருந்தால், அவை வாசகர்கள் பொருட்படுத்தாதவையாக அல்லது தாங்களே செய்ய விரும்புகின்றவையாக இருக்கவேண்டும்.

தப்பிப்புக்கான பல கதைகள், பார்வைக்குக் கவர்ச்சியான ஆண் அல்லது பெண்ணைப் படைக்கின்றன. பாலியல் வாழ்க்கையில் அவர்கள் தைரியமானவர்களாக இருப்பார்கள். இப்படிப்பட்ட கதைமாந்தர்களைப் படிக்கும்போது, தாங்களும் அந்தப் பாலியல் செய்கைகளில் அவர்களைப் போன்றே ஈடுபடுவதான திருப்தியை வாசகர்கள் அடைகிறார்கள். ஆனால் அந்தச் செய்கைகள், நிஜ வாழ்க்கையில் பெரும்பாலும் தடைசெய்யப்பட்டவை. இப்படித் தன் சுயஅடையாளத்தின் தன்மையை இழக்காமல், பிறரால் தூற்றப் படாமல், எளிதாக இன்பம் அடையும் வழியை அந்தக் கதைகள் தருவதால் அவை விற்பனை ஆவதற்கு அளவேயில்லை.

முக்கியக் கதாபாத்திரம் கவர்ச்சியாக இருக்கக்கூடாது என்ற கட்டாயம் எதுவும் நல்ல இலக்கியத்திற்கு இல்லை. ஆனால் வாழ்க்கையில் எத்தனை விதமான மனிதர்கள் இருக்கிறார்களோ அத்தனை விதங்களையும் நல்ல இலக்கியம் அளிக்க முனைகிறது. வாழ்க்கையைப் போலவே இலக்கியத்திலும் அவ்வளவு எளிதாக ஒருவரை நல்லவர்–கெட்டவர் என்று பெட்டிகளில் அடைத்துவிட முடியாது. மனித இயற்கை கருப்பு–வெள்ளை என்ற பாகுபாடுகளில் அடங்குவதில்லை. எனவே அத்தகைய பாகுபாடுகள் இலக்கியத்திலும் பொருந்தாது. அதனால் நல்ல இலக்கியப் படைப்புகளில் கதை மாந்தர்கள் ஹீரோக்களாகவோ, ஹீரோயின்களாகவோ இருப்பதில்லை. முன் இயலில் படித்த 'மறுபடியும்' கதையையே எடுத்துக்கொள்ளுங்கள். சந்திரசேகரன் என்ன, ஹீரோவா? ஒரு சாதாரண மத்தியதர வாழ்க்கையை வாழுகின்ற சராசரிக் குடும்பத் தலைவன் அவன்.

ஹீரோ, வில்லன் என்ற எந்திரகதியான வேறுபாட்டைக் கடந்து வந்துவிட்டால், கதை எவ்வளவு விதமான மனித இயல்புகளை அவ்வவற்றிற்குரிய சிக்கல்களோடும், பன்மைத் தன்மையோடும் நோக்க வாய்ப்பளிக்கிறது என்பதை எளிதாக உணர்ந்துகொள்ளலாம். மனிதர்களை அறிந்துகொள்ளவும், புரிந்துகொள்ளவும், மனிதர்கள் மீது கருணைகாட்டவும், இலக்கியம் நமக்கு வாய்ப்பளிக்கிறது. பலசமயங்களில் நிஜமனிதர்களைவிடப் பாத்திரங்களை நம்மால்

புரிந்துகொள்ள முடிகிறது. அவர்கள் நமக்கு உண்மை மனிதர்களைப் போலவே இருக்கிறார்கள். வாழ்க்கை அளிக்காத முக்கியத்துவம் வாய்ந்த சந்தர்ப்பங்களை இலக்கியம் எளிதாக அளித்து, அந்தச் சந்தர்ப்பங்களில் மனிதர்கள் எவ்விதம் இயங்குகிறார்கள் என்பதைக் காட்டுகிறது. இன்னொருபுறம், நாம் நிஜவாழ்க்கையில் எவர் வாழ்க்கைக்குள்ளும் புகுந்து நோக்கமுடியாத அளவு அந்தரங்கமாக அந்த மனிதர்களின் மன வாழ்க்கையை நோக்க இலக்கியம் வாய்ப்பளிக்கிறது. வாழ்க்கையில் ஒரு நிஜமனிதரின் வெளிப்புற நடத்தையை மட்டுமே காணமுடியும். அந்த நடத்தை, அவருடைய மனத்தில் உண்மையில் என்ன நிகழ்கிறது என்பதைப் பெரும்பாலும் மறைப்பதற்குச் செய்கின்ற ஒன்றாகவே இருக்கும். இலக்கியத்தில் அப்படியில்லை. மனிதர்களுக்குள் புகுந்துகாணும் வாய்ப்பை எழுத்தாளர்கள் உருவாக்கித் தருகிறார்கள்.

ஆசிரியர்கள் தங்கள் பாத்திரங்களை நேராகவோ மறைமுகமாகவோ சித்திரிக்கலாம். (சித்திரம்–சித்திரித்தல்; அதாவது, சித்திரப்படுத்தல். 'சித்தரித்தல்' அல்ல; நீங்கள் எதையும் 'தரிக்க' வேண்டாம்.) நேரடியாகப் பாத்திரத்தை உருவாக்கினால், தாங்கள் இப்படிப் பட்டவர்கள் என்று அவர்களாகவே கூறிவிடுகிறார்கள். ('உள்ளதைச் சொல்வேன், நல்லதைச் செய்வேன், வேறொன்றும் தெரியாது') அல்லது இன்னொரு பாத்திரத்தின் மூலம் கூறுகிறார்கள். இது அவ்வளவு நல்ல முறை அல்ல. மறைமுகமாகச் சித்திரித்தால், அவர்கள் வாழ்க்கையின் சூழல்களில் எப்படிச் செயல்படுகிறார்கள் என்று காட்டுகிறார்கள். சிக்கல்களை உள்ளடக்கிய சூழலில் கதாபாத்திரங் களை ஆசிரியர்கள் வைக்கிறார்கள். பிறகு அந்தப் பாத்திரங்கள்தாம் அந்தச் சூழலுக்கேற்பச் செயல்படவேண்டும். பாத்திரங்களின் செயல்கள், சிந்தனைகள், பேச்சுகள் ஆகியவற்றிலிருந்து அவர்கள் எப்படிப்பட்டவர்கள் என்பதை நாமே அறிகிறோம். சிக்கலைத் தீர்ப்பதற்காக முதன்மைப் பாத்திரச் செயல்களுக்கு உதவக்கூடிய அல்லது அதைத் தடுக்கக்கூடிய சில பாத்திரங்களும் கதையில் (சிறுபாத்திரங்களாக) இடம்பெறுகிறார்கள்.

சில சமயங்களில் ஆசிரியர்கள் தாங்களாகவே பாத்திரப்பண்பு பற்றி அங்கதமாகவே கூறுவதுண்டு. புதுமைப்பித்தனின் 'நியாயம்' என்ற கதையின் தொடக்கப் பகுதியை உதாரணமாகக் காணலாம்.

தேவ இறக்கம் நாடார்–அவருக்கு வல்லின இடையினங்களைப் பற்றி அபேதவாதக் கொள்கையோ, தனது பெயரை அழுத்தமாகச்

சொல்ல வேண்டும் என்ற ஆசையோ—எதுவானாலும் அவர் எப்பொழுதாவது ஒரு தடவை இந்த 'டமிலில்' எழுதுவதுபோலவே எழுதிவிடுவோம். நல்ல கிறிஸ்தவர். புரோடஸ்டாண்டு சர்கில் சேர்மனாக இருந்து, மிஷனில் உபகாரச் சம்பளம் பெற்று வருபவர். இந்த உலகத்திலே கர்த்தருடைய நீதி வழங்கப்பெறுவதற்காகப் பாடுபட்டதனால் ஏற்படப்போக இருக்கும் அந்த உலகத்தின் பென்ஷனை எதிர்பார்த்திருக்கிறார்... அவருடைய மதபக்தி ராஜபக்தியுடன் போட்டியிடும். ஞாயிற்றுக்கிழமை வரத் தவறினாலும் அவர் கடவுளால் கொடுக்கப்பட்ட அந்த ஓய்வுநாளில் கோவிலில் போய் ஓய்வு எடுத்துக்கொள்ளாமல் இருக்கமாட்டார்.

இந்தப் பகுதி தேவஇரக்கம் நாடார் எப்படிப்பட்டவர் என்பதை ஆசிரியர் கூற்றாகவே விளக்கிவிடுகிறது, குறிப்புமுரணைக் (ஐரனி) கையாள்வதில் புதுமைப்பித்தனின் பாணி இது. இதனைச் சொல்முரண் (வெர்பல் ஐரனி) என்போம். இருந்தாலும் இந்த மாதிரி விளக்கங்கள் சரியானவை அல்ல. இவற்றைச் செயல்களில் காட்டும் போதுதான் நம்பிக் கை ஏற்படும்.

ஆகவே பாத்திரங்களைச் சொல்லினால் விளக்குவது போதாது. இம்மாதிரி வருணனையில் தெளிவும் சுருக்கமும் உண்டு. என்றாலும் தனியாக இதைப் பயன்படுத்தலாகாது. அவர்கள் எப்படி இயங்கு கிறார்கள் என்பதைக் காட்டவேண்டும். மேற்கண்ட கதைக்கே செல்வோம். தேவஇறக்கம் நாடார் ஒரு கௌரவ மாஜிஸ்திரேட்டாகப் பணிபுரிபவர். அவரிடம் ஒரு குதிரைவண்டிக்காரன் மாட்டிக் கொள்கிறான். காலில் புண்ணான குதிரையை வண்டியில் கட்டி வண்டிஓட்டியதாகப் பிடித்துவிடுகிறார்கள். அவனுக்கு ஐந்து ரூபாய் அபராதம் விதிக்கிறார் அவர். (1930களில் எழுதப்பட்ட கதை இது. அப்போது ஐந்துரூபாய் என்பது இன்றைக்கு ஐந்தாயிரம் ரூபாய்க்கும் மேலாக மதிப்பில் இருக்கும்.) அல்லது ஒருமாதம் ஜெயில்.

சுடலைமுத்துப்பிள்ளை ஆவேசம்கொண்டவன்போல் ஓடிவந்து காலைப்பிடித்துக்கொண்டு, 'தருமதுரைகளே! இந்த ஒரு தடவை மன்னிக்கணும். புள்ளேகுட்டி வவுத்துலே அடியாதிங்க...'

'பின்னாலே போ சாத்தானே!' என்று தேவஇறக்கம் நாடார் கர்ஜித்தார். கோர்ட் ஆர்டர்லி சுடலைமுத்துப்பிள்ளையை இழுத்துக் கொண்டு வெளியே போனான்.

இரவு தேவஇறக்கம் நாடார் படுத்துக்கொள்ளுமுன் முழங்கால் படியிட்டு ஜபம் செய்கிறார்.

‘பரமண்டலங்களில் இருக்கும் எங்கள் பிதாவே! உமது நாமம் பரிசுத்தப்படுவதாக. உம்மு டைய ராஜ்யம் வருவதாக. உம்முடைய சித்தம் பரமண்டலத்திலே செய்யப்படுகிறதுபோல பூமியிலேயும் செய்யப்படுவதாக. எங்களுக்கு வேண்டிய அப்பத்தை அன்றன்று எங்களுக்குத் தாரும். எங்கள் பாவங்களை எங்களுக்கு மன்னியும். நாங்களும் எங்களிடம் கடன்பட்டவர்களுக்கும் மன்னிக்கிறோமே... ஆமென்!’

கண்ணைவிழித்து எழுந்தார். அந்த அஞ்ஞானி வண்டிக்காரனைப் பற்றி ஞாபகமேயில்லை!

தேவஇறக்கம் நாடார் எப்படி நடந்துகொள்கிறார் என்பதைக் காட்டிவிட்டார் புதுமைப்பித்தன். இந்த முடிவைப் படிக்கும்போது ஏன் அவ்வளவு தூரம் ஆரம்பத்தில் தானே அவரை வருணித்தார் என்பதும் புரிந்து விடுகிறது. குறிப்பாக அந்த நல்ல கிறித்துவர், ஓர் அப்பாவியைப் ‘பின்னாலே போ, சாத்தானே’ என்னும்போது நமது மனம் புண்படுகிறது.

உடல்ரீதியான வருணனை மட்டும் போதாது. பாத்திரங்களுடைய வாழ்க்கைமுறை பற்றிக் கொஞ்சமேனும் நமக்குத் தெரிந்தாக வேண்டும். வீடு, உறவினர்கள், பிற தொடர்புகள், ஒட்டுமொத்த வாழ்க்கையின் இழைவு, கதையின் பிற பாத்திரங்களோடு இந்தப் பாத்திரம் எப்படி இடைவினை புரிகிறது போன்ற விஷயங்களும் புலப்பட வேண்டும்.

கதை என்றால் பாத்திரங்கள் இயங்கியாகவேண்டும். இல்லா விட்டால் கட்டுரை ஆகிவிடும். பாத்திரவிளக்கக் கூற்றுமுறையை அதிகமாகப் பயன்படுத்தினாலோ, அது பாத்திரமாக இருப்பதற்கு பதிலாகப் பண்புவிளக்கமாகிவிடும். வாசகர்கள் பாத்திரங்களைப் பற்றிக் கேட்டால் போதாது. அவர்கள் பாத்திரங்களைச் செயலில் காணவேண்டும், ஒட்டுக் கேட்கவேண்டும். பாத்திரங்கள் நாடகப்படுத் தப்படும்போதுதான் கதை வெற்றியடையும். நாடகப்படுத்தல் என்றால், நாடகத்தில் நிகழ்வதுபோல, அவர்கள் பேசுவதையும் இயங்குவதையும் காட்டவேண்டும். ஒரு கதாபாத்திரம் சுயநலக்காரன் என்றால், அவன் சுயநலக்காரன் என்று சொல்லுவது பற்றாது. ஒரு குறிப்பிட்ட சூழலில் அவன் சுயநலத்தோடு நடந்துகொள்வதைக்

காட்டவேண்டும். எனவே நல்ல எழுத்தாளர்கள் நேரடிக்கூற்று முறையைவிட, மறைமுகப் பாத்திரவார்ப்பு முறையையே கையாளு கிறார்கள். இந்த அடிப்படைகளில் புதுமைப்பித்தனின் மேற்கண்ட கதை போதாததுதான்.

ஐந்து விஷயங்களின் மூலம் ஒரு கதாபாத்திரத்தை நாம் அறியலாம். அவர்,

என்ன சொல்கிறார்,

என்ன நினைக்கிறார்,

என்ன செய்கிறார்,

அவரைப்பற்றிக் கதை சொல்பவரோ மற்றவர்களோ என்ன சொல்கிறார்கள்,

ஆசிரியர் கூற்றாக என்ன வருகிறது

என்பன அவை.

கதாபாத்திர வார்ப்பு வெற்றியடைய வேண்டுமென்றால், மூன்று கொள்கைகளை அனுசரிக்க வேண்டும்.

முதலில் பாத்திரங்களின் நடத்தைக்கூறுகள் ஒத்துப்போக வேண்டும். ஒரு சந்தர்ப்பத்தில் ஒரு மாதிரியாகவும் இன்னொரு சந்தர்ப்பத்தில் இன்னொரு மாதிரியாகவும் அவர்கள் நடக்கலாகாது. (நடந்துகொண்டால் அவன் இப்படிப்பட்டவன் என்று ஒரு முடிவுக்கும் வர முடியாது. அதுவே ஒரு பாத்திரத்தின் இயல்பானால், சரிதான்.) ஒரு பாத்திரம் சுயநலம் கொண்டவன் போல ஒரு சந்தர்ப்பத்தில் நடந்துகொண்டு பொதுநலமே உருவானவன்போல அடுத்த சந்தர்ப்பத்தில் நடக்கலாகாது. அவன் அப்படி மாறினால், அதற்கான காரணமும் காலஅவகாசமும் தரவேண்டும்.

இரண்டாவது, கதாபாத்திரங்கள் என்ன செய்தாலும் அதற்குக் காரணங்கள் இருக்க வேண்டும். குறிப்பாக அவர்கள் நடத்தையில் மாறுபாடு இருக்குமானால் அந்தக் காரணங்கள் தெளிவுபட வேண்டும். அவர்கள் என்ன செய்கிறார்கள் என்பதற்கான காரணங் களை நாம் அறிந்துகொள்ள வேண்டும். அந்தந்த சமயத்திலேயே இல்லாவிட்டாலும் கதை முடிவுக்குள்ளேனும் அவை தெரிய வேண்டும்.

மூன்றாவது, கதாபாத்திரங்கள் நம்பத்தக்கவர்களாக, நிஜ வாழ்க்கையில் காண்பது போல இருக்கவேண்டும். அவர்கள் அறத்தின்

உருவங்களாகவோ, தீமையின் வடிவங்களாகவோ அல்லது முரண் பட்ட குணக்கூறுகளின் சேர்க்கைகளாகவோ இருக்கலாகாது. ஆசிரியரின் அனுபவத்திலிருந்து அவர்கள் உருவாகவேண்டும்.

பாத்திரப்படைப்புக்கு மிகவும் உதவக்கூடியது உரையாடல். உரையாடல் என்பது பாத்திரங்கள் ஒருவருக்கொருவர் என்ன செய்துகொள்கிறார்கள் என்பதைப் பற்றியது. மனிதர்கள் யாரும் சும்மா ஒரு சம்பாஷணையில் ஈடுபடுவதில்லை. கதாபாத்திரங்களுக்கிடையில் என்ன இருக்கிறது என்பது அதனால் வெளியாகவேண்டும். அதற்காக நீண்ட உரையாடல்களை அமைத்துவிடவும் கூடாது. பேசியாக வேண்டுமே என்பதற்காகக் சும்மா வளவள என்று இழுக்கக்கூடாது.

தங்கள் வளர்ச்சியைப் பொறுத்துப் பாத்திரங்களை இருபரிமாண (ஓவிய)ப் பாத்திரங்கள், முப்பரிமாண(சிற்ப)ப் பாத்திரங்கள் என்று வகைப்படுத்தலாம். இருபரிமாணப் பாத்திரங்களின் (ஓவியப் பாத்திரங்களின்) ஒருசில பண்புகள் மட்டுமே விளக்கமாகும். முப்பரிமாணப் பாத்திரங்களின் (சிற்பப் பாத்திரங்களின்) குணாம்சங்கள் இன்னும் சிக்கலானவை; பன்முகத்தன்மை கொண்டவை. ஓவியங்கள் இருபரிமாணம் (நீளம்–அகலம்) கொண்டவை, சிற்பங்கள் (நீளம், அகலம், கனம்) மூன்றும் கொண்டவை.

இருவகைப் பாத்திரங்களுக்குமே கதையில் தேவையுண்டு. முப்பரிமாணப் பாத்திரங்கள் போல இருபரிமாணப் பாத்திரங்கள் வாழ்க்கை அனுபவங்களால் நம்மைத் தொடாது போனாலும், ஒரு சில மறக்கமுடியாத தன்மைகளை அவர்களுக்குத் தருவதன்மூலம் திறமான ஆசிரியர்கள் உயிருள்ளவர்களாக அவர்களை ஆக்கி மறக்கமுடியாமல் செய்து விடுவார்கள். பொன்னியின் செல்வன் நாவலில் கல்கி படைத்த ஆழ்வார்க்கடியான் போன்றவர்கள் இப்படிப்பட்ட பாத்திரங்கள்.

சிறுகதைகளில் அதிகமான பாத்திரங்களைக் கொண்டுவர இடமில்லை. இவற்றில் ஓரிரண்டு முதன்மைப் பாத்திரங்கள் ஓவியப் பாத்திரங்களாக இருப்பதே போதும். பிறர்–சிறு பாத்திரங்கள்– வந்துபோவதே போதுமானது. முதிர்ச்சியற்ற ஆசிரியர்கள் குணாம்சங் களில் மாறுபாடுகளை உடனடியாக நிகழ்வதாகக் காட்டிவிடுவார்கள். உதாரணமாக, ஒரு திருடன் திடீரென நேர்மையானவனாக மாறி விடுவது என்பது இயலுமா? அதற்குத் தகுந்த காரணங்கள், அனுபவங்கள் நிகழவேண்டாமா? சில ஆசிரியர்கள் தங்கள்

பாத்திரங்களின் பண்புகளை நிழலாகவே வைத்து, அந்தக் குறை பாட்டைத் தங்கள் வாசகர்கள் கவனிக்க மாட்டார்கள் என்று நம்பவும் செய்வார்கள்.

இருபரிமாண, முப்பரிமாணப் பாத்திரங்கள் பற்றிப் பார்த்தோம் இல்லையா? ஒரு பரிமாண (கோட்டுப்)ப் பாத்திரங்களும் உண்டு. அவர்களுக்கு ஸ்டாக் கேரக்டர் என்று பெயர். எப்போதுமே ஒரேமாதிரி இயங்குபவர்கள். விசித்திரமான தன்மைகள் கொண்ட ஜேம்ஸ் பாண்ட் (துப்பறிபவன்) பாத்திரம், விசித்திரப் பொருள்களை ஆராய்ச்சி செய்யும் பைத்தியக்கார விஞ்ஞானி, கேலிக்கு ஆளாகக் கூடிய போலீஸ்காரன், தோளில் துண்டு போட்டுக்கொண்டு தமிழைப்பற்றி முழங்கும் அரசியல்வாதி, அழகான சாகசம் புரிகின்ற ஹீரோ, அவனைப் பார்த்தவுடனே காதல் கொள்கின்ற ஹீரோயின், தீமைகளை மட்டுமே செய்கின்ற வில்லன், எங்கே சென்றாலும் ஏமாந்து போய் அடிவாங்கும் நகைச்சுவைக் கோமாளி, ஜோல்னாப் பையைத் தோளில் மாட்டிக்கொண்டு திரியும் 'அறிவாளி'—இவர்கள் எல்லோருமே ஒற்றைப் பரிமாணம் உடைய கோட்டுப் பாத்திரங்கள்தான். சிறுகதைகளை, நாவல்களைவிட, திரைப்படம்தான் இந்தவிதப் பாத்திரங்களை அதிகமாகப் பயன்படுத்துகிறது. வடிவேலு அல்லது கவுண்டமணி-செந்தில் நடிக்கும் பாத்திரவார்ப்புகள் எந்தத் திரைப்படத்திலாவது மாறிப் பார்த்திருக்கிறீர்களா? (எதையாவது செய்து உதைவாங்கினால்/உதை கொடுத்தால்தானே காசு என்று அவர்கள் சொல்லக்கூடும், ஆனால் வாழ்க்கையில் இப்படிப்பட்ட ஆட்களைப் பார்க்கமுடியுமா?)

ஒற்றைப்பரிமாணப் பாத்திரங்களைப் படைப்பதற்குக் கற்பனையும் தேவையில்லை, வாழ்க்கையைக் கூர்ந்துநோக்குவதும் தேவையில்லை. ஆகவே மிகவும் தரங்குன்றிய கதைகளில் தான் இப்படிப்பட்ட பாத்திரங்கள் இடம் பெறுவார்கள். இவர்களைக் காணும்போதே வாசகருக்கு இவர் ஸ்டாக் கேரக்டர் என்று தெரிந்துவிடும். மிஷின்களில் மாற்றிப் பொருத்தக்கூடிய உதிரிபாகங்களைப் போல இவர்களை எந்தக் கதையிலும் பொருத்திவிடலாம்.

திறமையான ஆசிரியர்கள், இந்தமாதிரி மரபுசார்ந்த பாத்திரங்களை எடுத்துக்கொண்டால்கூட, ஒரு சில தனித்த கோடுகளை வரைந்து, புதிய மறக்கமுடியாத பாத்திரங்களாக ஆக்கிவிடுவார்கள். அவர்களில் சில பேர் மறக்கமுடியாத முன்மாதிரிகளும் ஆகிவிடுவார்கள். ஷெர்லாக் ஹோம்ஸ் பாத்திரப்படைப்பு அவ்வாறானது.

பாத்திர வார்ப்பு ✤ 75

சிறுகதைகளைப் பொறுத்தவரை மாறாப் பாத்திரங்கள், மாறும் பாத்திரங்கள் என்ற பிரிவு இன்னும் பொருத்தமானது. மாறாப் பாத்திரம் என்பவர் கதைத் தொடக்கத்தில் எப்படியிருந்தாரோ அதுபோலவே சற்றும் மாற்றமின்றிக் கதையின் இறுதியிலும் இருப்பவர். மாறும் பாத்திரம், கதையினூடாக மாற்றம் அடைபவர். அந்த மாற்றம் சிறியதாகவோ பெரியதாகவோ இருக்கலாம். நல்லவிதமான மாற்றமாகவோ எதிர்மாறாகவோ இருக்கலாம். நாவலாக இருந்தாலும்கூட, மாறும் பாத்திரங்களை எண்ணிக்கையில் அதிகமாகக் கொண்டு வர இயலாது. புதுமைப்பித்தனின் 'நியாயம்' கதையில் வரும் தேவஇறக்கம் நாடார், மாறாப் பாத்திரம். ஆனால் அம்பையின் 'வீட்டின் மூலையில் ஒரு சமையலறை' கதையில் வரும் கதைத்தலைவி, மாறுகின்றவள்.

சிறுகதையில் ஏதேனும் ஒரு முக்கியமான சந்தர்ப்பத்தினை அமைத்து அது எவ்விதம் ஒரு பாத்திரத்தின் நடத்தையில் மாற்றத்தை ஏற்படுத்துகிறது என்று காட்டுவது நாம் அவ்வப்போது பல கதைகளில் காணும் அடிப்படைத் திட்டம். தப்பிப்பு நோக்கச் சிறுகதைகளில், இவ்விதம் ஏற்படும் மாற்றங்கள் மேலோட்டமானவையாக, மகிழ்ச்சி முடிவை உறுதிப்படுத்துவதற்காக அமையும். அவற்றைப் பெரும்பாலும் நம்மால் நம்பவும் முடியாது.

ஒரு பாத்திரம் அடையும் மாற்றம் நமக்கு நியாயமானதாக, ஏற்புடையதாகப்படவேண்டும் என்றால் மூன்று விஷயங்கள் தேவை.

- ஒன்று, அந்த மாற்றம் அந்தப் பாத்திரத்தின் பண்பு வரையறைக்கு உட்பட்டதாக இருக்கவேண்டும்.
- இரண்டு, அந்தப் பாத்திரம் இயங்கும் சூழலினால் அது தக்கவாறு தூண்டப்பட்டதாக இருக்கவேண்டும்.
- மூன்று, குறிப்பிட்ட மாற்றம் ஏற்படுவதற்கான கால அவகாசம் கதையில் அளிக்கப்பட வேண்டும்.

மனிதர்களின் குணாதிசயங்களில் அடிப்படை மாற்றங்கள் திடீரென ஏற்படுவது கிடையாது. திரைப்படத்தில் வேண்டுமானால் கதையின் கடைசியில் உதை வாங்கிய வில்லன் 'நான் மாறிவிட்டேன், திருந்திவிட்டேன்' என்று சொல்லலாம். வாழ்க்கையில் அப்படி இயலாது. சிறுகதையாசிரியர்கள், தங்கள் கதையில் அளிக்கும் சிறுமாற்றங்களோடு திருப்தியடைபவர்கள்தாம்.

கையில் கொஞ்சம் மண்ணை எடுத்துக் கடவுள் ஊதியவுடனே ஆதாம் பிறந்ததாக விவிலியம் சொல்கிறது. அதுபோல, கதாசிரியர் தன் பாத்திரத்தில் 'உயிரை ஊதியவுடனே' கதை பிறக்கிறது. அவர் அளித்த கதாபாத்திரத்தின் நேர்த்திதான் அவரை உயரச் செய்யவோ வீழ்த்தவோ செய்கிறது.

வாசகர்கள் கதாபாத்திரங்களை ஆராயும்போது, அவருடைய பேச்சு, உரையாடல் எப்படி இருக்கிறது, அவருடைய தோற்றம் எவ்வாறு இருக்கிறது, அவருடைய செயல்கள் என்ன, அவருடைய சூழல் எவ்விதம் உள்ளது, அவரது வகைமாதிரி என்ன, அவரது குணாதிசயங் களைத் தூண்டுவது என்ன, ஏன் ஒரு குறிப்பிட்ட மாதிரியில் நடந்துகொள்கிறார், அந்தத் தூண்டல்முறை ஏற்புடையதாக, பொருத்தமாக இருக்கிறதா என்பதை யெல்லாம் காணவேண்டும்.

கதாபாத்திரத்தினை ஆராய்வதற்கு ஒரு கதையை உதாரணமாகக் காணலாம். இங்கே தரப்படுவது ஆண்டன் செகாவின் பச்சோந்தி என்ற சிறுகதை.

பச்சோந்தி

போலீஸ் இன்ஸ்பெக்டர் அச்சுமேலவ் புதிய மேல்கோட்டு அணிந்து கையில் ஒரு காகிதக் கட்டுடன் சந்தையின் குறுக்கே சென்றார். செம்பட்டைத் தலைப் போலீஸ்காரர் பறிமுதல் செய்யப்பட்ட நாவல் பழக்கூடையைத் தூக்கிக்கொண்டு அவர் பின்னால் நடந்தார். சுற்றிலும் நிசப்தமாயிருந்தது. சந்தையில் எந்த ஆத்மாவும் இல்லை. கடைகள், மதுவிடுதிகள் இவற்றின் திறந்த வாயில்கள், பசியால் வாடி விரியப் பிளந்த வாய்களைப் போல் சோகமாய் ஆண்டவன் உலகை நோக்கின. இவற்றின் அருகே பிச்சைக்காரர் களையும்கூடக் காணமுடியவில்லை.

திடுமென எழுந்த கூக்குரல் அச்சுமேலவின் காதில் விழுந்தது. 'கடிக்கவா செய்கிறாய்? அசட்டு நாயே! பசங்களே, விடாதீங்க. பிடியுங்க. இந்தக் காலத்தில் கடிக்க அனுமதியில்லை. பிடியுங்கள் அதை, ஊய்!'

நாய் ஊளையிடும் சத்தம் கேட்டது. அச்சுமேலவ் அந்தச் சத்தம் எழுந்த திசையில் திரும்பிப் பார்த்தார். அவர் கண்ணுற்றது இதுதான். வணிகன் பிச்சூகினது மரவாடியிலிருந்து மூன்று கால்களில் ஒரு நாய் ஓடிவந்தது. கஞ்சிபோட்ட பூச்சட்டையும்

பொத்தான் மாட்டப்படாத அரைக்கோட்டும் அணிந்த ஆள் அதை விரட்டிக்கொண்டு வந்தான். முன்பக்கமாய் முழு உடலையும் கவிழ்த்துக்கொண்டு ஓடிவந்த அவன் அந்த நாயின் பின்னங் கால்களைப் பிடித்துக்கொண்டான். மீண்டும் ஊளையிடும் சத்தம். திரும்பவும் 'பிடி, விடாதே' என்ற கூக்குரல். தூக்கம் கலையாத முகங்கள் கடைகளிலிருந்து எட்டிப் பார்த்தன. தரைக்கடியிலிருந்து உதித்ததுபோல நொடிப்பொழுதுக்குள் மரவாடிக்கு முன்னால் கூட்டம் கூடிவிட்டது.

'மாண்புடையீர், கலவரம்போல அல்லவா இருக்கிறது' என்றார் போலீஸ்காரர்.

அச்சுமேலவ் உடனே திரும்பி அந்தக் கூட்டத்தைநோக்கி நடந்தார். மரவாடியின் வாயிலுக்கு வந்ததும், பொத்தான் மாட்டப்படாத அரைக்கோட்டு அணிந்த ஆள், வலக்கையை உயர்த்தி இரத்தம் கசியும் தனது விரலைக் கூட்டத்தினருக்குக் காட்டியவாறு நிற்கக் கண்டார்.

'சனியனே, உன்னை என்ன செய்கிறேன் பார்!' இந்த வாசகம் குடிமயக்கம் தெளியாத அந்த ஆளின் முகத்தில் எழுதி ஒட்டப்பட்டிருந்தது. அவன் உயர்த்திக் காட்டிய விரல் வெற்றிக்கொடி போல் காட்சியளித்தது. அவன் பொற்கொல்லன் ஹூபூரியூக்கின் என்பது அச்சுமேலவுக்குத் தெரிந்தது. கூட்டத்தின் நடுமையத்தில் அந்தக் குற்றவாளி நாய் முன்னங்கால்களை அகல விரித்து, அங்கமெல்லாம் வெலவெலத்து நடுங்கியவண்ணம் உட்கார்ந்திருந்தது. கூரிய மூக்கும் முதுகில் மஞ்சள் புள்ளியும் கொண்ட வெண்ணிற பர்சோய் நாய்க்குட்டி அது. கலங்கிய அதன் கண்களில் சோகமும் பீதியும் குடிகொண்டிருந்தன.

'என்ன இதெல்லாம்?' என்று கேட்டுக் கூட்டத்தை இடித்து விலக்கிக்கொண்டு அச்சுமேலவ் உள்ளே நுழைந்தார். 'இங்கே என்ன செய்கிறீர்கள்? நீ ஏன் விரலை உயர்த்திக் காட்டுகிறாய்? கூக் குரலிட்டது யார்?'

'மாண்புடையீர், எந்த வம்புமின்றி நடந்துவந்துகொண்டிருந்தேன்' என்று மூடிய கைக்குள் இருமியபடி ஹூபூரியூக்கின் பதில்கூற முற்பட்டான். 'இங்கே மீத்ரி மீத்ரிச்சிடம் மரம் சம்பந்தமாய் எனக்குக் கொஞ்சம் வேலை இருந்தது. எக்காரணமுமின்றி, திடீரென என் விரலைக் கடித்துவிட்டது இந்த எழவு. என்னை மன்னிக்கணும்... நான் வேலைசெய்கிறவன்... என்னுடைய

வேலை நுட்பம் வாய்ந்தது. இன்னும் ஒரு வாரத்துக்கு என்னால் இந்த விரலை அசைக்க முடியாது போலிருக்கு. எனக்கு இவர்கள் இழப்பீடு தரும்படி நீங்க செய்யணும். மாண்புடையீர், மூர்க்கப் பிராணிகள் புரியும் கொடுமைகளை சகித்துக்கொண்டு வாழ வேண்டுமென எந்தச் சட்டமும் கூறவில்லை. இவை யெல்லாம் கடிக்க ஆரம்பித்தால் வாழ்க்கை நரக வேதனையாகிவிடும்...'

'உம், சரிதான், சரிதான்' என்று கனைத்துக்கொண்டு, புருவங்களை நெரித்தவாறு கடுமையான குரலில் பேசினார் அச்சுமேலவ். 'சரிதான், சரிதான்! யாருடைய நாய் இது? இந்த விவகாரத்தை நான் சும்மா விடப்போவதில்லை. நாய்களை ஓடித்திரியும்படி விடுவோருக்குச் சரியான பாடம் கற்பிக்கப் போகிறேன். ஒழுங்குவிதிகளுக்குப் பணிந்து நடக்க விரும்பாதோர் குறித்து இனி சும்மாயிருக்கக்கூடாது. நடவடிக்கை எடுத்தாக வேண்டும். போக்கிரிப் பசங்கள்! சரியானபடி அபராதம் விதிக்கப்படும் இவர்களுக்கு. நாய்களையும் மாடுகளையும் சுற்றித்திரிய விட்டால் என்ன கிடைக்கும் என்று நான் காட்டப் போகிறேன். எது என்னவென்பதைப் புரிய வைக்கப் போகிறேன்... எல்தீரின்!' என்று கூப்பிட்டுப் போலீஸ்காரரின் பக்கம் திரும்பினார். 'இந்த நாய் யாருடையது என்று கண்டுபிடித்து அறிக்கை ஒன்று தயார் செய். உடனே இந்த நாயை ஒழித்துக்கட்டியாக வேண்டும். பைத்தியம் பிடித்த நாயாகத்தான் இருக்கும்! யாருடையது இது?'

'ஜெனரல் ழிகாலவின் நாய் என்று நினைக்கிறேன்' என்று கூட்டத்திலிருந்து ஒரு குரல் எழுந்தது.

'ஜெனரல் ழிகாலவ்! ஓஹோ... எல்தீரின்! என்னுடைய கோட்டைக் கொஞ்சம் கழற்றிவிடு... உஸ், வெக்கை தாங்க முடியவில்லை. மழை பெய்யப்போகிறது, அதனால்தான் புழுங்குகிறது.' பிறகு அவர் ஹூரியூக்கின் பக்கம் திரும்பினார். 'எனக்கு இது புரியவில்லை... உன்னை இது கடிக்க நேர்ந்தது எப்படி? உன் விரல் எப்படி அதன் வாய்க்கு எட்டிற்று? இது சின்னஞ்சிறு நாய், நீ வாட்டசாட்டமான ஆள். ஆணியில் விரலைக் கீறிக் கொண்டிருப்பாய், பிறகு இழப்பீடு கேட்டுவாங்கலாமென்று உனக்கு எண்ணம் தோன்றியிருக்கிறது... உன்னைப் போன்ற ஆட்களை எனக்குத் தெரியுமே! எமகாதகர்கள் ஆயிற்றே!'

'மாண்புடையீர், புகையும் சிகரெட்டை அதன் மூக்கில் வைத்துச் சுட்டு வேடிக்கை பார்த்தார். உடனே அது விழுந்து பிடுங்கிற்று.

அதுஒன்றும் அசட்டுப் பிறவியல்லவே! இந்த ஹூப்ரியூக்கின் எப்போதுமே இப்படித்தான். சேஷ்டை செய்யாமல் இருக்க முடியாது அவரால்!'

'ஒண்ணரைக்கண்ணா! உன் புளுகுமூட்டையை அவிழ்க்காதே, நிறுத்து! நீ ஒண்ணும் நேரில் பார்க்கவில்லை. பிறகு ஏன் இப்படிப் புளுகுகிறாய்? மாண்புமிகு இன்ஸ்பெக்டர் விவரம் அறியாதவர் அல்லர்; பொய் பேசுகிறவர் யார், உண்மையைச் சொல்கிறவர் யார் என்று அவருக்குத் தெரியும். நான் சொல்வது பொய்யானால் நீதிபதி என்னை விசாரணை செய்யட்டும்! சட்டத்தில் குறிக்கப் பட்டிருக்கிறது: இன்று எல்லோரும் சரிநிகர் சமானம்... உனக்குச் சொல்கிறேன் நான், போலீசில் எனக்கு யாரும் இல்லாமல் போய்விடவில்லை... சகோதரர் ஒருவர் இருக்கிறார். போதும் நிறுத்து...'

'இல்லை, இது ஜெனரலுடைய நாய் அல்ல' என்றார் போலீஸ்காரர், அழுத்தம் திருத்தமாய். 'ஜெனரலிடம் இம்மாதிரியான நாய் எதுவும் இல்லை. அவரிடம் இருப்பவை யாவும் மோப்ப நாய்கள்'.

'நிச்சயம்தானா?'

'சந்தேகமில்லை, மாண்புடையீர்!'

'நீ சொல்வது சரிதான். ஜெனரலுடைய நாய்கள் யாவும் விலை உயர்ந்தவை. ஜாதி நாய்கள். ஆனால் இதைப் பாரேன்! பார்க்கச் சகிக்கவில்லை. தெருச்சனியன்! இம்மாதிரியான நாயை யாரும் வீட்டில் வைத்திருப்பார்களா? பித்துப்பிடித்துவிட்டதா, உனக்கு? இம்மாதிரி நாய் மாஸ்கோவிலோ பீட்டர்ஸ்பர்கிலோ தென்படு மானால், அதன் கதி என்னவாகும் தெரியுமா? சட்டத்தைப் பற்றி யாரும் கவலைப்படமாட்டார்கள். அதே நிமிடத்தில் அதற்கு முடிவு ஏற்பட்டுவிடும். ஹூப்ரியூக்கின், நீ கடிபட்டு இழப்புக்கு உள்ளானவன். இந்த விவகாரத்தை நீ இதோடு விட்டுவிடக்கூடாது. தக்கபடி பாடம் கற்பித்தாக வேண்டும்! ஆமாம், உடனே செய்தாக வேண்டும்...'

'ஒருவேளை ஜெனரலுடைய நாய்தானோ என்னமோ' என்று போலீஸ்காரர் வாய்விட்டுச் சிந்திக்கலானார். 'யாருடையது என்று அதன் மூஞ்சியிலா எழுதி ஒட்டியிருக்கிறது? அன்று நான் இம்மாதிரியான ஒரு நாய் அவருடைய வீட்டு வெளிமுற்றத்தில் இருக்கக் கண்டேன்.'

'ஜெனரலுடைய நாய்தான், சந்தேகமே வேண்டாம்!' என்று

கூட்டத்திலிருந்து அந்தக்குரல் மீண்டும் ஒலித்தது.

'ஓ! கோட்டை என்மீது மாட்டு, எல்தீரின்... ஜில் காற்று வீசுகிறது, குளிராயிருக்கு. இதை ஜெனரலுடைய வீட்டுக்கு அழைத்துச் சென்று அங்கே அவர்களைக் கேட்டுப்பார். நான் இதைக் கண்டதாகவும் அனுப்பி வைத்திருப்பதாகவும் சொல்லு. தெருவிலே விடவேண்டா மென்று அவர்களிடம் கூறிவிட்டு வா. விலை உயர்ந்த நாயாய் இருக்கும். ஊரிலுள்ள முரடர்கள் எல்லாம் இதன் மூக்கிலே சிகரெட்டைத் திணிக்க முற்பட்டால் உருப்படாமல் அல்லவா போய்விடும்! நாய் மென்மையான பிராணி... முட்டாளே! கையைக் கீழே இறக்கு! அசிங்கம் பிடித்த அந்த விரலை எல்லோருக்கும் காட்டிக்கிட்டு நிக்காதே. எல்லாம் நீ செய்ததுதான்! குற்றம் உன்னுடையதுதான்...'

'ஜெனரலுடைய சமையற்காரர் இதோ வருகிறாரே, அவரைக் கேட்டால் தெரிந்துவிடுகிறது... உம்மைத்தானே புரோஹர்! கிழவரே, இங்கே வா! இந்த நாயைப் பார். உங்க வீட்டு நாயா இது?'

'நல்லாயிருக்கே, இந்த மாதிரி ஒரு நாய் எங்களிடம் எந்நாளும் இருந்ததில்லை!'

'இனி யாரையும் விசாரிக்கத் தேவையில்லை' என்றார் அச்சுமேலவ். 'தெருநாய்தான். இங்கே பேசிக்கொண்டு நின்று பயனில்லை. தெருநாயென்று சொல்லிவிட்டார்கள். ஆகவே இது தெருநாயே தான்! இழுத்துச் சென்று ஒழித்துக்கட்டு! விவகாரம் தீர்ந்து போகட்டும்.'

'இது எங்களுடைய நாய் அல்ல' என்று புரோஹர் தொடர்ந்து சொன்னார். 'ஜெனரலுடைய சகோதரர் சில நாட்களுக்கு முன்பு வந்தாரே, அவருடையது இது. எங்கள் ஜெனரலுக்கு பர்சோய் நாய்கள் பிடிக்காது. ஆனால் அவர் சகோதரர் இருக்கிறாரே, அவருக்கு உயிர்...'

'என்ன, ஜெனரலுடைய சகோதரர் வந்துவிட்டாரா? விளாதீமிர் இவானிச் வந்துவிட்டாரா?' என்று வியந்து கூவினார் அச்சுமேலவ். ஆனந்தத்தால் அவர் முகம் பூரித்துவிட்டது. 'மகிழ்ச்சிக்குரிய செய்தி ஆயிற்றே! எனக்குத் தெரியாதே இது! இங்கேயே தங்கிவிடப் போகிறாரா?'

'இங்கேதான் இருக்கப்போகிறார்.'

‘எதிர்பாராத நல்ல செய்தி! தமது சகோதரரைப் பார்ப்பதற்காக வந்திருக்கிறாரா? செய்தி தெரியாதவனாக இருந்திருக்கிறேன். அவருடைய நாயா இது? மட்டற்ற மகிழ்ச்சி! வீட்டுக்கு அழைத்துச் செல்... அற்புதமான நாய்க்குட்டி! அந்த ஆளின் விரலைக் கடித்தாயா நீ! ஹா... ஹா... ஹா! பரவாயில்லை, நீ நடுங்காதே! உர்...உர்...உர்... பொல்லாத குட்டி! கோபம் பொத்துக் கொண்டு வருகிறது... அருமையான நாய்க்குட்டி!’

புரோஹர் அந்த நாயை அழைத்துக்கொண்டு மரவாடியிலிருந்து போய்ச் சேர்ந்தார். கூட்டத்தினர் ஹூரியூக்கினைப் பார்த்துச் சிரித்தனர்.

‘இரு! செம்மையாய்த் தருகிறேன் உனக்கு!’ என்று அச்சுமேலவ் அவனை மிரட்டினார். பிறகு மேல்கோட்டை நன்றாக இழுத்து விட்டுக் கொண்டு சந்தையின் குறுக்கே நடந்தார்.

இப்போது பின்வரும் கேள்விகளுக்கு விடைகளை யோசிக்கலாம்

1. செகாவ், பாத்திரங்களின் பண்புகளை வெளிப்படுத்த என்ன வழிகளைக் கையாளுகிறார்? பாத்திரங்கள் போதிய அளவு நாடகப்படுத்தப்பட்டுள்ளனரா? பாத்திர முரண்படுத்தல் எவ்விதமாகப் பயன்படுத்தப்பட்டுள்ளது?

2. பாத்திரங்கள் தங்கள் செயல்களில் முரண்பாடின்றி நடக்கிறார்களா? அவர்கள் நடத்தைகளுக்குப் போதிய தூண்டுதல் இருக்கிறதா? நம்பத்தகுந்த பாத்திரங்கள்தானா? ஆசிரியர் ஸ்டாக் (ஒற்றைப் பரிமாண/கோட்டுப்) பாத்திரங்களைத் தவிர்த்துள்ளாரா?

3. கதையில் தங்கள் பங்கிற்கேற்பப் பாத்திரங்கள் போதிய அளவு வளர்க்கப் பட்டுள்ளார்களா? முக்கியக் கதைமாந்தர் சிற்பப் பாத்திரங்களா, ஓவியப் பாத்திரங்களா?

4. வளர்ச்சி பெறக்கூடிய பாத்திரம் ஏதேனும் உண்டா? ஏன் உண்டு அல்லது இல்லை?

கடைசியாகச் சொல்லவேண்டிய சொல் ஒன்று உண்டு. பாத்திரப் படைப்பு என்பது ஒருபோதும் நடுநிலையாக இருக்கமுடியாது. பாத்திரப் படைப்பின் ஒவ்வொரு கூறும், ஏதோ ஒரு எண்ணம் அல்லது நிலைப்பாட்டினை விளக்குகிறது. அதனால்தான் நாம் பாத்திரங்களை வாசிக்க முடிகிறது. மேலும் இம்மாதிரி வருணனைகள் தான் ஆசிரியர் யார் பக்கம் என்பதைக் குறிப்பாக உணர்த்தவும் செய்கின்றன.

மேலேபார்த்த பச்சோந்தி கதையில் வரும் அச்சுமேலவ்–அவர்தான் கதைத் தலைவர்–எப்படிப்பட்டவர்? சந்தேகமின்றி வசதியுள்ளவர் தான் (காவல்துறை உயர்அதிகாரி–கூடவே ஒரு போலீஸ்காரர் எடுபிடியாகப் பின்தொடர்கிறார்). பச்சையான 'பூர்ஷ்வா.' ஏழைகளை மிரட்டிப் பணம் பறிப்பவர் (யாரோ ஒருவரிடமிருந்து பறிக்கப்பட்ட நாவற் பழக்கூடையைப் போலீஸ்காரர் தலையில் தூக்கிவருகிறார். நாவற்பழம் விற்கின்ற ஒரு கடைக்காரன்/காரி அன்றாடங் காய்ச்சியாகத் தான் இருப்பான்(ள்).)

தனது நிறத்தை அவ்வப்போது மாற்றிக் கொள்பவர் (பச்சோந்தி). (கதையின் தலைப்பு). மேலதிகாரிகளைக் காக்காய் பிடிப்பவர். அதன்மூலம் பயன்பெற வேண்டுமென்று நினைப்பவர். அதற்காக நியாயத்தைக் காற்றில் பறக்க விட்டுவிடலாம் என்று நினைப்பவர் என்பது மட்டுமில்லாமல் பாதிக்கப்பட்டவரையே மிரட்டுபவர். இத்தகைய ஆட்கள் எத்தனைபேரை நாம் வாழ்க்கையில் அரசாங்க அலுவலகங்களில், காவல் நிலையங்களில் சந்தித்திருக்கிறோம்?

கதை வருணனையில் வரும் ஒரு முக்கியமான விஷயம் கவனிக்க வேண்டியது. அவ்வப்போது அவருக்கு வியர்க்கிறது. மேல்கோட்டைக் கழட்டு என்கிறார். அல்லது குளிர்கிறது. இழுத்து மூடிக் கொள்கிறார். இவை எதை வெளிப்படுத்துகின்றன என்பதைச் சிந்தித்துப்பாருங்கள். இந்த விஷயங்கள் கதையில் உருவகம், படிமம் என்ற விஷயங்களுக்கு அழைத்துச் செல்லும்.

8

நோக்குநிலை

ஆதிகாலக் கதைசொல்லி, வடிவம் பற்றிய அக்கறைகள் மிகுதியாக இன்றி, ஒரு கதையை (நேராகச்) சொல்லத் தொடங்கினான். 'ஒரு காலத்தில்' என்றோ, 'ஒரே ஒரு ஊரில்' என்றோ அவன் மிக எளிதாகத் தொடங்கிக் கூறலானான். தேவைப்பட்டால் தன் கதாபாத்திரங்களை வருணித்தான். அவர்கள் என்ன நினைத்தார்கள், உணர்ந்தார்கள் என்பதையும் என்ன செய்தார்கள் என்பதையும் ஒருசேரச் சொன்னான். மத்தியில் தன் உணர்ச்சிகளையும் கருத்துகளையும் சேர்த்துக் கொண்டான்.

நவீன கதைசொல்லிகளான எழுத்தாளர்கள், இப்படித் தன்னிச்சையாக ஆரம்பித்துக் கதைகூற முடிவதில்லை. கலைத்தன்மை வளர்ச்சி அடைந்தபின், நோக்குநிலை பற்றிய சிந்தனை எழுந்தது. அதாவது கதையை யார் சொல்கிறார்கள், எனவே எப்படி அது சொல்லப்படுகிறது என்பது சிறப்பான முக்கியத்துவத்தைப் பெற்றது. ஒரு கதை யாருடைய பார்வையிலிருந்து சொல்லப்படுகிறது என்பதுதான் நோக்குநிலை (ஆங்கிலத்தில் பாயிண்ட் ஆஃப் வியூ).

இப்போதெல்லாம் கதைசொல்லிகள் மிகுந்த கலையுணர்வோடு சொல்கிறார்கள். ஒரு கதையைச் சொல்லப் பலவழிகள் இருக்கின்றன என்பது அவர்களுக்குத் தெரியும். தொடங்குவதற்கு முன்னாலேயே எந்த விதத்தில், யார் வாயிலாக அந்தக் கதையைச் சொல்வது என்று முடிவு செய்துகொள்கிறார்கள். தாங்களே கதை சொல்வதற்குப் பதிலாக, ஏதோ ஒரு கதைமாந்தரைக் கதைசொல்ல வைக்கிறார்கள். அல்லது கடிதங்கள் வாயிலாக, நாட்குறிப்புகள் வாயிலாகக் கதை சொல்கிறார்கள். அல்லது ஏதோ ஒரு கதாபாத்திரத்தின் எண்ணங்களை மட்டும் பதிவுசெய்கிறார்கள்.

நோக்குநிலையைக் கண்டறிய, நாம், 'யார் இந்தக் கதையைச் சொல்கிறார்?' என்ற வினாவை எழுப்புகிறோம். மேலும் 'எந்த அளவுக்கு இவர் கதையைச் சொல்ல அனுமதிக்கப்படுகிறார்?' என்றும் கேட்கிறோம். குறிப்பாக, 'ஆசிரியர் எந்த அளவுக்குக் கதாபாத்திரங் களின் மனத்திற்குள் நுழைந்து அவர்கள் சிந்தனைகளையும் உணர்ச்சிகளையும் வெளியிடுகிறார்?' என்று கேட்கிறோம். ஆக, நோக்குநிலை என்பது கதை எந்தக் கோணத்திலிருந்து யாரால் சொல்லப்படுகிறது என்பதைப் பொதுவாகக் குறிக்கிறது. இதில் பல வகைகள் இருக்கின்றன.

1. சர்வஞான நோக்குநிலை

கதாபாத்திரங்கள் எல்லோருக்குள்ளுமாக, சம்பவங்களுக்கு ஊடாக, ஆசிரியர் சென்று எல்லோருடைய மனங்களில் இருப்பதையும் உணர்த்துவதாகக் கதை அமையலாம். அவருடைய அறிவுக்கும் தனியுரிமைகளுக்கும் எல்லையில்லை. அவர் எங்கு வேண்டு மானாலும் போகலாம். எல்லாக் கதாபாத்திரங்களின் மனத்திற்குள்ளும் இதயங்களுக்குள்ளும் நுழைந்து பார்த்து அங்கிருப்பனவற்றைச் சொல்லலாம். அவர்கள் நடத்தைகளுக்கு விளக்கமளிக்கலாம். அதைப்பற்றிக் கருத்துரை கூறலாம். தான் கூறும் கதையின் முக்கியத்துவம் பற்றியும் விரும்பினால் எடுத்துரைக்கலாம். அவருக்கு எல்லாம் தெரியும். தான் விரும்பிய அளவு கூடுதலாகவோ குறைவாகவோ அவர் கூறஇயலும். ஒரு கடவுளின் ஸ்தானத்தில் அவர் இருக்கிறார். கடவுளுக்குத்தான் சர்வஞானமும் இருப்பதாகச் சொல்கிறார்கள். இங்கு ஆசிரியரும் அதே நிலையில் இருப்பதனால், அவருக்கு சர்வஞானம் இருப்பதாகச் சொல்கிறோம்.

உதாரணமாக, கோணங்கி எழுதிய மதினிமார்கள் கதையில், ஆவுடத்தங்க மதினி, சுப்பு மதினி, காளியம்மா மதினி, குருவு மதினி, அமராவதி, செம்பகம் என்று பலபேருடைய நினைவுகள், செயல்கள், உணர்ச்சிகள் எல்லாம் சொல்லப்படுகின்றன. அதனால் அது சர்வஞான நோக்கு நிலை ஆகிறது. இவர்கள் எல்லார் மனத்திலும் புகுந்து பார்க்க வேண்டியிருக்கிறது அல்லவா?

இது ஒரு பழங்காலக் குட்டிக்கதை. 'எறும்பும் வெட்டுக்கிளியும்' என்பது கதைப் பெயர். இது சர்வஞான நோக்குநிலையில் சொல்லப் பட்டுள்ளது. இதிலுள்ள இரண்டு கதாபாத்திரங்களும் என்ன செய்கின்றன, சொல்கின்றன என்பது மட்டுமல்லாமல், அவை என்ன

உணர்கின்றன, சிந்திக்கின்றன என்பதும் சொல்லப்படுவதை கவனிக்கவும். மேலும் கதையின் முக்கியத்துவத்தினைக் கடைசியில் ஆசிரியர் தானே எடுத்துரைக்கவும் செய்கிறார்.

> கால்களெல்லாம் தளர்ந்து சோர்வடைய, சென்ற கோடைகாலத்தில் தான் சேமித்து வைத்த தானியம் ஒன்றை அந்த எறும்பு இழுக்கத் தொடங்கியது. இன்றைய இரவு உணவுக்கு இது மிகவும் ருசியாக இருக்கும்.
>
> குளிரால் நடுங்கிக்கொண்டு, பசியோடு வந்த ஒரு வெட்டுக்கிளி, அதைப் பார்த்தது. அதற்குமேல் அதனால் தாங்க முடியவில்லை. 'எறும்பு நண்பா, நானும் கொஞ்சம் அந்த தானியத்தில் கொறித்துக் கொள்கிறேனே?'
>
> 'சென்ற கோடைகாலம் முழுவதும் நீ என்ன செய்து கொண்டிருந்தாய்?' என்று கேட்டது எறும்பு. வெட்டுக்கிளியை மேலும் கீழும் பார்த்தது. இந்த மாதிரிச் சோம்பேறி ஆட்களை அதற்கு நன்றாகத் தெரியும்.
>
> 'காலைமுதல் இரவுவரை பாடிக்கொண்டிருந்தேன்' என்று மகிழ்ச்சியோடு கூறியது வெட்டுக்கிளி, அடுத்து என்ன வரப் போகிறது என்பதை அறியாமல்.
>
> 'நல்லது' என்றது எறும்பு, தன் வெறுப்பை மறைப்பதில் அசிரத்தையோடு. 'கோடை காலம் முழுவதும் பாடினாய் அல்லவா? இப்போது மழைக்காலம் முழுவதும் நாட்டியமாடு.'
>
> இளமையில் சோம்பேறியாகத் திரிபவனுக்கு முதுமையில் எதுவும் இருக்காது.

இம்மாதிரிக் கதைகளில் எந்த அளவு ஞானத்தை வெளிப்படுத்துவது என்பது ஆசிரியரைப் பொறுத்திருக்கிறது. 'மறுபடியும்' கதையும், 'பச்சோந்தி' கதையும் சர்வஞான நோக்கு நிலையிலேயே சொல்லப் பட்டுள்ளன. நோக்குநிலைகளிலேயே மிகவும் நெகிழ்ச்சியுடையது சர்வஞான நோக்குநிலைதான். மிகப்பெரிய வசதியையும் மிகப் பரந்த களத்தையும் அது அளிக்கிறது. அதனால் மோசமான எழுத்தாளர்கள் இதைத் தவறாகக் கையாளும் வாய்ப்பும் அதிகம். வாசகர்களுக்கும் கதைக்கும் இடையில் ஆசிரியர் குறுக்கே புகுந்துவிடும் அபாயம் எப்போதுமே இதில் இருக்கிறது. சிலசமயங்களில் பாத்திரத்திற்குப் பாத்திரம் நோக்குநிலை மாறிக்கொண்டே இருப்பது கதையின் ஒருமைக்கு ஊறு விளைவிக்கலாம். திறம்பட ஆசிரியர் இதனைக்

கையாளும்போது ஆழத்தையும் அகலத்தையும் ஒருசேரக் கதையில் அடைய உதவுகிறது. திறமையின்றிப் பயன்படுத்தினால், ஆசிரியர் உருவாக்க நினைக்கும் நிஜ வாழ்க்கை போன்ற தோற்றத்தை அது உடைத்தெறிந்துவிடக்கூடும்.

2. வரையறுத்த படர்க்கை நோக்குநிலை

இந்த நோக்குநிலையில், ஆசிரியர் படர்க்கைக் கூற்றாகக் கதை சொல்கிறார். ஒரு கதாபாத்திரத்தின் அருகில் ஆசிரியர் நின்று கொள்கிறார். கதையின் சம்பவங்களைத் தன்னுடைய கண்ணாலும் மனத்தாலும் நோக்குகிறார். அவ்வப்போது அந்தக் கதாபாத்திரத்தின் உள்ளும் சென்று வருகிறார். ஆனால் பாத்திரத்தின் பக்கத்தைவிட்டு நீங்குவதே இல்லை. இந்தக் கதாபாத்திரம் என்ன பார்க்கிறார், கேட்கிறார் என்பதையும் அவர் என்ன நினைக்கிறார், உணர்கிறார் என்பதையும் சொல்கிறார். பாத்திரத்தின் சிந்தனைகளையும் நடத்தைகளையும் சில சமயங்களில் விளக்கவும் செய்கிறார். அந்தக் கதாபாத்திரமே தன்னைப் பற்றி அறிந்ததைவிட இவர் அதிகமாக அவரைப்பற்றி அறிந்திருக்கிறார். ஆனால் மற்றக் கதாபாத்திரங்கள் என்ன நினைக்கிறார்கள், உணர்கிறார்கள், செய்கிறார்கள் என்பதைப் பற்றி இவருக்கு ஒன்றும் தெரியாது. தான் தேர்ந்தெடுத்த கதாபாத்திரம் எவ்வளவு தூரம் யூகிக்கிறாரோ அதைமட்டும் இவரும் அறிவார். இப்படிக் கதைசொல்லத் தேர்ந்தெடுத்துக்கொள்ளும் பாத்திரம் முக்கியப் பாத்திரமாகவோ சிறுபாத்திரமாகவோ இருக்கலாம்; கதையில் பங்கேற்பவராகவோ வெறுமனே பார்ப்பவராகவோ இருக்கலாம். இந்தத் தேர்வு கதைக்கு மிக முக்கியமானது. இவற்றால் இந்த நோக்குநிலையில் இன்னும் சில வகைகள் எழலாம்.

உதாரணமாக, கண்மணி குணசேகரன் எழுதிய விளக்குப் பூச்சி கதை, பொன்னுருவி என்ற முக்கியப் பெண் கதாபாத்திரத்தின் நோக்கிலிருந்து சொல்லப்படுகிறது. கதையின் ஒரு பகுதி இது:

> பொன்னுருவி அப்படியே மலச்சிப்பூட்டா. அப்படியே அசல் பொண்ணாட்டம் வேஷம் கச்சிதமாயிருந்துது. அதுவும் கட்டியிருந்தது இவ பொடவை... இவ மொதமொத இந்தப் பொடவயக் கட்னத நெனச்சிப்பாக்கறதுக்கு அசிங்கமாயிருக்கு. அப்டியே வாரிச் சுருட்டிப் போட்டுகிட்டு நின்னதையும், இந்த ஆளு அழகா கட்டியிருக்கறதையும் நெனைச்சிப் பாக்கறா...

என்று அவள் எண்ணத்தையே மையமாகக் கொண்டு செல்கிறது கதை.

மேலே நாம் சர்வஞான நோக்குநிலையில் கூறிய எறும்பும் வெட்டுக்கிளியும் கதை இங்கே வரையறுத்த படர்க்கை நோக்கு நிலையில்—எறும்பின் பார்வையிலிருந்து அளிக்கப்படுகிறது:

கால்களெல்லாம் தளர்ந்து சோர்வடைய, சென்ற கோடைகாலத்தில் தான் சேமித்து வைத்த தானியம் ஒன்றை அந்த எறும்பு இழுக்கத் தொடங்கியது. இன்றைய இரவு உணவுக்கு இது மிகவும் ருசியாக இருக்கும். அப்போதுதான் அது குளிரால் நடுங்கிக்கொண்டு தளர்ந்து வந்த அந்த வெட்டுக்கிளியைப் பார்த்தது.

'எறும்பு நண்பா, நானும் கொஞ்சம் அந்த தானியத்தில் கொறித்துக் கொள்கிறேனே?' என்று கேட்டது வெட்டுக்கிளி.

எறும்பு, வெட்டுக்கிளியை மேலும் கீழும் பார்த்தது. 'சென்ற கோடை காலம் முழுவதும் நீ என்ன செய்துகொண்டிருந்தாய்?' என்று கேட்டது. இந்த மாதிரிச் சோம்பேறி ஆட்களை அதற்கு நன்றாகத் தெரியும்.

'காலைமுதல் இரவுவரை பாடிக்கொண்டிருந்தேன்' என்று பதில் சொல்லியது வெட்டுக்கிளி.

'நல்லது' என்றது எறும்பு, தன் வெறுப்பை மறைப்பதில் அசிரத்தையோடு. 'கோடை காலம் முழுவதும் பாடினாய் அல்லவா? இப்போது மழைக்காலம் முழுவதும் நாட்டியமாடு.'

சர்வஞான நோக்குநிலையில் சொல்லப்பட்டதற்கும், இந்த வரையறுத்த படர்க்கை நோக்கு நிலையில் சொல்லப்பட்டதற்கும் என்ன வித்தியாசம் என்று யோசியுங்கள்.

ஒரே ஒரு கதைமாந்தரின் புலன்கள், மனம் இவற்றின் வழியாக உலகத்தை நமக்கு அறிமுகப்படுத்துவதால், வரையறுத்த படர்க்கை நோக்குநிலை, சர்வஞான நோக்குநிலையை விட நிஜ வாழ்க்கையின் நிலைமைகளுக்குப் பொருத்தமாக ஒத்துவருகிறது. தயாராக உள்ள ஒருமைப்படுத்தும் தன்மையையும் அது பயன்படுத்திக்கொள்கிறது. ஏனென்றால், கதையின் விஷயங்கள் அனைத்தும் ஒரேஒரு ஆளின் அனுபவங்கள்தானே? ஆனால் அது அளிக்கும் களத்தின் பரப்பெல்லை—பார்வை எல்லை குறைந்துவிடுகிறது. ஏனென்றால் தேர்ந்தெடுத்துக் கொண்ட கதாபாத்திரம் செல்லும் இடங்களுக்குத்தான் வாசகர் போகமுடியுமே ஒழிய வேறெங்கும் செல்லமுடியாது. கதையின் எல்லா முக்கிய நிகழ்வுகளும் இந்தப் பாத்திரத்தின் அறிவுவரம்புக்குள் வரும் என்றும் சொல்லமுடியாது. இந்த நோக்குநிலையைச் சரிவரப்

பயன்படுத்த முடியாமல் திணறும் ஆசிரியர்கள், முக்கியக் கதாபாத்திரம் சாவித்துவாரங்கள் வழியாகப் பார்ப்பதாகவும், முக்கியமான உரையாடல்களை ஒட்டுக்கேட்பதாகவும், முக்கியச் சம்பவங்கள் நிகழும்போது தற்செயலாக முக்கியப் பாத்திரம் அங்கே வந்து விட்டதாகவும் படைக்க நேரிடும். இவையெல்லாம் கதையைச் சொல்வதில் மோசமான முறைகள்.

3. தன்மைக்கூற்று

இந்த நோக்குநிலையில், ஆசிரியர் ஒரு பாத்திரத்திற்குள்ளாக நுழைந்து மறைந்து போகிறார். அந்தக் கதாபாத்திரமாகவே மாறி 'நான்' என்று தொடங்கிச் சொல்லத் தொடங்குகிறார். அதாவது, கதையின் முக்கியக் கதாபாத்திரமோ அவருக்கு வேண்டிய ஒருவரோ 'நான்' என்று தன்மையில் தொடங்கிக் கதைசொல்ல முற்படுவது இந்த வகை நோக்குநிலை. இது சில சமயங்களில் வாசகரையும் உள்ளடக்குவதாக, நாம் என்று தொடங்கிக் கதை சொல்வதாகவும் அமையலாம். முந்தைய நோக்குநிலை போல, இங்கும், கதை சொல்பவரின் பார்வை வழியாகவே வாசகரும் பார்க்கிறார், அவருக்குத் தெரிந்த விஷயங்களையே இவரும் அறிகிறார். கதை சொல்லி, முக்கியக் கதாபாத்திரமாகவும் இருக்கலாம், சிறுபாத்திரமாகவும் இருக்கலாம். ஆனால் முக்கியக் கதாபாத்திரம் சொல்வதற்கும் பிற பாத்திரம் சொல்வதற்கும் பாரதூரமான வேறுபாடுகள் விளையும். ரிக்ஷா கதை முக்கியக் கதாபாத்திரத்தின் பார்வையிலிருந்துதான் சொல்லப்படுகிறது.

இன்னொரு உதாரணமும் தரலாம்: ப்ரேம்–ரமேஷ் எழுதிய மனவெளி நாடகம் தன்மைக்கூற்றில் சொல்லப்படுகிறது. அது எப்படித் தொடங்குகிறது பாருங்கள். 'நான் எவ்வளவோ கதறினேன். அவன் இணைப்பைத் துண்டித்துவிட்டான். எதிர்முனையிலிருந்து வார்த்தைகளாகப் பெருகி என்னை நிறைத்த அவன், இக்கணம் உயிருடன் இருப்பானா? இருக்கவேண்டும் என்பது என் விருப்பம்...' கதை நான், என் என்றே செல்வதை கவனியுங்கள். அசோகமித்திரன் எழுதிய 'பிரயாணம்' என்ற கதையும் தன்மைக்கூற்றுதான்.

> மீண்டும் முனகல் ஒலி கேட்டுத் திரும்பிப்பார்த்தேன். என் குருதேவரின் கண்கள் பொறுக்க முடியாத வலியினால் இடுங்கி யிருந்தன. அவரைப் படுக்கவைத்து நான் இழுத்துவந்த நீளப் பலகை நனைந்திருந்தது...

முன்பே சொல்லப்பட்ட எறும்பும் வெட்டுக்கிளியும் கதை, தன்மைக்

கூற்றாக—வெட்டுக்கிளி தானே சொல்வதாக இருந்தால் எப்படி இருக்கும்? கீழே காணவும்.

குளிரும் பசியும் தாக்க, சென்ற கோடைகாலத்தில் தான் சேமித்து வைத்த தானியம் ஒன்றை அந்த எறும்பு இழுக்கத் தொடங்கியதை நான் பார்த்தேன். எனது உணர்ச்சிக் கொம்புகள் விறைத்தன. எனது இடது கால் சற்றே துடிப்பதை உணர்ந்தேன்.

அதற்குமேல் என்னால் தாள முடியவில்லை. 'எறும்பு நண்பா', என்று குழைந்தவாறு கூப்பிட்டேன். 'நானும் கொஞ்சம் அந்த தானியத்தில் கொறித்துக்கொள்கிறேனே?'

எறும்பு என்னை மேலும் கீழும் பார்த்தது. 'சென்ற கோடை காலம் முழுவதும் நீ என்ன செய்துகொண்டிருந்தாய்?' என்று கேட்டது. கொஞ்சம் தற்பெருமையோடு அது கேட்டதுபோலத் தோன்றியது.

'காலைமுதல் இரவுவரை பாடிக்கொண்டிருந்தேன்' என்று கள்ளமில்லாமல் அந்த மகிழ்ச்சியான காலத்தை நினைத்தவாறு கூறினேன்.

'நல்லது' என்றது எறும்பு, அகந்தையுடன் கூடிய வெறுப்போடு. 'கோடை காலம் முழுவதும் பாடினாய் அல்லவா? இப்போது மழைக்காலம் முழுவதும் நாட்டியமாடு.'

இம்மாதிரிச் சொல்வதில் கதையின் விஷயமே மாறிவிட்டதைப் பாருங்கள். எப்படி என்பதை யோசியுங்கள். எந்தப் பாத்திரமும் 'நான்' என்று ஆரம்பித்துக் கதைகூற ஆரம்பித்தால் அது நிச்சயமாகத் தனது செயல்களை நியாயப்படுத்தியே ஆகவேண்டும்.

வரையறுத்த படர்க்கை நோக்குநிலையின் நிறைகுறைகள் அனைத்தும் தன்மை நோக்கு நிலையிலும் உள்ளன. ஆசிரியர் இடையில் வருவது தவிர்க்கப்பட்டு ஒரு கதாபாத்திரமே தன் அனுபவங்களை நேர்ப்படக் கூறுவதால் உடனடித்தன்மையும் நிஜத் தன்மையும் கிடைக்கின்றன. ஆனால் இதைப் பயன்படுத்துவதில் மிகுந்த ஆபத்து இருக்கிறது. கதை கூறும் கதாபாத்திரத்தின் அறிவெல்லை, உணர்வுக்கூர்மை, மொழித்திறன் ஆகியவற்றைக் கடைசிவரை ஆசிரியர் காப்பாற்றவேண்டும். எந்தச் சமயத்திலும் இவற்றைக் கடந்துவிடும் ஆபத்து இருக்கிறது. ரிக்ஷா கதையில் வெறும் உரையாடலாகவே கதை நடந்துவிடுவதால் இந்த அபாயங்கள் நேரிட வில்லை. எடுத்துரைப்பும் வருணனையும் வரும்போதுதான் இந்தச் சங்கடங்கள் தெரியவரும்.

ஆனால் தன்மையின் வரையறுத்த நிலையையே ஓர் ஆசிரியர் மிகத் திறம்படப் பயன்படுத்திக் கொள்ளமுடியும். நாடகமுரணுக்கு அதிக வாய்ப்பினை இந்த நோக்குநிலை அளிக்கிறது. கதை முழுவதையுமே தன்மைக் கூற்றாளர் உணர்வதற்கும், வாசகர் உணர்வதற்குமான வேறுபாட்டிலே நிகழ்த்திவிடலாம். அங்கெல்லாம் நாடக முரணைப் பயன்படுத்தி ஆசிரியர் தன் விஷயங்களை மறைமுகமாகத் தெரிவித்து விடுவார். ஆனால் கதாபாத்திரத்தின் மனப்பாங்கோடு ஆசிரியர் தன்னை ஒன்றிணைத்துக்கொள்வதால் (அப்பாத்திரம் தன்னை நியாயப் படுத்திக்கொள்வதால், தனது சார்பை மட்டுமே எடுத்துரைப்பதால்) நாம் எச்சரிக்கையாகவே கதையை நோக்கவேண்டும்.

நனவோடை

கதைசொல்லப்படும் முறையினால், ஒரு கதாபாத்திரத்தின் மனத்திற்குள் வாசகர் இருப்பது போல உணர்ந்து, அங்கிருப்பவை—நல்லது கெட்டது அனைத்தையும்—அனைத்தையும் அறியும் நிலையில் இருப்பதுபோல ஆசிரியர் உணர்கிறார். தன்மைக் கூற்றுநிலையில் தணிக்கை—(எதைச் சொல்லவேண்டும் எதைச் சொல்லக்கூடாது என்ற பார்வை) உண்டு. இதில் அது கிடையாது. நமது மனத்தில் எண்ணங்கள் தாவித்தாவிச் செல்வதுபோலவே கதாபாத்திரத்தின் மனத்திலும் தாவித்தாவிச் செல்வதாக எழுதப்படுகின்றன. எண்ணங் களுக்கிடையிலான இயல்பான தாவிச்செல்லும் தன்மை மிக முக்கியமானது.

நனவு என்பது பிரக்ஞை (கான்ஷியஸ்னஸ்). நனவு + ஓடை > நனவோடை. பிரக்ஞையின், தன்னுணர்வின் இடையறா ஓட்டம் இது. சிலர் எழுதுவது போல, நினைவு ஓடை (நினைவோடை) அல்ல. நினைவு என்றால் ஞாபகம், சிந்தனை என்றெல்லாம் பொருள்படும். புதுமைப்பித்தன் 'கயிற்றரவு', முதலிய கதைகளில் நனவோடை உத்தியை ஓரளவு பயன்படுத்தியிருக்கிறார். மௌனியின் கதைகளிலும் நனவோடை உண்டு. கயிற்றரவு கதையிலிருந்து ஒரு பகுதி:

> வீட்டிலே சமைத்துப்போட... பிறகு வம்சவிருத்திக் களமாக்கிக் கொள்ள யுவதி... உச்வாச நிச்வாசத்தைவிட என்ன சுகம்... போகம்—உடலில் உள்ள வலு வீரியமாகப் பெருக்கெடுத்து ஜீவதாதுக்களை அள்ளி விசிறியது. இப்பொழுது கிழமைக்கும் வாரத்துகக்கும் மாதத்துக்கும் ஓடும் வேகந்தான் என்ன கஷ்டம்—கசப்பு—ஏமாற்றம். கடன் வாங்கி அதற்குள் ஐந்து வருஷங்களா?...

என்ன ஓட்டமாக ஓடுகிறது. மணல்கூண்டு கடிகையில் கடைசி மணல்பொதி விரைந்து ஓடிவருவது மாதிரி என்ன வேகம்... நிஜமாக திங்களும் செவ்வாய்களும் இவ்வளவு வேகமாக ஓடுகின்றனவா?... அல்லது நான்தான் ஓடுகிறேனா?... நான் யார்... இந்த உடம்பா... தூங்கும்போது பிறக்குமுன் இந்த நான் எங்கிருந்தது...

உள்மனப்பேச்சு (இண்டீரியர் மானோலாக்)

நனவோடையுடன் உள்மன ஓட்டத்தைப் பெரும்பாலும் குழப்பிக் கொள்கிறார்கள். இதுவும் உள்மனத்தில் நினைவுகளின் ஓட்டம்தான் என்றாலும், நனவின்—பிரக்ஞையின் ஓட்டம் அல்ல; எண்ணங்கள் ஓரளவு தாவித்தாவிச் சென்றாலும் அது இயல்பாக நடப்பதில்லை. ஆசிரியக் குறுக்கீட்டுக்கு உட்பட்டே அது நிகழ்கிறது. இது படர்க்கை யிலும் கையாளப்படலாம். மேலும் தணிக்கையும் இதில் செயல்படுகிறது. லா.ச.ரா. இப்படிப்பட்ட முறையைத் திறம்படக் கையாண்டிருக்கிறார்.

ஸில்வியா (எம் டி முத்துக்குமாரசாமி) எழுதிய 'பிரம்மனைத் தேடி' கதையிலிருந்து ஒரு பகுதி இது:

> ஒரு டோஸ் வைத்திருந்தேனே. இல்லையில்லை தொலைத்து விட்டேன். போச்சு பாம்புகள் வந்துவிட்டன. ஏதாவது செய்தே ஆகவேண்டும். நினைவு தப்புவதற்குமுன் ரயிலிலிருந்து குதிப்பதற்குமுன் ஏதாவது செய்யவேண்டும். ஐயையோ நான் என்ன செய்வேன். அப்பா தான் எப்படி என்னை செல்லமாய் வளர்த்தார். இப்படி நெஞ்சு எலும்பெல்லாம் தெரிய கை ஜில்லிட்டுப் போக வெறித்த பார்வை பார்க்கவா Lotus Eaters வலி ஏதாவது செய் fight this out கொல் அந்த டிராகுலாவை fight ஏதாவது ஒரு வலி வேண்டும் counter pain ஷேவிங் செட்டை வைத்திருந்தேனே அங்கேதான் எடு...

(தற்கொலை செய்துகொள்ள முனையும் ஒருவனின் உள்மனப் பேச்சு இது.)

4. நாடக நோக்குநிலை அல்லது புறவய நோக்குநிலை

இவ்வித நோக்குநிலையில், வாசகரை ஒரு பார்வையாளராக ஆசிரியர் நிறுத்துகிறார். தான் எவ்வித விளக்கத்தையும் அளிக்க முனைவ தில்லை. ('என்ன நடக்கிறது என்று நீயே பார்த்துக்கொள்').

சம்பவங்களின் அர்த்தங்களை வாசகர்கள் தானே உருவாக்கிக் கொள்ளவேண்டும். அல்லது, சம்பவத்தைப் படம் பிடிக்கும் ஒரு வீடியோ காமிராவாக ஆசிரியர் மாறிவிடுகிறார் என்றும் சொல்லலாம். படம்பிடித்த காமிரா, அந்தச் சம்பவத்தை நிகழ்ந்தவாறே காட்டும், அங்கு எழுந்த உரையாடல்கள், கூச்சல்கள், ஒலிகள் எல்லாவற்றையும் பதிவு செய்துகாட்டும். ஆனால் அவற்றைப் பற்றிய கருத்துரை எதையும் கூறாது அல்லவா? அது போன்ற நிலையை ஆசிரியர் மேற்கொள்வது தான் இந்த நோக்குநிலை. ஒரு நாடகத்தை அல்லது திரைப்படத்தை நோக்குகின்ற பார்வையாளரின் நிலையில் வாசகர் வைக்கப் படுவதால் இந்தப் பெயர் எழுந்தது.

புறவய நோக்குநிலையில் சொல்லப்படும் ஒரு கதைக்குச் சரியான உதாரணமாக, வெறும் உரையாடலாகவே சொல்லப்படும் கதை அமையலாம். (ரிக்ஷா கதை உரையாடலாகவே அமைவதால், நாடகநோக்குநிலையில் நடப்பதாகக் கருத இடமிருக்கிறது. ஆனால் ஆசிரியரின் நோக்கிலிருந்து இரண்டு மூன்று குறிப்புகள் வருகின்றன என்பது நாடகநோக்கு நிலையைத் தகர்த்துவிடுகிறது. நாடக நோக்குநிலை ஆசிரியர்மீது விதிக்கின்ற கட்டுப்பாடுகள் மிகக் கடுமையானவை என்பதால், மிகத் தூய்மையைப் பலரிடம் எதிர்பார்ப்பது கடினம்.) நாடக நோக்குநிலையைக் கையாளுவதில் எர்னஸ்ட் ஹெமிங்வே என்னும் அமெரிக்கக் கதாசிரியர் மிக வல்லவர். வெள்ளை யானையைப் போலும் குன்றுகள் (Hills like white elephants) என்னும் அவரது கதை, நாடக நோக்கு நிலைக்குச் சரியான சான்று. முன்னரே நாம் பார்த்த பச்சோந்தி (ஆண்டன் செகாவின் கதை) நாடக அல்லது புறவய நோக்கு நிலைக்கு மிகச் சரியான சான்று. நோக்குநிலையை அறிவதற்காக மீண்டும் அதைப் படித்துப் பாருங்கள்.

முன்போலவே எறும்பும் வெட்டுக்கிளியும் கதையை நாடக நோக்குநிலையிலும் அமைத்துப் பார்ப்போம்:

அந்தக் கடுங்குளிரிலும் வியர்வை ஒழுக, சென்ற கோடைகாலத்தில் தான் சேமித்து வைத்த தானியம் ஒன்றை அந்த எறும்பு இழுக்கத் தொடங்கியது.

தன் உணர்வுக் கொம்புகள் விறைக்க, இடதுகால் சற்றே துடிக்க, ஒரு வெட்டுக்கிளி, அதைச் சற்றுநேரம் பார்த்தது. பிறகு, 'எறும்பு நண்பா, நானும் கொஞ்சம் அந்த தானியத்தில் கொறித்துக் கொள்கிறேனே?' என்று கேட்டது.

எறும்பு, வெட்டுக்கிளியை மேலும்கீழும் பார்த்தது. 'சென்ற கோடைகாலம் முழுவதும் நீ என்ன செய்துகொண்டிருந்தாய்?' என்று அறைவது போலக் கேட்டது.

'காலைமுதல் இரவுவரை பாடிக்கொண்டிருந்தேன்' என்று கூறியது வெட்டுக்கிளி.

'நல்லது' என்றது எறும்பு. அதன் முகத்தில் ஒரு மெல்லிய புன்முறுவல் படர்ந்தது. 'கோடைகாலம் முழுவதும் பாடினாய் அல்லவா? இப்போது மழைக்காலம் முழுவதும் நாட்டியமாடு.'
இதன் கருத்தை நாம்தான் வருவித்துக்கொள்ளவேண்டும் என்பதைச் சொல்லத் தேவையில்லை.

நாடகநோக்குநிலையில்தான் வேகமும் விறுவிறுப்பும் அதிகம். செயல்பாடும் அதிகம். மேலும் அது வாசகர்கள் தாங்களாகவே கதைக்கான விளக்கத்தை உருவாக்கிக் கொள்ளவும் வழிவகுக்கிறது. அது வெளிப்படையாகக் காணப்படுகின்ற விஷயங்களை மட்டுமே, புறச் செயல்கள், உரையாடல்கள் போன்றவற்றை மட்டுமே சார்ந்திருக்க முடியும். ஆசிரியருடைய விளக்கத்துக்குச் சற்றும் இதில் வாய்ப்பேயில்லை.

இதன் ஓர் உட்பிரிவு, கள்ளமற்ற பார்வை என்பது. கதை ஒரு குழந்தையின் பார்வையில் சொல்லப்படுவது. நாடக நோக்குநிலையை விட இது மிகவும் கடினமானது. ஏனெனில் பார்வையாளன் தன்னை ஒரு குழந்தையாக பாவித்துக் கொள்ளவேண்டும். ஒரு குழந்தைக்கான அறிவு, உணர்ச்சி நோக்கில்தான் சம்பவங்களை அவன் பார்க்க முடியும்.

இவை அனைத்தையும் சுருக்கிச் சொன்னால், நோக்குநிலைகள் பின்வருமாறு அமையும்.

1. சர்வஞான நோக்குநிலை.
2. வரையறுத்த படர்க்கை நோக்குநிலை.
   அ. முக்கியக் கதாபாத்திரம் சொல்லுதல்.
   ஆ. சிறுபாத்திரம் ஒருவர் சொல்லுதல்.
3. தன்மை நோக்குநிலை.
   அ. முக்கியக் கதாபாத்திரம் சொல்லுதல்.
   ஆ. சிறுபாத்திரம் ஒருவர் சொல்லுதல்.

இ. நனவோடை

ஈ. உள்மனப் பேச்சு

4. புறவய நோக்குநிலை அல்லது நாடக நோக்குநிலை.

ஒவ்வொரு நோக்குநிலைக்கும் அதுஅதற்கான சாதகங்கள், பாதகங்கள், தனித்த பயன்பாடுகள் ஆகியவை இருக்கின்றன. எதனைப் பயன் படுத்துவது என்பது கதைப் பொருளையும், ஆசிரியரின் நோக்கத்தையும் பொறுத்து அமையும். தன் நோக்கத்திற்கேற்ப எவ்வளவு திறம்படக் கதைப்பொருளைப் பயன்படுத்தமுடியுமோ அந்த அளவு பயன்படுத்துவதற்கு வாய்ப்பாக இருக்கின்ற நோக்கு நிலையை ஆசிரியர் பயன்படுத்தவேண்டும்.

ஷெர்லாக் ஹோம்ஸின் கதைகளை ஆர்தர் கானன் டாயில் சொல்லும்முறை நோக்குநிலையைத் திறம்பட ஆசிரியர்கள் கையாளுவதற்கு மிகச் சிறந்த சான்று. பெரும்பான்மைக் கதைகள் ஹோம்ஸின் நண்பரான டாக்டர் வாட்சனின் பார்வையிலிருந்து சொல்லப்படுகின்றன. எனவே வாசகர் எந்த அளவு முடியுமோ அந்த அளவு இருட்டில் வைக்கமுடியுமோ அந்த அளவு இருட்டில் வைக்கப்படுகிறார். பிறகு திடீரென கதைப்புதிர்கள் வெளிச்சத்துக்கு வருகின்றன. வாசகர் ஹோம்ஸின் துப்புத்துலக்கும் திறமைகளை அறிந்து வியப்படைகிறார். ஆனால், குற்றமும் தண்டனையும் கதையில் தாஸ்தாயேவ்ஸ்கியின் நோக்கம் துப்புத்துலக்குவது அல்ல. மாறாக, உயிரைப் பறிப்பதில் ஒரு மானிட ஆத்மாவுக்கு ஏற்படும் அறப் போராட்டமும், உளவியல் நிகழ்வுகளுமே அவருக்கு முக்கியமானவை என்பதால், உணர்வுக்கூர்மையும் அறிவுக்கூர்மையும் கொண்ட ஒரு கொலைகாரனின் பார்வையிலிருந்தே கதையை அவரால் நடத்திச் செல்ல முடிகிறது.

வாசகரின் நோக்கில், கதையைப் புரிந்துகொள்ளவும், மதிப்பிடவும் நோக்குநிலை மிக முக்கியமானது. முதலில், கதைச் சம்பவங்களின் விளக்கவுரைகள், ஆசிரியரால் அளிக்கப்படுகின்றனவா, அல்லது வேறுஏதேனும் கதாபாத்திரத்தினால் அளிக்கப்படுகின்றனவா என்பதை அறிவது முக்கியம். கதாபாத்திரங்கள் விளக்குவதாக இருப்பின், அந்தக் கதாபாத்திரத்தின் ஆளுமையும் மனநிலையும் எவ்விதம் விளக்கங்களைப் பாதிக்கும் என்பதையும் கணக்கில் கொள்ளவேண்டும். மேலும் விளக்கமளிக்கும் கதாபாத்திரம் கூர்மையானவரா இல்லையா, நம்பகத்தன்மை கொண்டவரா இல்லையா போன்ற கேள்விகளையும் எழுப்பிக்கொள்ள வேண்டும்.

நோக்குநிலை மாறும்போது கதையின் நோக்கம் மாறிவிடும். உதாரணமாக, பிற நோக்குநிலைகளில் சொல்லப்பட்டபோது, எறும்பு உயர்வாக மதிக்கப்பட வாய்ப்பிருக்கிறது. உழைப்பையும் சேமிப்பையும் உயர்வாக மதிக்கும் சமுதாயத்தில் அல்லவா நாம் வாழ்கிறோம்? ஆனால் தன்மை நோக்குநிலையில் சொல்லப்படும் போது, வெட்டுக்கிளி வாசகரின் பரிவைத் தன்பக்கம் இழுத்துக் கொள்கிறது: இந்த நோக்குநிலை கதைக்கு வேறு ஒரு பரிமாணத்தையும் கொண்டுவரமுனைகிறது. பாடுபவன் ஆடுபவன் எல்லாம் கலைஞர்களே அல்லவா? எனவே உழைப்பாளி எறும்புக்கு எதிராக, சமூகத்தினால் பரிவோடு கவனிக்கப்பட வேண்டிய ஒரு கலைஞனாக வெட்டுக்கிளி ஆகிறது.

உழைப்பின் காரணமாகச் சேமித்தாலும், அதில் ஒரு தானியத்தையும் ஒரு கலைஞனுக்கு வழங்க மறுக்கும் கருமியாக எறும்பு தோற்றம் கொள்கிறது. ஆகவே எந்த நோக்குநிலையை, யார் சார்பான நோக்குநிலையைத் தேர்ந்தெடுப்பது என்பதை ஆசிரியர் மிக சிரத்தையுடன் முடிவு செய்யவேண்டும். தொழிலாளருக்கும் முதலாளிக்கும் நடக்கும் போராட்டம் ஒன்றை விவரிக்கும் ஆசிரியர், கவனக்குறைவாக நோக்குநிலையைத் தேர்ந்தெடுத்தால், வாசகரின் பரிவு எதிர்ப்பக்கம் போய்விடும் வாய்ப்பு அதிகம், ஆசிரியரின் நோக்கம் நிறைவேறாது.

நோக்குநிலையைப் பொறுத்தவரை, ஒரு வணிகக் கதையில் கூட சரியான நோக்கு நிலையில் கதை அளிக்கப்பட வேண்டும் என்று கேட்கும் உரிமை வாசகர்களுக்கு இருக்கிறது. நாம் எந்தப் பாத்திரத்தின் வாயிலாக அவர் உணர்ச்சிகளையும் சிந்தனைகளையும் காண்பதற்கு அனுமதிக்கப்படுகிறோமோ, அவர் மிக முக்கியமான தகவல்களைத் தராமல் ஒளித்துவைக்கும்போது நாம் ஏமாற்றப்படும் உணர்வை அடைகிறோம். உதாரணமாக, ஒரு குற்றக்கதையின் மர்ம முடிச்சை நாம் அவிழ்க்கவேண்டுமானால், துப்பறிபவருக்குத் தெரியக்கூடிய அனைத்து விஷயங்களும் வாசகருக்கும் தெரியவேண்டும். இல்லை யென்றால் கதை சரியில்லை என்ற உணர்வுதான் ஏற்படும்.

கடைசியாக, ஓர் ஆசிரியர் தமது நோக்குநிலையைக் கையாளும் போது அதில் மாற்றத்தை ஏற்படுத்தக்கூடாது. சிறுகதையில் இப்படிச் செய்யும் வாய்ப்பு குறைவு. நாவலில் ஒவ்வொரு அத்தியாயமும் ஒவ்வொருவர் நோக்குநிலையிலிருந்து சொல்லப்பட வாய்ப்பு இருக்கிறது, அல்லது அடிக்கடி நோக்குநிலையை மாற்றுவதற்கான

வாய்ப்பிருக்கிறது. நோக்குநிலையை மாற்றினால் தகுந்த காரணத் திற்காகவே மாற்ற வேண்டும்.

மௌனியின் 'மனக்கோட்டை' கதையை வாசகர்கள் ஊன்றிப் படித்துப்பார்க்கவும். (கதை பல பக்கங்கள் செல்லக்கூடியது என்பதால் இங்கே அதைத் தரவில்லை.) அதன்பிறகு கீழே தரப்படும் கேள்வி களுக்கு விடையளிக்க முயற்சி செய்யவும்.

1. மனக்கோட்டை கதை எவ்வித நோக்குநிலையைக் கையாளுகிறது? அந்த நோக்குநிலை ஒரேமாதிரியாகத் தொடர்ந்து கையாளப்படுகிறதா, அன்றி மாற்றங்கள் உள்ளனவா? நோக்கு நிலை மாற்றம் இருப்பின் அது நியாயப்படுத்தப்படக் கூடியதா?

2. மௌனி தேர்ந்தெடுத்த நோக்குநிலையில் என்ன ஆதாயங்கள் உள்ளன? கதையின் நோக்கம் பற்றி அது ஏதேனும் குறிப்பினை உள்ளடக்கியிருக்கிறதா?

3. நோக்குநிலை ஒரு கதாபாத்திரத்தினுடையது என்றால், கதையின் விளக்கத்தை, சம்பவங்களின், பிற பாத்திரங்களின் விளக்கங்களை பாதிக்கும் அளவிற்கு அந்தக் கதாபாத்திரத்திற்கு ஏதேனும் வரையறைகள், குறைகள் உள்ளனவா?

4. நோக்குநிலையை மௌனி முதன்மையாக வெளிச்சமளிப்பதற் காகக் கையாளுகின்றாரா, மறைப்பதற்குக் கையாளுகின்றாரா? மையமான கதாபாத்திரத்திற்குத் தெரிந்த முக்கியமான விஷயம் எதையேனும் நியாயமின்றி ஒளித்து வைக்கிறாரா? அல்லது அது வெளிப்படுவதை ஒத்திப்போடுகிறாரா?

கடைசியாக, கதையிலிருந்து எவ்வளவு தொலைவில் ஆசிரியர் தன்னை வைத்துக்கொள்கிறார் என்பதையும் நோக்குநிலை காட்டுகிறது. கதைப்பொருளைக் காண்பதற்கான ஒரு வழிமுறை அது. ஆசிரியர் கையாளும் நோக்குநிலை, வாசகரையும் ஆசிரியர் வழியே பார்க்க வைக்கிறது. பொதுவாகப் படர்க்கை நோக்குநிலைகள் மிக வலுவான ஆசிரிய எடுத்துரைப்புக் குரல்களைக் கொண்டிருப்பதைக் காணலாம். அவை கதையைச் சொல்லவும் செய்கின்றன, காட்டவும் செய்கின்றன.

இன்றைக்குச் சிறந்த எழுத்தாளர்கள் பலரால் எழுதப்படும் கதைகள் கடினமான நோக்குநிலைகள் கொண்டவை. இவற்றில் ஆசிரியர், தானே கதைக்கு வடிவம் தந்து, தகவல்களைத்தந்து,

நோக்குநிலை ✤ 97

பொருள்களை நகர்த்தி, கதாப்பாத்திரம் தன்னை வெளிப் படுத்துவதைவிட அதிகமாக வெளிப்படுத்த வேண்டும். தன்மைக் கூற்றில் சொல்லும் போது கதைசொல்லி நம்பக்கூடியவரா, நம்பத் தகாதவரா என்பதை வெளிப்படுத்துவது சற்றே கடினம். அதை முன்னரே முடிவுசெய்து அதற்கேற்ப எழுதவேண்டும்.

ஆரம்ப மாணவர்கள் நோக்குநிலையைக் கண்டுபிடிக்கத் திண்டாடுவதைப் பார்த்திருக்கிறேன். அதற்காகச் சில குறிப்புகளைக் கொடுத்து இந்த இயலை முடிக்கலாம்.

1. முதலில் கதை படர்க்கையில் சொல்லப்படுகிறதா, தன்மையில் சொல்லப்படுகிறதா என்பதைப் பாருங்கள். இது எளிய விஷயம்.

2. இரண்டாவது, கதையின் முக்கியக் கதாபாத்திரம்—அதாவது கதையில் பங்கேற்பவர் சொல்கிறாரா, அவ்வளவாகப் பங்கேற்காத சிறு பாத்திரமோ பார்வையாளரோ சொல்கிறாரா என்பதையும் பாருங்கள். இதுவும் எளியதுதான்.

3. அடுத்து, பல கதாபாத்திரங்களுடைய சிந்தனைகள் உணர்வுகள் கருத்துகள் ஆசிரியரால் சொல்லப்படுகின்றனவா என்பதைக் காணவேண்டும். அப்படியிருந்தால், சர்வஞான நோக்கு நிலைதான்.

4. வரையறுத்த படர்க்கை நோக்குநிலையையும் நாடக நோக்கு நிலையையும் வேறுபடுத்துவது தான் சற்றே கடினமானது. படர்க்கையில் சொல்லப்பட்டாலும் எவரேனும் ஒருவரது எண்ணங்கள் உணர்ச்சிகள் மட்டும் சொல்லப்பட்டால் அது வரையறுத்த படர்க்கை நோக்கு நிலை. வெறுமனே நம் கண்ணில் படுகின்ற, காதில் விழுகின்ற விஷயங்கள் மட்டுமே சொல்லப்பட்டால் அது நாடக நோக்குநிலை.

9
உணர்ச்சி வெளிப்பாடு

வாழ்க்கை விளக்க இலக்கியம், வாசகருக்குச் சிறப்பான, குறிப்பிடத் தக்க, அதனால் பலகாலம் நீடித்திருக்கக்கூடிய ஆழ்நோக்குகளை வழங்குகிறது. இந்த ஆழ்நோக்குகள் அறிவார்த்தமான புரிந்து கொள்ளலைத் தாண்டியவை என்றும் அதீதமான தன்மைகளைக் கொண்டவை என்றும் சிலர் கூறுகின்றனர். உன்னத மன எழுச்சியிலிருந்து பிறப்பது இலக்கியம் என்பவர்கள் அவ்விதம் கூறி ஏமாற்றலாம். ஆனால் நாம் வாழ்க்கையின் அறிவார்த்த தளத்திலேயே ஆழ்நோக்குகளைக் காணஇயலும். நமக்கு வெளிச்சங்கள் கிடைக்க இயலும். புனைகதைகள், மனிதர்களுக்கு 'உணர்ந்து பெற்ற ஆழ்நோக்குகளை' அளிப்பதனால்—(இவற்றை 'வாழ்ந்து பெற்ற அனுபவங்கள்' என்றும் சொல்வார்கள்—ஆனால் உணர்ந்து பெற்ற என்பதே சரியானது)—இலக்கியங்கள் தங்களுக்கெனத் தனித்த மதிப்பினையும் கௌரவத்தையும் பெறுகின்றன. புரிந்துகொள்ளலை வளமாக்கக்கூடிய புலனுணர்வு சார்ந்த, உணர்வு சார்ந்த அறிதலை எழுப்புவதனால் அவற்றின் திறன் மிகுதியாகிறது. இதுதான் பிற சொல்லாடல்களிலிருந்து கற்பனைசார்ந்த இலக்கியத்தை வேறுபடுத்துகிறது.

வெற்றிகரமாகப் புனையப்பட்ட கதைகள் யாவும் வாசகர்களிடம் உணர்வுகளை எழுப்புகின்றன. உணர்வுகள் (எமோஷன்கள்) நாம் எப்படி வாழ்ந்தோம், வாழ்கிறோம் என்பதைச் சொல்பவை. உணர்ச்சிகள் (ஃபீலிங்ஸ்) அவ்வப்போது எழுந்து மறைபவை, நாம் எவற்றை வெறுக்கிறோம், விரும்புகிறோம் என்று சொல்பவை. உதாரணமாக, காதல் என்பது உணர்வு; காமம் என்பது உணர்ச்சி. திருப்தியாக மனநிறைவோடிருப்பது என்பது ஓர் உணர்வு. உற்சாகம் என்பது உணர்ச்சி. உணர்ச்சி என்பது அப்போதைய மனயெழுச்சி சார்ந்தது; உணர்வு என்பது ஓரளவு நிலையானது. மகிழ்ச்சி

(happiness) என்பது உணர்வு—களிப்பு (joy) என்பது உணர்ச்சி. உணர்வுகள், நெடுநாளைய இருப்பினை நோக்கியவை, உணர்ச்சிகள் அப்போதைய இருப்பினை நோக்கியவை. உணர்வுகள், எதிர்கால இருப்பு பற்றிய கவலைகளை எழுப்பி ஆயத்தப்படுத்துகின்றன. உணர்ச்சிகள், உடனடி ஆபத்துகளை எதிர்கொள்ளத் தயார் செய்கின்றன. கசப்பு என்பது ஓர் உணர்வு, கோபம் என்பது உணர்ச்சி. கவலை என்பது உணர்வு, பயம் என்பது உணர்ச்சி.

சாகசக் கதைகள்கூட பயம், மனவெழுச்சி, ஆர்வம், கவலை, களிப்பு, வியப்பு ஆகியவற்றை எழுப்பவல்லவை. சில கதைகள் நம்மைச் சிரிக்கவைக்கின்றன. சில நமக்கு அதிர்ச்சியையும் பயத்தையும் அளிக்கின்றன. சில அழவைக்கின்றன. நமது உணர்வு சார்ந்த வாழ்க்கையை வளப்படுத்தவும் விரிவுபடுத்தவும் செய்வதால் தான் நாம் கலைகளை மதிக்கிறோம். உண்மை வாழ்க்கையில் தங்கள் சொந்தத் தாயாருக்காக அழாதவர்கள்கூட, சிவகாமியின் சபதத்தைப் படித்துவிட்டு சிவகாமிக்காக அழுதேன் என்பார்கள்; அல்லது, சாரதா திரைப்படத்தைப் பார்த்துவிட்டு அந்தக் கதாபாத்திரத் திற்காக அழுதேன் என்பார்கள். எனது வாழ்க்கையிலேயே பாசமலர், சாரதா போன்ற திரைப்படங்களைப் பார்த்தவர்கள்—குறிப்பாகத் தாய்மார்கள்—அழுது கண்ணீர்விட்டதைப் பார்த்திருக்கிறேன்.

கதை நமக்குக் குறிப்பிடத்தக்க ஒன்றாக அமையவேண்டுமானால், உணர்ச்சியை அது நேராகக் கையாளக்கூடாது. மறைமுகமாகவே எழுப்ப வேண்டும். இலக்கியக்கலை பற்றி நூல்கள் எழுதிய அ. ச. ஞானசம்பந்தன், மு. வரதராசன் போன்றோர் இலக்கியத்தின் இன்றியமையாப் பண்பாக முதலில் உணர்ச்சி என்பதைக் குறிப்பிட்டுள்ளனர். இது தவறு, முற்றிலும் தவறு. ஏனென்றால் ஒரு தலைமுறைத் தமிழ் மாணவர்கள் தவறான முறையில் இலக்கியக் கல்விபெற இது காரணமாகிவிட்டது. உணர்ச்சிதான் கலைக்கு முக்கியமானது என்று கூறிய அதே மு. வரதராசனார் மிகவும் போற்றிய இலக்கியம் தாயுமானவர் பாடல்கள் என்பது ஒரு முரண். தாயுமானவர் பாடல்களில் உணர்ச்சி அறவே கிடையாது, அது ஓர் அறிவிலக்கியம் என்பதைப் படித்தவர்கள் அறிவார்கள்.

தாயுமானவர் பாடல்கள் போன்ற இலக்கியங்களும் காளமேகப் புலவர், ஔவையார் போன்ற கவிஞர்களின் தனிப்பாடல்களும் இலக்கியம் வெறும் உணர்ச்சி சார்ந்த ஒன்று அல்ல என்பதை எளிதில் உணர்த்த வல்லவை.

உணர்ச்சி உணர்ச்சிக்காக அல்ல. அது ஓர் ஆழ்நோக்கினை அளிக்கவேண்டும். ஓர் அனுபவத்தை மெய்யாகப் படைக்க முனைவது தான் இலக்கியப் படைப்பாளியின் செயல். அதிலிருந்து தானாகவே உணர்ச்சி எழுந்து இயல்பாக வருவதுபோலத் தோன்ற வேண்டும்.

ஒரு கலைஞன் ஒரு கதையைக் கட்டமைக்கிறான். விவேகம் பெற்றவனாக இருந்தால், அவன் தான் உருவாக்கும் சம்பவங்களுக்கு ஏற்றமாதிரியாகச் சிந்தனைகளை இணைக்க மாட்டான். ஆனால் ஆழ்ந்த கவனத்தோடு ஒரு தனித்த ஒருமையான விளைவினை உருவாக்க முனைந்திருப்பதால், இந்த முன்சிந்தித்த விளைவை நிறுவுவதற்கு உதவக்கூடிய சம்பவங்களைத் தேர்ந்தெடுத்து இணைக்க முனைகிறான்.

அவனுடைய ஆரம்ப வாக்கியமே இந்த விளைவை நோக்கிச் செலுத்துவதாக இருக்க வேண்டும். இல்லையென்றால் தனது முதற்படியிலேயே தோல்வியடைந்துவிட்டான் என்று அர்த்தம். முன்திட்டமிடப்பட்ட வடிவமைப்புக்கு உதவாததாக ஒரு வார்த்தைகூட நேரடியாகவோ மறைமுகமாகவோ அமைந்து விடலாகாது.

இது சிறுகதை மன்னரான எட்கர் ஆலன் போவின் கூற்று. சிறுகதையைத் தனித்த வடிவமாக நோக்கி ஆராய்ந்த முதன்முதல் விவாதங்களில் ஒன்று என்ற விதத்தில் முக்கியமானது இது. விமரிசனபூர்வமாகவும் இது முக்கியமானது. ஏனென்றால், சிறுகதைக்கு மட்டுமல்ல, எல்லாக் கதைகளுக்குமே, எல்லாக் கலைகளுக்குமே கலைஒருமை வேண்டும் என்பதை இங்கே ஆலன் போ வலியுறுத்துகிறார். அதாவது கதையின் எல்லாக் கூறுகளும் விஷயங்களும் ஒருங்கிணைவோடு ஒட்டுமொத்த வடிவமைப்புக்கு உதவவேண்டும் என்கிறார். மேலும் இதில் தனித்த, முன்திட்டமிட்ட விளைவைக் கதையின் வாயிலாக உருவாக்குவது பற்றியும் பேசுகிறார். மிகச் சிறந்த அறிவுரை இது.

ஒரு நல்ல எழுத்தாளர் வாழ்க்கையை விளக்க முனைபவர். அவர் ஒரு நல்ல நடிகரைப் போல, ஓர் அனுபவத்திற்கும் இரசிகர்களுக்கும் இடையில் நிற்கிறார். நடிகர் தனது இரசிகர்கள்மீது அக்கறை கொள்ளத்தான் வேண்டும். ஆனால் அதேசமயம், அவர் தனது பாத்திரத்தை வெளிப்படுத்துவதற்கான சிந்தனைகள், உணர்ச்சிகளில் மூழ்கியிருக்கவேண்டுமே தவிர சற்றைக்கொருமுறை இரசிகர்கள்

தனக்குக் கை தட்டுகிறார்களா தனது நடிப்பை வரவேற்கிறார்களா என்று கடைக்கண்ணால் பார்த்துக் கொண்டிருக்கக்கூடாது. (அல்லது பத்திரிகைகளில் அதைப்பற்றிய செய்தி வருகிறதா என்று காத்திருக்கக் கூடாது.) தனக்கு அளிக்கப்பட்ட எழுத்துப்பிரதியில் நடிப்பினைத் தேடாமல், வாசகர்களின் உணர்ச்சியில் அதைத் தேடுபவர் போலியாகி விடுகிறார். விளைவுகளை அல்லது பயனை எதிர்நோக்கி மிகைப் படுத்தவோ தவறாக நடிக்கவோ முற்பட்டுவிடுகிறார்.

தமிழ்த் திரைப்படங்களில் நல்ல நட்சத்திர நடிகர்களே கிடையாது என்பது வெளிப்படை. காரணம், தங்களுக்கேற்ற பாத்திரங்களை, கதைகளை அவர்கள் உருவாக்குகிறார்களே அன்றி, அசலான கதைகளின் பாத்திரங்களுக்கேற்ப அவர்கள் நடிப்பதில்லை. இது போன நூற்றாண்டின் அறுபதுகள் முதலாக உருவாகிவிட்ட நோய்.

எழுத்தாளரும் அதுபோல வாசகரிடம் என்ன விளைவினை உருவாக்க வேண்டும் என்பதற்கு மிதமிஞ்சிய முக்கியத்துவம் அளித்தால், அவர் தமது விஷயத்தைக் 'கையாளத்' தொடங்கிவிடுகிறார் (manipulates his material). வாசக விளைவுகளுக்காக வேண்டி போலியான உத்திகளைப் பயன்படுத்தத் தொடங்கிவிடுகிறார். இதிலிருந்து நல்ல கலைஞர்களும் தப்பிப்பதில்லை. இருபதாம் நூற்றாண்டில் பாரதிக்கு அடுத்தபடி 'சொற்கள் கைகட்டி ஏவல் செய்த' கலைஞனாகிய கண்ணதாசனுக்கும் இது நேர்ந்தது. வாசகர்களின் வாராந்திரப் பாராட்டையே எதிர்நோக்கி எழுதிய சுஜாதாவும் இப்படித்தான் ஆனார். அதனால் தப்பிப்புப் படைப்புகளையே படைத்தவர்களாக அவர்கள் மாறிப்போனார்கள்.

நேரடியாகவே உணர்ச்சி தூண்டப்படுவதைப் பல வாசகர்கள் விரும்புகிறார்கள் என்பதில் சந்தேகமில்லை. சில கலை வடிவங்களில் ஒருவேளை, அது கள்ளமற்றதாக, மகிழ்ச்சிதருவதாக இருக்க இயலும். நல்ல நகைச்சுவையைக் கேட்ட எவரும் நன்கு சிரிப்பார்கள். மகிழ்ச்சியடைவார்கள். இதில் இனிமையும் தீங்கற்ற தன்மையும் இருக்கின்றன. ஆனால், நகைச்சுவைக்காகவே எழுதப்படும் நகைச் சுவைக்கும், வாழ்க்கை அனுபவத்தைக் கதாசிரியர் பார்க்கின்ற கோணத்திலிருந்து இயல்பாகப் பிறக்கின்ற நகைச்சுவைக்கும் வித்தியாசம் இருக்கிறது. கல்கி, தேவன் போன்றோர் நகைச்சுவை எழுத்துகளுக்கும் தீவிர எழுத்தாளர்கள் எழுத்துகளுக்குமான வித்தியாசம் இதுதான்.

பேய்க்கதைகள் முதுகுத்தண்டினைச் சில்லிட வைப்பதை நம்மில் பலர் விரும்புகிறோம். அதற்காகவே டிராகுலா போன்ற பேய்கதைகளைப் படிக்கிறோம். திரைப்படங்களாகப் பார்க்கிறோம். ஆனால் அதைவிட ஷேக்ஸ்பியரின் கதாபாத்திரங்களான மாக்பெத் அல்லது ஒதெல்லோ போன்றவர்களின் இரத்த வெறி தரும் சில்லிப்பு மிகத் தரம்வாய்ந்தது. டிராகுலா, ஓமன் போன்ற கதைகளில் முதுகுத் தண்டைச் சில்லிட வைப்பது மட்டுமே ஆசிரியர் நோக்கம். ஆனால் ஷேக்ஸ்பியரின் நாடகங்களில் வாழ்க்கை பற்றிய விளக்கத்திற்கு அது உதவுகிறது. டிராகுலா போன்ற கதைகளில் எப்போதும் ஒரு யதார்த்தமற்ற தன்மை உலவிக்கொண்டே இருக்கிறது. எங்கு பார்த்தாலும் ஓநாய்கள், இரத்தத்தைக் குடிக்கும் பேய்கள், இப்படியாக. ஆனால் ஷேக்ஸ்பியர் நாடகங்கள் வெளிப்படுத்துவது போல, யதார்த்தமே பலசமயங்களில் நம்மை அச்சுறுத்துவதாக இருக்கிறது.

டிராகுலா மாதிரிக் கதைகளைப் படிக்கவேண்டாம் என்று நான் கூறவில்லை. இவை போன்ற கதைகளைப் படிப்பதில் தவறில்லை. வெறும் பயத்தையோ, சிரிப்பையோ வருவிப்பதற்காக எழுதும் கதைகள் தீங்கற்றவை. கொஞ்சம் நேரத்தைக் கவலையில்லாமல் போக்குவது என்பதற்குமேல் அவற்றில் வேறெந்த எதிர்பார்ப்பும் கிடையாது. ஆனால் கண்ணீரை வருவிக்கும் கதைகள் அவ்வாறல்ல. அவை 'வாழ்க்கையைப் பற்றி நான் தீவிரமாக உணர்த்த முன்வருகிறேன்' என்று சொல்லாமல் சொல்கின்றன. அகிலனின் பாவை விளக்கோ, சித்திரப்பாவையோ இப்படிப்பட்ட கதைகள்தாம். இவை ஏமாற்றுகின்றன. போலி உணர்ச்சியை எழுப்ப முனைகின்றன. இவற்றில் உண்மை இல்லை. அதனால் சுந்தர ராமசாமி இப்படிப்பட்ட கதைகள் அசட்டுணர்ச்சி மிக்கவை என்று சாடினார்.

சான்றாக அகிலனின் எழுத்துகளை—சித்திரப் பாவை, பாவை விளக்கு, வேங்கையின் மைந்தன் போன்றவற்றைப் படிப்பவர்க்கு எவ்வளவு அசட்டுத்தனமாக உணர்ச்சியைக் கையாள்கிறார் என்பது புரியும். பாத்திரங்கள்—குறிப்பாகப் பெண்கள், அழுவார்கள், சிரிப்பார்கள், கலங்கவும் வைப்பார்கள், ஆனால் எதற்கு என்றே தெரியாது. நா. பார்த்தசாரதியின் பொன்விலங்கு போன்ற படைப்புகளும் இப்படியே.

திரைப்பட உதாரணத்தால் விளக்கினால், நாம் இராம நாராயணன், விட்டலாச்சார்யா கதைகளைப் பற்றிக் கவலைப்பட வேண்டிய

உணர்ச்சி வெளிப்பாடு ✱ 103

தில்லை. அவற்றில் யானை குளிர்கண்ணாடி போட்டுக்கொண்டுப் பந்தாடும், பேய்கள் வெள்ளைத்துணிக்கட்டு போட்டுக்கொண்டு குதிக்கும். அவை அத்தனையும் பொய் என்பது நமக்குத் தெரியும். ஆனால் பிரபல கதாநாயகர்கள் நடித்த படங்களைப் பற்றியோ, பாலச்சந்தர், பாரதிராஜா, மணிரத்னம் போன்ற பிரபல இயக்குநர்கள் படங்களைப் பற்றியோ நாம் எச்சரிக்கையாக இருக்கவேண்டும். மிக உன்னதமான உண்மைகளைச் சொல்வதுபோல அவை வாழ்க்கை பற்றிய வக்கிரமான நோக்குகளைப் பரப்பலாம். தீவிரமாக மதக்கலவரத்தைப் பற்றிச் சொல்லும் நோக்கில் அவை குறிப்பிட்ட மதம் சார்ந்த நோக்குகளை முன்வைக்கலாம். யதார்த்தத்தைக் காண்பிப்பதுபோல, அவை மக்களை ஏமாற்றலாம்.

தேவைக்கு அதிகமான உணர்ச்சியை நேரடியாகத் தூண்டும் வகையில் எழுதப்படும் தன்மைக்கு மிகை உணர்ச்சி என்று பெயர். மிகை உணர்ச்சியைப் போலி உணர்ச்சி, அசட்டுணர்ச்சி என்றும் சொல்வதுண்டு. மிகை உணர்ச்சி, நேர்மையான உணர்ச்சி அல்ல. நிஜமான வகையில் உணர்ச்சிகளைக் கையாளுவதிலிருந்து அது மாறுபட்டது. ஒரு குறிப்பிட்ட சுயநலம் சார்ந்த பயனை எதிர்நோக்கித் தவறாகக் கையாளப்படும் உணர்ச்சி அது. பெரும்பாலும் வாசக வரவேற்பை அவை எதிர்நோக்குகின்றன.

விளம்பரங்களும் இதற்கு விதிவிலக்கல்ல. அநேகமாக 90 சதவீதம் விளம்பரங்கள் மிகையுணர்ச்சியையே சார்ந்திருக்கின்றன. உதாரணமாக, ஒரு நடிகை ஒரு குறிப்பிட்ட பிராண்ட் எண்ணெய்ப் பாக்கெட்டுக்கு முத்தம் கொடுத்து என் செல்லம் என்றெல்லாம் கொஞ்சுகிறார். அந்த அம்மையார் தன் வாழ்நாளில் தன் சொந்தக் குழந்தையையே இப்படிக் கொஞ்சியிருப்பாரா என்பது சந்தேகம்தான்.

நேர்மையான உணர்ச்சி, ஒரு கதாபாத்திரத்தைப் போலவே, மறைமுகமாக உருவம் பெறவேண்டும். நாடகப்படுத்தப்பட வேண்டும். உணர்ச்சியை வருணிக்கும் வார்த்தைகள் அதில் இடம்பெறலாகாது. 'அவன் கடுங்கோபம் கொண்டான்', 'கரை காணாத் துன்பம் அடைந்தான்', 'இதயமே வெடித்துவிடும் போலிருந்தது', போன்ற வார்த்தைகளைப் பயன்படுத்தி எழுதிவிட்டுச் சிலர் உணர்ச்சியை வெளிப்படுத்திவிட்டோம் என்கிறார்கள். 'அவன் விழுந்து விழுந்து சிரித்தான்' என்று எழுதிவிட்டால் நாம் சிரிப்போமா? நமது நகைச்சுவை உணர்வு பிரதியிலுள்ள சொற்களால் தூண்டப்பட வேண்டும். அப்போதுதான் சிரிப்போம். அதுபோலத்தான் 'அவன்

இதயம் வெடித்துவிடும் போல அழுதான்' என்றால் நாம் ஏன் வருத்தப்பட வேண்டும்? நமது அவல உணர்ச்சி அந்தக் குறிப்பிட்ட சூழ்நிலையால் தான் தூண்டப்படவேண்டும்.

மிகையுணர்ச்சியைக் கையாள்பவர், சூழ்நிலையைப் பயன்படுத்தி நாடகப்படுத்துவதற்கு மாறாக, வார்த்தைகளாலேயே அந்த வேலையைச் செய்யமுற்படுகிறார். செங்கற்களைப் பயன்படுத்திக் கட்டடம் கட்டுவதற்கு மாறாக வார்த்தைக் கட்டடம் கட்டுகிறார். கதையைப் பற்றிய கருத்துரைகளை வழங்க முற்படுகிறார். தேவையற்ற உணர்ச்சி மிகுந்த வார்த்தைகளைப் பயன்படுத்துகிறார். தவறான விவரிப்புகளை அளிக்கிறார். அவை அனைத்தும் உண்மையை நோக்கி வாசகரைச் செலுத்துவதற்கு மாறாக, உணர்ச்சி விளைவை நோக்கிச் செலுத்துகின்றன. இம்மாதிரிக் கதைகளில் வில்லன் வில்லனாகவே இருக்கிறார். வீரப்பா, நம்பியார் போலக் கொடூரச் சிரிப்புடனும், கையில் ஒரு சாட்டையுடனும் எல்லாச் சமயத்திலும் தோன்றுகிறார். மனிதராக அவர் இல்லை. இவர்கள் எல்லாம் ஒற்றைப் பரிமாணக் கதாபாத்திரங்கள்.

மிகையுணர்ச்சியைக் கையாளும் எழுத்தாளர், கோட்டுப்(ஸ்டாக்) பாத்திரங்கள், ஒற்றைப்பரிமாணச் சூழல்கள், ஒற்றைப் பரிமாணக் கதைப்பொருள்கள் ஆகியவற்றைப் பயன்படுத்துவதிலிருந்து தப்ப முடியாது.

ஒற்றைப் பரிமாண (கோட்டு)ப் பாத்திரம் பற்றிப் பார்த்திருக் கிறோம். ஒற்றைப் பரிமாணச் சூழல், ஒற்றைப் பரிமாணக் கதைப்பொருள் என்றால் என்ன?

சில வாசகர்களுக்குச் சில குறிப்பிட்ட கருப்பொருள்கள், அல்லது கதைமாந்தர்கள் தன்னிச்சையாகவே ஒரு விளைவை—உணர்ச்சியை எழுப்ப வல்லனவாக இருக்கின்றன. உதாரணமாக, நாட்டுப்பற்று, மொழிப்பற்று, இளம் வாலிபக் காதல், கோயில் வழிபாடு போன்ற கருப்பொருள்கள் அவர்கள் உணர்ச்சியைத் தூண்டிவிடும், அன்னைமார்கள், பாட்டிகள், சிறுகுழந்தைகள் போன்ற கதாபாத்திரங்கள் அவர்கள் உணர்ச்சியை உடனே தூண்டுவர். ஒரு தாய்ப் பாத்திரம் தன் கையைக் கொக்கு போல வைத்துக்கொண்டால் போதும், உடனே பாதிக்கப்பட்டவள், பக்கவாதம் வந்தவள் என்று எண்ணிக் கண்ணீர் விடுவார்கள். அவளைக் கதாநாயகன் பல்விளக்கத் தூக்கிச் சென்றாலோ, அவனைப்போல உயர்ந்தவர்கள் கிடையாது

என்று முடிவு கட்டி ஓட்டும் போடத் தயாராகிவிடுவார்கள். இம்மாதிரி வாசகர்களுக்காக எழுதும் கதைகளில் கட்டாயம் வில்லன்கள் தோற்கடிக்கப் படுவார்கள், கவிதை-நீதி நிலைநாட்டப்படும். இனிய கண்ணீரை வருவிப்பதில் இந்த எழுத்தாளர்கள் கைதேர்ந்தவர்கள். அது கசப்புக் கண்ணீராக நிச்சயம் இருக்காது.

எல்லாம் நல்லவிதமே நடக்கும் என்ற முடிவை நோக்கிக் கதையைச் செலுத்தும்போது கதையின் மத்தியில் செயற்கையான கண்ணீர் வரவழைப்பதைத்தான் இனிய கண்ணீர் என்கிறோம். ஆனால் எல்லாம் நல்லவிதமாகவே வாழ்க்கையில் நடப்பதில்லையே? வாழ்க்கையில் எத்தனை எத்தனை சுனாமிகள், பூகம்பங்கள், வெள்ளங்கள், பஞ்சங்களைப் பார்க்கிறோம்? தமிழ்நாட்டுக் கதாநாயகர்கள், கதாநாயகிகளுக்காகக் கண்ணீர்விட்ட தாய்மார்கள், நிஜவாழ்க்கையில் எலிக்கறி தின்ற, பஞ்சத்தில் செத்துப்போன விவசாயிகளுக்காகக் கண்ணீர் விட்டிருப்பார்களா? நல்லவர்கள் நல்ல நிலையையே அடைவார்கள், கெட்டவர்கள் இறுதியில் தண்டனை அடைவார்கள் என்பதைக் கவிதைநீதி என்கிறோம். நிஜவாழ்க்கையில் கவிதைநீதிக்கு இடமில்லை. கவிதைநீதி சார்ந்த இனிய கண்ணீருக்கும் இடமில்லை.

முதிர்ச்சி பெற்ற வாசகர்களுக்கு உணர்ச்சிவிளைவு முக்கியமானது. ஆனால் எளிதில் அடையப்படுவதல்ல அது. அது கதையின் முக்கிய விளைவோ இறுதிப்பயனோ அல்ல. அது ஓர் உபவிளைவு தான். வாழ்க்கையின் சிக்கல்தன்மை, ஈரடித்தன்மை, முடிவற்ற பன்முகத் தன்மை ஆகியவற்றை எடுத்துக்காட்டுகின்ற நேர்மையான சூழல்களில் நேர்மையான கதாபாத்திரங்கள் செயல்படுவதால் அடையப்படுவது நேர்மையான உணர்ச்சி. ஆச்சரியக் குறிகளைப் பயன்படுத்துவதால் அடையப்படுவதல்ல அது. எழுத்தாளரின் சுயகட்டுப்பாட்டினால் அடையப்படுவது. நல்ல கலை தரக்கூடிய சிறந்த பரிசு.

மௌனி போன்ற போற்றப்படும் எழுத்தாளர் கதைகளிலும் மிகையுணர்ச்சி உண்டு. மௌனியின் 'எங்கிருந்தோ வந்தான்' கதையைப் படித்துப் பாருங்கள். மிகையுணர்ச்சிக் கூறுகள் தென் படுகின்றனவா என்று சொல்லுங்கள்.

ஜெயகாந்தனின் 'அக்கினிப் பிரவேசம்' 'யுகசந்தி' போன்ற கதைகளைப் படித்துப் பாருங்கள். அவற்றில் தென்படும் மிகையுணர்ச்சிக் கூறுகள் எவையென நோக்குங்கள். ஆனால் அதே

ஜெயகாந்தன், டிரெடில் கதையில் எவ்வளவு நேர்த்தியாக உணர்ச்சியைக் கையாண்டிருக்கிறார் என்பதையும் பாருங்கள்.

பாலகுமாரனின் சின்னச்சின்ன வட்டங்கள் கதையைப் படித்துப் பார்த்து அதில் தென்படும் மிகையுணர்ச்சிக் கூறுகள் எவையெனப் பாருங்கள். பொதுவாக பாலகுமாரன் கதைகள் வெற்றுணர்ச்சியைத் தூண்டுவதில் வல்லவை. குறிப்பிட்டதொரு உணர்ச்சிக்காகவே அல்லது உணர்ச்சி விளைவை ஏற்படுத்துவதற்காகவே கதாபாத்திரங்களைப் படைப்பதில் கைதேர்ந்தவர் அவர். அதனால் தரமான எழுத்தாளர்களில் ஒருவராக அவரை மதிக்க இயலவில்லை. வ.வே.சு. ஐயரின் அழேன் ழக்கே கதையைப் படித்துப்பாருங்கள். அதில் அவர் ஆங்காங்கு எழுதுகிறார்:

> தாய்நாட்டின் நலத்தோடு தன் குடும்பத்தின் சௌக்கியத்தைச் சீர்தூக்கிப் பார்த்து, குடும்பம் எவ்வாறு ஆயினும் ஆகுக, ஆகுக, நாட்டின் நலத்தைத்தான் முதலில் பார்க்கவேண்டும்...
>
> தாயினும் இனியதான ஜன்மபூமியில் அன்னியன் புகுந்து அட்டகாசம் செய்துகொண்டிருக்கையில், எந்த ஆண்பிள்ளையின் மனம்தான் துடிக்காமலிருக்கும்?...
>
> நாடு அந்நியன் வசம் ஸ்திரமாய்ப் போய்விட்டதானால் பிறகு நாமாவது, குடும்பமாவது?

ஆனால், இதே நாட்டில்தானே ஆங்கிலேயரிடம் கைகட்டிச் சேவகம் செய்த ஐசிஎஸ் அதிகாரிகளிலிருந்து சாதாரண கான்ஸ்டபில் வரை இருந்தார்கள்? அவ்வளவேன், தமது குருகுலத்தில் ஐயரே தனித்தனி பந்திகள் வெவ்வேறு ஜாதிகளுக்கென நடத்தவில்லையா? ஐயரின் கதைகள் புனைவிலக்கியம் சார்ந்த நீதிக்கதைகள். அவற்றில் மிகையுணர்ச்சி காணப்படுவதில் வியப்பில்லை. குளத்தங்கரை அரசமரம் கதையும் இப்படியானதுதான்.

தமிழ் இனத்தின் தலையாய பண்புகள் அதன் இலக்கியத்திலும் காணப்படுவதில் ஆச்சரியம் ஒன்றுமில்லையே? தமிழர்கள் பொதுவாகவே உணர்ச்சி வயப்படுபவர்களாகவும் பிறரது துன்பத்தில் பங்கேற்பவர்களாகவும் இருக்கிறார்கள் என்பதால் அவர்களின் இலக்கியங்களும் உணர்ச்சிப் பாங்கானவையாகவே இருப்பதில் ஆச்சரியமில்லை. அதனால் கதை இலக்கியத்திலும் உணர்ச்சி மிகுதியாகவே இருக்கிறது. 'வந்தாரை வாழவைக்கும் தமிழன்' போன்ற சொலவடைகளிலும் அதுதான் காணப்படுகிறது.

மிகையுணர்ச்சி அதிகமாக இருப்பதால் மிகையான சொற்கள், பாராட்டுகள் தமிழில் இயல்பாக இருக்கின்றன. உலகத்திலுள்ள தலைவர்களைப் பற்றி அறியாமலே சிலரைத் தமிழ் மேடைகளில் 'உலகப் பெருந்தலைவர்'களாக்கிவிடுவார்கள். அவர்களும் 'சாமி' வேஷம் முதலாகப் போட்டுக் கொண்டு வருவார்கள். ஜனாதிபதியைக் கூட 'மிஸ்டர் ஒபாமா' என்று அழைக்கும் பண்பு எங்கே, லோக்கல் வார்டு கவுன்சிலரைக் கூடப் 'பெருந்தலைவர் அவர்களே' என்று விளிக்கும் தமிழ் எங்கே? அண்மையில் ஓர் எழுத்தாளரின் கதை களைப் படிக்க நேர்ந்தது. 'உண்மை மனிதர்களின் கதைகள்' என்று அவர் தலைப்பிட்டிருந்தாலும் அநேகமாக எல்லாக் கதைகளுமே மிகையுணர்ச்சி கொண்டவையாகத்தான் இருந்தன.

செயற்கையான உணர்ச்சி-மிகையுணர்ச்சி கூடாது என்பது போலவே செயற்கையான நகைச்சுவையும் வெறுப்பையே ஏற்படுத்தும். கல்கி, தேவன் போன்ற எழுத்தாளர்கள் நகைச் சுவையை ஓரளவு நன்றாகக் கையாண்டிருக்கிறார்கள் என்றாலும் சிலசமயங்களில் அவை ஆங்கிலத்திலிருந்து காப்பியடிக்கப்பட்டவையாகவும், சிலசமயம் வலிந்து செய்யப்பட்டவையாகவும் இருக்கின்றன.

தமிழில் நகைப்புக்கான இலக்கியம் மிகவும் குறைவு. பழைய இலக்கியங்களில் கலித்தொகையில் நகைச்சுவையான பாக்கள் ஓரிரண்டு காணப்படுகின்றன. சில தனிப்பாடல்களில் நகைச்சுவை காணப்படுகிறது. மற்ற இலக்கியங்களில் பெரும்பாலும் இல்லை என்றுதான் கூறவேண்டும். இருப்பினும் நுணுக்கமான நகையுணர்வை ஒரு சில குறுந் தொகைப் பாக்கள் வெளிப்படுத்துகின்றன. உதாரணமாக, ஒரு பரத்தை தன் தோழியிடம் தலைவனைப் பற்றி (அவனுக்குத் திருமணமாகிவிட்டது) 'நம்மிடம் பெரிய தோரணையோடு சவடால் அடிக்கின்ற தலைவர், அவர் வீட்டுக்குப் போனால் மட்டும் மனைவியிடம் அஞ்சி நடுங்குகிறார், நாம் கையையும் காலையும் தூக்கும்போது கண்ணாடியில் அந்த பிம்பம் அதே போலச் செய்கிறது அல்லவா, அதுபோல மனைவி சொல்லுக்கு ஆடுகிறார்' என்கிறாள். நகைச்சுவைக்கெனவே எழுதப்பட்ட இலக்கியங்கள்-கதைகள் தமிழில் குறைவு. ஆங்கிலத்தில் அலெக்சாண்டர் போப் என்ற எழுத்தாளர், ஒரு பெண்ணின் தலைமுடியை அவள் ஆதரவைத் தேடும் ஆடவன் ஒருவன் வெட்டிக் கொண்டுபோனதை The Rape of the Lock என்ற அழகான நகைச் சுவைப் போலிக்காப்பியமாக வடித்திருக்கிறார். சென்ற தலைமுறைக்

கதைகளிலும் ஜெரோம் கே ஜெரோம், பி.ஜி. வுட்ஹவுஸ் போன்றவர்கள் எழுதிய நகைச்சுவைக் கதைகள் பெயர் பெற்றவை. தமிழின் பழைய இலக்கியங்களில் காளமேகப் புலவரின் பாடல்களும், அண்மைக் கால இலக்கியங்களில் கவிமணி தேசிக விநாயகம் பிள்ளையின் நாஞ்சில் நாட்டு மருமக்கள் வழி மான்மியமும்தாம் நகைச்சுவை இலக்கியங்களாக எஞ்சுகின்றன.

உணர்ச்சி மிகவும் மலிந்ததாக, செயற்கையாக ஆகிவிடும்போது மெலோடிராமா என்று சொல்வோம். அதுபோலவே செயற்கையான நகைச்சுவையும் மோசமானது. நகைச்சுவையை வருவிக்க வேண்டும் என்பதற்காகப் பிறரை இழித்துப்பேசுவது, பிறரது சறுக்கல்களையும் காயங்களையும் கண்டு நகையாடுவது, புண்படுத்துவது, பிறரை இகழ்ந்து பேசுவது, அடிப்பது போன்றவற்றை ஸ்லாப்ஸ்டிக் காமெடி என்பார்கள். நகைச்சுவை என்ற பெயரால் பிறரை இழித்துப்பேசியே ஒரு தலைமுறையை ஓட்டிவிட்ட சில நடிகர்கள் இருக்கிறார்கள். அவர்களுக்கு வாரிசுகளும் வந்துவிட்டார்கள். (இப்படி வாழ்க்கையில் பார்ப்பவரை எல்லாம் நாயே பேயே என்று இழித்துப் பேசினால் முதலில் நம் பல்லை உடைத்துவிடுவார்கள்.) நகைச்சுவை என்ற பெயரால் பிறர் இழிவுபடுத்துவதையும் அடிப்பதையும் சகித்துக் கொள்வதையும் சில நடிகர்கள் காமெடி என்று எண்ணிக் கொள்கிறார்கள்.

இவையெல்லாம் நமது ரசனையின்மையைக் காட்டுவனவே அன்றி வேறொன்றும் அல்ல. இவை எல்லாமே 'ஸ்லாப்ஸ்டிக் காமெடிகள்.' சர்க்கஸ் அரங்குகளில் கோமாளிகள் வந்து ஒருவரை ஒருவர் குச்சியால் அடித்துக் கொள்வது, அதில் தடுக்கிவிழுவது போன்றவற்றிலிருந்து ஸ்லாப்ஸ்டிக் காமெடி என்ற பெயர் வந்தது.

தமிழ்க் கதைகளில் நேரான, தரமான நகைச்சுவை மிகக் குறைவாக இருக்கிறது என்பதைச் சுட்டிக்காட்டவேண்டி இவை சொல்லப்பட்டன. உணர்ச்சி பற்றிக் கூறியவை அனைத்தும் நகைச்சுவைக் காட்சிகள், துணுக்குகள் போன்றவற்றிற்கும் பொருந்தும். தேர்ந்த வாசகர்கள் செய்யவேண்டியது, உணர்ச்சி சார்ந்த ஒரு சம்பவம் அல்லது காட்சி எழுத்தில் இடம் பெறும்போது, அது மிகையுணர்ச்சி சார்ந்ததாக இருக்கிறதா, தேவைப்படுகின்ற அளவுக்கு மட்டுமே உணர்ச்சியைக் கையாளுகிறதா என்று பார்ப்பதுதான். மிகையுணர்ச்சியை எழுப்ப வேண்டிச் சொற்கள் ஆளப்படுமானால் அந்தப் படைப்பு இலக்கியத் தன்மை குறைந்ததுதான் என்பதில் ஐயமில்லை.

தமிழில் உணர்ச்சியை மிகக் கருத்தாக, மிகையுணர்ச்சி இன்றிச் சரியாகக் கையாண்டவர் அசோகமித்திரன் என்று கூறலாம். அதேபோல் நகைச்சுவை உணர்ச்சியையும் நன்கு கையாண்டவர் அவர். உதாரணமாக, அவரது 'கடைதிறக்கும் நேரம்' என்ற கதை. உண்மையில் இது ஒரு நகைச்சுவைத் துணுக்காகவே வெளிப்பட்டிருக்க வேண்டியது என்ற முறையில் குறையுடையதுதான். ஒரு கடை முதலாளிக்கு இரவு முழுவதும் தொலைபேசி அழைப்பு விட்டுவிட்டு வந்துகொண்டே இருக்கிறது. யாரோ ஒருவன் கடையை எப்போது திறப்பீர்கள் என்று விசாரித்துக் கொண்டே இருக்கிறான். அதைத் தவிர வேறு கேள்வியே அவனிடமிருந்து வரவில்லை. இரவு முழுவதும் அல்லல்பட்ட கடைக்காரர், 'ஏய் பைத்தியக்காரா, ஒன்பது மணிக்கு முன்னாலே கடைக்குள் நுழைய முடியாது' என்று கத்துகிறார். 'யாரு நுழையணும்? நான் வெளியேதானே வரணும். எல்லாரும் சேர்ந்து என்னை உள்ளே வச்சிப் பூட்டிட்டுப் போயிட்டீங்களே' என்று பதில் வருகிறது. கடைசி வாக்கியத்தில் வரும் இந்த எதிர்பாராத திருப்பம் நம்மை அறியாமலே நமக்குள் ஒரு புன்முறுவலை விரிக்கிறது.

10
பின்னணியும் வருணனையும்

கதையை நடத்திச் செல்ல மூன்று வழிகள் இருக்கின்றன. ஒன்று எடுத்துரைத்தல், இன்னொன்று வருணனை, மூன்றாவது உரையாடல். இன்னார் இப்படிப்பட்டவர், அல்லது இது இப்படிப்பட்டது என்று அவ்வவற்றின் பண்புகளை விளக்குதல் எடுத்துரைத்தல் ஆகும். மேலும் கதையின் முக்கியச் சம்பவங்களைக் கூறுதலும் எடுத்துரைத்தலே. இதனால் எடுத்துரைத்தலைக் கதையாடல் என்றும் சொல்கிறார்கள். பின்னணியையும் சூழலையும் வருணிக்கத்தான் இயலும். ஒரு கதை நடக்குமிடம் கடைத்தெரு என்றால் அந்தக் கடைத்தெருவின் பிம்பம்—அது எப்படி இருக்கிறது என்பதை நமது மனக்கண்ணில் உருவாக்குவது வருணனை. உரையாடல், பாத்திரங்களுக்கிடையில் நிகழ்வது. பெரும்பாலும் நேர்க்கூற்றாக அமைவது.

வருணனை சிறுகதையின்/நாவலின் பின்னணியை, சூழலைக் கட்டமைக்கிறது. இவற்றைக் கட்டமைப்பதில் காலம் பற்றிய குறிப்புகளும் இடம் பற்றிய குறிப்புகளும் முக்கியமானவை.

பாத்திரங்கள் இயங்குகின்ற சூழ்நிலை, கதையின் பின்னணி எனப்படுகிறது. இடம், காலம், தட்பவெப்ப நிலை போன்ற யாவும் கதையின் பின்னணியில் அங்கம் வகிக்கின்றன. ஒரு சரியான பின்னணி என்பது வாசகர்களை ஈர்த்துக் கதாசிரியர் ஏற்படுத்துகின்ற புனைவுலகத்திற்குள் அமிழச் செய்கின்ற பண்பினைக் கொண்டுள்ளது. வாசகர்களைக் கதாபாத்திரப் படைப்புக்குள் ஈடுபடுமாறும் செய்கிறது. சரியான, விரிவான பின்னணி என்பது அமையும்போது கதை உயிர்பெற்றுவிடுகிறது. பின்வரும் வருணனை எவ்வளவுக்குக் கதைக்கு உயிரூட்டுவதாக அமைந்திருக்கும் எனக் கற்பனையில் காணலாம்.

> எதிரே காட்டு ஜோடிகள் போல ஒரு ஆணும் பெண்ணும் வந்துகொண்டிருந்தார்கள். எதிரே வருகிறவர்களைப் பார்த்ததும் ஒற்றையடிப் பாதையிலிருந்து கீழிறங்கி வண்டிப்பாதைப் புழுதியில் நின்றார்கள். கருங்காக்கைக் குஞ்சுபோல் சின்னக் குழந்தை ஒன்று ஆணின் தோளில் ஆடியது. பெண் கருப்பாக இருந்தாள். கருப்பாய் இருந்தாலும், மழைபெய்து காய்ந்த கரிசல் மண்பாதை வழவழப்பில் சூரிய ஒளிபட்டு பிரகாசிப்பதுபோல், மின்னாட்டம் இருந்தது. கிராமிய உடல்கட்டும் நகரவாசியின் முகத் தெளிவும் அவளிடம் வெளிப்பட்டன.

ஒரு கிராமத்து ஜோடியின் வருணனை மட்டுமின்றி, அவர்களின் சாதிப் பின்னணி, குடும்பப் பின்னணி, அறிவுப் பின்னணி ஆகிய யாவுமே இந்த வருணனையில் வெளிப்படுகின்றன. (பா. செயப் பிரகாசத்தின் 'ஒரு கிராமத்து ராத்திரிகள்' கதை.)

சிறுகதையின் காலத்தை ஒழுங்காக ஆசிரியர் கட்டமைத்திருந்தால் நிஜமான கால ஒழுங்குப்படி கதை நடக்கிறது என்ற உணர்வு நமக்கு ஏற்படும். ஒரு கதையைப் படிக்கும்போது காலத்தை உணர்த்தும் குறிப்புகளை கவனிக்க வேண்டும். அது குறிப்பிட்ட கால எல்லைக்குள் நடக்கின்ற ஒன்றா? அப்படியானால் எவ்வளவு காலப்பகுதி? எப்போது கதை தொடங்குகிறது? கதையின் நிகழ்காலம், கடந்த காலம் என்பது என்ன ? ஒரு குறித்த நாளில், குறித்த போதில் கதையைத் தொடங்குவதற்குக் காரணம் ஏதேனும் இருக்கிறதா? மிக முந்திய பழைய காலத்திலிருந்து கதை சொல்லப்படுகிறதா?

கதையை வருணிப்பதில் காலத்தைவிடவும் முக்கியமானது இடம். அதிக இடத்தை எடுத்துக்கொள்வதும்கூட. கதையின் சுற்றுப்புறப் பின்னணி அது. எழுத்தாளர் தமது கற்பனையால் உருவாக்கிப் பூர்த்தி செய்த, நமக்கு நிஜமாகக் காட்சியளிக்கின்ற உலகம். கதையின் இடத்தைச் சொன்னால்தான் கதை மாந்தர்கள்மீது நம்பிக்கை வரும் என்று யூடோரா வெல்டி என்னும் பிரபலக் கதாசிரியை ஒரு முறை கூறினார். அதாவது ஒரு குறிப்பிட்ட இடத்தைச் சொல்லும்போது அந்தக் கதை மாந்தர்களுககு நம்பகத்தன்மை ஏற்பட்டு விடுகிறது. பழைய காலத்தில் கதையைத் தொடங்கும்போது 'ஒரு ஊரிலே ஒரு ராஜா இருந்தான்' என்று தொடங்குவார்கள். அந்தக் கதையின் பொதுத்தன்மைக்கும் கேட்கின்ற குழந்தையின் ஆர்வத்திற்கும் அது போதுமானது. ஆனால் இக்காலச் சிறுகதைகளையோ நாவல் களையோ அப்படித் தொடங்க முடியாது.

அதனால்தான் அந்தந்த வட்டாரங்கள், ஊர்கள் கதையில முக்கியத்துவம் பெறுகின்றன.

பொதுவாக, ஜெயகாந்தன், அசோகமித்திரன், மு. வரதராசனார் போன்றவர்கள் சென்னைக் கதாசிரியர்கள் எனப்படுகிறார்கள். நாஞ்சில் நாடனின் கதைகளில் கன்னியாகுமரி மாவட்டம் முக்கிய இடம்பெறுகிறது. புதுமைப்பித்தனின் முக்கியக் கதைகள் சென்னையில் நிகழ்ந்தாலும் அவர்கள் பேசுவது என்னவோ திருநெல்வேலி பாஷைதான். நீல. பத்மநாபன், ஆ. மாதவன் கதைகள் திருவனந்தபுரத்தைவிட்டு அகன்றதில்லை. பெருமாள் முருகனின் கதைகளில் திருச்செங்கோடு வட்டாரம் நிச்சயமாக இடம்பெறும். இப்படிச் சொல்லிக் கொண்டே போகலாம். அந்தந்தக் கதாசிரியருக்கு ஓர் இடப் பின்னணி இருக்கிறது. உதாரணமாக காலமும் இடமும் சேர்ந்த இந்த வருணனையைப் பாருங்கள்.

சாயங்காலம் நெருங்கிக் கொண்டிருக்கிறது. தென்னந்தோப்புக்கு அப்பால், வாழைப் பண்ணையைத் தாண்டி, பாறைகள் நிறைந்த ஆற்றின் புதுவெள்ளத்தின் குளிரைக் காற்று சுமந்து வருகிறது. காக்கைகள் கூட்டுக்குப் பறந்து போகின்றன. தாழைப்புதர் வேலிகளின் நடுவில்—வாய்க்கால் கரையிலிருந்து, முற்றிய கமுகு மரத்தை வெட்டிச் சுமந்து கொண்டுவந்து முற்றத்தில் பாடை ஏணி தயாரிக்கிறார்கள். பிளந்த கமுகுமரம் வெளீரென்று பொள்ளையாக முற்றத்தில் துண்டாகிக் கிடக்கிறது (ஆ. மாதவன், நாயனம்).

இறந்துபோன ஒருவரை எடுத்தாக வேண்டும். அதற்கான ஆயத்தங்களை இந்தக் கதை சித்திரிக்கிறது. இது திருவனந்தபுரம் பகுதியிலுள்ள ஒரு கிராம வருணனை. இதில் இடத்தின் பெயர் சுட்டப் படவில்லை.

கதையின் தொடக்கத்திலேயே அது எங்கே நடக்கிறது என்று சொல்லிவிடுவது வாசகரின் சிரமத்தைக் குறைக்கும். இடங்கள் எப்படி எப்படி வெளிப்படுத்தப்படுகின்றன என்பதைக் கதைகளில் காண வேண்டும். ஏனெனில் கதைக்குக் கதை இடத்தின் முக்கியத்துவம் மாறுபடும்.

1948இல் என்று நினைக்கிறேன். நாற்பத்தாறோ நாற்பத்தெட்டோ சரியாக நினைவில்லை. மதுரையில் ஒரு பெருமாள் கோவிலுக்கு எதிரே இருந்த சந்தில் அவள் குடியிருந்தாள். மாதவி என்றும் லட்சுமி என்றும் சொல்லிக் கொள்வாள். வீட்டிலே இரண்டு

குழந்தைகள் உண்டு. நான் ஒருமுறை சென்றுவிட்டு முகத்தைக் கழுவிக் கொண்டு துடைக்கத் துணி கேட்டபோது அவளது பழைய ஜம்பர் ஒன்றைத் தந்து, 'இதுலே தொடச்சிக்கிங்க. உங்க புண்ணியமெல்லாம் எனக்கு வரட்டும்' என்றாள்.

இது ஜி. நாகராஜன் எழுதிய நான் புரிந்த நற்செயல்கள் என்னும் கதையின் தொடக்கம். எந்தக் காலப்பகுதி, எந்த இடம் ஆகியவை கதை தொடங்கிய உடனே சொல்லப்பட்டு விடுவதோடு, கதையின் தலைப்புக்கான வெளிச்சமும் ஓரளவு கிடைத்துவிடுகிறது.

நான் அன்று ஒரு முழநீளப் பெயர் கொண்ட—ஹோட்டல்காரர் களுக்கும் நாடகக்காரர்களுக்கும்தான் வாயில் நுழையாத பெயர் வைக்க நன்றாகத் தெரியுமே—ஹோட்டலுக்குள் நுழைந்தேன்.

மிஷின் யுகம் என்ற புதுமைப்பித்தன் சிறுகதையின் தொடக்க வாக்கியம் இது. கதாபாத்திரம் ஹோட்டலில் சாப்பிடச் செல்கிறான் என்பது கதைக்கு முக்கியமானது. அதைச் சொல்வதுடன், புதுமைப் பித்தன் தன் கருத்துரை ஒன்றையும் சேர்த்துச் சொல்கிறார் (அது இல்லாமல் பெரும்பாலும் அவர் எழுதுவதில்லை).

பல்வேறு காட்சிகளும் நடப்பதற்கான குறிப்பான களம், இடத்தைவிடத் தேவையானது. இடம் ஒரு காடு போன்றது என்றால், பின்னணி மரத்தொகுதிகள் அல்லது அந்தக் காட்டின் தனித்த சிறப்பான ஒரு பெரிய மரம், சிறுகதையின் களம். இயற்கைக் காட்சிகள், கட்டடங்கள், பருவகாலங்கள், காலநிலை ஆகியவை பின்னணியாக அமைகின்றன. ஒரு திரைப்படத்தைப் பார்த்தால், அதில் சென்டிரல் இரயில்வே ஸ்டேஷனைக் காட்டுவார்கள். பிறகு அண்ணா சாலையைக் காட்டி எல்ஐசி கட்டடத்தைக் காட்டுவார்கள். உடனே அது சென்னை என்று புரிந்துகொள்வோம். அல்லது மலைக் கோட்டையைக் காட்டுவார்கள். உடனே அது திருச்சிராப்பள்ளி கதையின் இடம் என்று புரிந்துகொள்வோம். இடத்தை விளக்க இதுபோன்ற எடுபிடியான காட்சிகளைப் பயன்படுத்துவது வழக்கம் தான். பிறகு குறிப்பிட்ட களத்தை நோக்கி (அது ஒரு குடிசைப் பகுதியோ, சேரியோ, பெரிய பங்களாக்கள் இருக்குமிடமோ...) கொண்டுசெல்வார்கள்.

இது போன்றே காலத்தைக் காட்டவும் பலவிதமான உத்திகள் உள்ளன.

நாடகத்தில் ஒரு காட்சி நிகழும்போது பின்னால் திரைச் சீலை தொங்கவிட்டு, மேடைக்குரிய பொருள்களை வைப்பார்களே,

அதுதான் பின்னணி. ஒரு நாடகம் தொடங்குகிறது. பின்னணியில் ஒரு பெரிய ஜன்னல். அதன் வழியாகப் பெரிய கட்டடங்கள் தெரிகின்றன. மேடைமீது இரண்டுபுறமும் சோபாக்கள் போடப்பட்டுள்ளன. இடையில் டீபாய். மூலையில் ஒரு மேசை. அதன்மீது ஒரு தொலைக் காட்சிப் பெட்டி தெரிகிறது. நேராகத் தெரியும் ஜன்னலுக்கு இருபுறமும் அலமாரிகள். அவற்றில் புத்தகங்கள் அடுக்கி வைக்கப்பட்டுள்ளன.

இதனைத்தான் செட்டிங் (காட்சி அமைத்தல்) என்கிறோம். கதையில் மேடையில் பொருள்களை வைக்க வேண்டிய அவசியமில்லை. ஆனால் இன்னின்ன இருக்கின்றன என்று சொன்னால் போதுமானது. இங்குதான் வருணனை வருகிறது.

வெறுமனே வருணிக்க வேண்டும் என்பதற்காக வருணிக்கலாகாது. அது சலிப்பை ஏற்படுத்திவிடும். வாசகருக்கு நிஜமான, யதார்த்தமான, நம்பிக்கைக்குகந்த உலகத்தை உருவாக்கிக் காட்ட வருணனை செயல்பட வேண்டும். விஷயக் குறிப்புகள் பொதுவாக, கதாபாத்திர வார்ப்புக்கும் கதையின் விளக்கத்திற்கும் பயன்படும். எனவே அவற்றை உருவகப் பாங்காக அமைப்பது நல்லது. கதைக் காட்சிகளை நாடகப் பாங்காக விறுவிறுப்பாக உணர்த்த வேண்டும்.

சில கதைகளுக்குக் காட்சியமைப்பு மிக முக்கியமானது, சிலவற்றிற்கு அப்படியில்லை. ஒரு காட்சியமைப்பு எப்படி அந்தக் கதைக்கு உதவுகிறது என்பதைக் காண, பலவேறு கூறுகளைக் கவனிக்க வேண்டும்.

- இடம். புவியியல் சார்ந்த இடப்பகுதி. கதை எங்கே நடக்கிறது?
- காலம். எப்போது கதை நிகழ்கிறது? (வரலாற்றுக் காலப் பகுதி, ஒரு நாளின் நேரப்பகுதி, ஆண்டு போன்ற தகவல்கள்.)
- வானிலை. மழை பெய்கிறதா, வெயில் அடிக்கிறதா, புயல் வீசுகிறதா, எப்படி?
- சமூக நிலைமைகள். கதாபாத்திரங்களின் தினசரி வாழ்க்கை எப்படி இருக்கிறது? வட்டாரச் சூழல் பற்றிக் கதை ஏதேனும் சொல்கிறதா? (குறித்த இடத்தின் பேச்சு வழக்கு, உடை, பாவனைகள், வழக்காறுகள் என்பவை போல.) உதாரணமாக ஜெயகாந்தன் எழுதிய பெரும்பாலான கதைகளில் பேச்சுவழக்கின் வாயிலாகவே அவர் சென்னை கதைக்களமாக அமைகிறது என்பதைக் காட்டிவிடுவார். கி. ராஜ நாராயணனுடைய

கதைக்களம் கரிசல் காட்டுப் பகுதி என்பது ஊர்ப்பெயர் தெரியாவிட்டாலும் பேச்சு வழக்கினால் புலப்படக் கூடியது.

காட்சியமைப்பு என்பது க்தையின் பௌதிகமான பின்னணி. எங்கே எப்போது கதை நடக்கிறது என்ற தகவல்கள் இதை உருவாக்கு கின்றன. பின்னணிக்கும் காட்சியைமப்புக்கும் நெருக்கமான தொடர்பிருக்கிறது. பலசமயங்களில் அதுதான் பின்னணியையும் சூழலையும் தீர்மானிக்கிறது.

உதாரணமாக, 'நான் இருக்கிறேன்' என்ற கதையின் தொடக்கத்தில் கதைக்களத்தினை ஜெயகாந்தன் சித்திரிப்பதைக் காணலாம்:

அந்தச் சத்திரத்தின் வாசற்கதவுகள் சாத்திப் பூட்டப்பட்டிருக்கும்; பூட்டின்மீது ஒரு தலைமுறைக்காலத் துரு ஏறி இருக்கிறது. கதவின் இடைவெளி வழியாகப் பார்த்தால் உள் சுவர்களைக் கிழித்துக் கொண்டு கம்பீரமாய் வளர்ந்துள்ள அரசஞ்செடிகளும் காடாய் மண்டிக் கிடக்கும் எருக்கம் புதர்களும் தெரியும். சத்திரத்துக்கு எதிரே அதாவது சாலையின் மறுபுறத்தில் நான்கு புறமும் படித் துறையுள்ள ஆழமில்லாத குளம். குளத்திற்கு அப்பாலும், குளத்தைச் சுற்றிலும் செழிப்பான நஞ்சை நிலப்பகுதி. வரப்பினூடே நடந்து ஏறினால் சற்று தூரத்தில் ரயில்வே லைன் மேட்டுப்பகுதி. ரயில்வே லைனுக்கு மறுபுறம், இந்தப்பக்கம் செழித்துத் தலையாட்டிக் கொண்டிருக்கும் பயிர்களை வளர்த்ததன் பெருமை என்னுடையதுதான் என்று அலையடித்துச் சிலுசிலுக்கும் ஏரிநீர்ப் பரப்பு கண்ணுக்கெட்டிய தூரம் பரந்து கிடக்கிறது.

அதற்கப்புறம் ஒன்றுமில்லை; வெறும் தண்ணீர்தான். தண்ணீர்ப் பரப்பின் கடைக்கோடியில் வானம்தான். தண்ணீரும் வானமும் தொட்டுக் கொண்டிருக்கிற இடத்தில் நிலவின் பெருவட்டம் மங்கிய ஒளியை ஏரிநீரில் கரைத்து மிதந்து கொண்டிருக்கிறது... நிலவு மேலே ஏற ஏற அதன் உருவம் குறுகிச் சிறுத்தது; ஒளி பெருகிப் பிரகாசித்தது. ஒரு கோடியில எழுந்து ரயில்வே லைன் மேட்டின் மேலேறிய நிலவு வீசிய வெளிச்சம், மறுகோடியில், சத்திரத்துத் திண்ணையில் உட்கார்ந்து உணவருந்திக் கொண்டிருந்த அந்த வியாதிக்காரப் பிச்சைக்காரனின் புத்தம்புதிய தகரக் குவளையின் மீது பட்டுப் பளபளக்க, அதன் பிரதிபிம்பம் அவன் முகத்தில் விழுந்தது.

திண்ணையில் அவனைத் தவிர யாருமில்லை. அவன் அந்தத் தனிமையிலும், தகரக்குவளையில் ஊறிக் கிடந்த ரசத்து வண்டல்

சோற்றிலும் லயித்துத் தன்னை மறந்த மகிழ்ச்சியுடன் பாடிக் கொண்டே ஒவ்வொரு கவளமாய்ச் சாப்பிட்டான். அவன் பார்வை நிமிர்ந்து நிலவில் பதிந்திருந்தது. வாய் நிறையச் சோற்றுடன் அவன் பாடுவது தெளிவாய் ஒலிக்கவில்லை. கேட்கத்தான் அங்கு யாரிருக்கிறார்கள்!

நாம் கூறிய பின்னணி அமைவுக்கான இலக்கணங்கள் எல்லாம் இந்தப் பகுதியில் பொருந்தி வருவதைக் காணலாம். கடைசிப் பாராவில் சூழலும் இடம் பெற்றிருக்கிறது. மிக மகிழ்ச்சியான நேரம். மகிழ்ச்சியான சூழல். வியாதிக்காரப் பிச்சைக்காரன் என்றாலும் மகிழ்ச்சிக்குக் குறைவில்லை. அதற்கேற்றாற்போல் அவன் பார்வை நிலவில் பதிந்திருக்கிறது. இந்த வருணனையும் சூழலும் பின்னால் கதைக்கு மிகவும் உதவியாக இருக்கின்றன என்பதைச் சொல்லத் தேவையில்லை.

நாவல்களைவிடப் பின்னணியும் சூழலும் சிறுகதையில் மிகக் குறைவு. காட்சியமைவு என்பது வருணனையுடன் தொடர்புபட்டது என்றாலும், சில சமயங்களில், செயல், உரையாடல், ஒரு கதா பாத்திரத்தின் சிந்தனைகள் ஆகியவற்றாலும் வெளிப்படுத்தப் படலாம். எப்படிப்பட்ட காட்சி அமைவை உருவாக்குவது என்பது கதையின் தேவையைப் பொறுத்த விஷயம். சில கதைகளுக்கு மிக விரிவான அமைவு தேவைப்படும். சிலவற்றுக்குத் தேவையில்லை. முன்பு பார்த்த ரிக்ஷா கதைக்குப் பின்னணியே சொல்லப்படவில்லை. ஏதோ ஒரு நகர்ப்புற, நடுத்தரக் குடும்பத்தின் வீடு என்று உய்த்துணர வைக்கப்படுகிறது. அவ்வளவுதான் அதற்குத் தேவையான பின்னணி.

மறுபடியும் கதையில் பின்னணி மெதுவாகத் துலக்கமடைகிறது. டாக்டர் வீட்டுக்குச் செல்லுதல் பற்றிய வருணனை சந்திரசேகரன் மத்தியதரத்து ஆள் என்ற தோற்றத்தை அளிக்கிறது. கதை மத்தியில் வரும் ஆயிரம் விளக்கு மசூதி பற்றிய வருணனை, இடம் சென்னை என்பதையும் கதைத் தலைவன் மேல்மத்தியதர வர்க்கத்தைச் சேர்ந்தவன் என்பதையும் உணர்த்துகிறது.

கதையின் தொடக்கத்திலும் முடிவிலும்தான் பின்னணியோ காட்சியமைவோ வருணிக்கப்படவேண்டும் என்பதில்லை. எங்கெல்லாம் தேவைப்படுகிறதோ அங்கெல்லாம் வருணனை இடம் பெறும். பின்னணியும் வருணனையும் செய்யும் பணிகள்:

- கதைக்கு ஒரு யதார்த்தப் பின்னணியை இவை அளிக்கின்றன. குறிப்பிட்ட கால இடச் சூழலில்தான் கதை அமைகிறது என்னும்போது வாசகருக்குத் தெளிவும் புரிந்துகொள்ளலும் திருப்தியும் உண்டாகின்றன. கதையைச் சட்டெனத் தொடர முடிகிறது.
- வெறுமனே கதையை எடுத்துரைப்பது என்பது ஓர் எலும்புக்கூடு போன்றதுதான். வருணனை கதைக்குச் சதை போன்றது. கதைக்கு வடிவம் அளிப்பது வருணனைதான். வருணனை அற்ற கதை, சதையற்ற எலும்புக்கூடு போலத்தான்.
- நல்ல வருணனைகள் கதைக்கு சுவாரசியத்தை அளிக்கின்றன.
- கதாபாத்திரங்களை வருணனைகள்தாம் உருவாக்குகின்றன.
- சிலசமயங்களில் குறிப்புமுரண், அங்கதம், இரண்டாம்நிலை அர்த்தம், உருவக அர்த்தம், குறியீட்டு அர்த்தம் ஆகியவற்றை உருவாக்குகின்றன. முக்கியமாக உணர்ச்சி சார்ந்த சூழலை வடிவமைக்கின்றன.

கதையின் பின்னணியை உருவாக்குவதற்குத் தேவையான சில குறிப்புகளை இங்குத் தரலாம்.

கதைப் படைப்பின் வருணனையில் ஐம்புலன்களும் ஈடுபடுமாறு செய்யவேண்டும் என்பது முக்கியம். தொடுவுணர்ச்சி, சுவை, பார்வை, கேட்பு, முகர்வுப் புலன்களைப் பயன்படுத்துவது, கதையில் ஆழக் கொண்டு செல்லும் பண்பினை உருவாக்கும். கதாபாத்திரங்களுடன் எளிதில் ஒத்துணர்வு ஏற்படச் செய்யும். உதாரணமாக ஒரு கதை கடற்கரையில் அமைகிறது என்றால், கால்விரல்களுக்கிடையிலோ காலணிக்கும் காலுக்கும் இடையிலோ மணல் துகள்கள் அரிக்கும் உணர்ச்சி, உப்புக் காற்றின் சுவை, அலைகளின் ஓசை, ஆங்காங்கு ஏற்பட்டுள்ள மணல் மேடுகள், பள்ளங்கள் ஆகியவற்றின் காட்சி போன்றவை வெளிப்பட வேண்டும்.

வருணிக்கும் ஒன்றிற்கான நேரடிப் பரிச்சயம் இருப்பது நல்லது. சான்றாக, மேற்கண்ட கடற்கரை வருணனை தேவை என்றால், கதை ஆசிரியரே கடற்கரைக்குச் சென்று உணர்ந்து பார்க்க வேண்டும். ஒரு நிஜவாழ்க்கை இடத்தைப் பின்னணியாகப் பயன்படுத்துகிறார் (ஊட்டி, சென்னை...) என்றால் அந்த இடப்பகுதிகளைச் சரிவர உண்மைத் தன்மை தோன்றுமாறு வருணிக்க வேண்டும். அதற்கு அந்த

இடங்களுக்கு நேராகச் சென்று அந்த இடங்களின் தனித்தன்மை வெளிப்படுகின்ற விவரணைகளைக் குறிப்பெடுப்பது நல்லது. (இம்மாதிரி அனுபவங்களைக் குறித்துக்கொள்ள ஒரு குறிப்புப் புத்தகம், பேனாவைக் கையில் எப்போதும் வைத்திருக்க வேண்டும்.) இவற்றைக் கதைகளில் சரியான இடங்களில் கொண்டு வரும்போது கதைக்கு நிஜத் தன்மையையும் யதார்த்தத்தையும் அளிக்கும்.

இப்படிச் சென்று அனுபவம் பெற முடியாதென்றால், பிறர் அனுபவித்த அனுபவங்களைப் படித்து அந்த விவரங்களைப் பயன்படுத்தலாம். உதாரணமாக, ஒருவர் திடீரென டொரோண்டோ-வுக்கோ ஹாலிவுட் நகரத்திற்கோ டர்பனுக்கோ செல்ல முடியாது. அப்போது இவற்றைப் பற்றிய பிறரது விவரணைகளைப் பயன்படுத்தலாம். ஆனால் அப்படியே காப்பியடித்து விடலாகாது. (இப்போதெல்லாம் திரைப்படக் கதைகளில் இந்தக் காப்பியடித்தல் என்பது பெரிய பிரச்சினை ஆகியிருக்கிறது.)

குறித்த விவரிப்புகள் பற்றிய அகத்தூண்டலுக்கு ஒத்த பின்னணி கொண்ட இடங்களின் நிழற்படங்களை நோக்குவது நல்லது. ஏதாவதொரு சூழலைக் கற்பனை செய்ய முடியவில்லை என்றால் அதையொத்த இடங்களின் படங்களை கூகிள் பிக்சர்ஸ் முதலியவற்றில் தேடலாம். விரிவான வருணனையே தேவை என்றாலும் கூகிள் ஸ்ட்ரீட் வியூ போன்ற அமைப்புகள் உதவுகின்றன. கற்பனை உலகம் என்றாலும் அதைப் பற்றிய உணர்வை உண்டாக்கிக்கொள்ள ஆர்ட்ஸ்டேஷன், பிண்டரெஸ்ட் போன்ற வலைத் திட்டங்கள் உதவு கின்றன. அந்தக் கற்பனைகளோடு நிஜவாழ்க்கை அனுவங்களையும் கலந்து எழுதும்போது மிகச் சரியான ஒரு பின்னணி உருவாகிறது.

பழையகாலச் சம்பவங்களை உருவாக்கும்போது அவற்றைப் பற்றிய நிஜமான ஒன்றிரண்டு வருணனைகளையேனும் தரவேண்டும். உதாரணமாகப் பாகிஸ்தானுடன் போரில் ஒரு கதாபாத்திரம் ஈடுபட்டான் என்றால், அந்த இடத்தின் வருணனை, எப்படி விமானங்கள் எல்லையிலுள்ள ஊர்களின் மீது பறந்துசென்றன, எவ்விதம் அவற்றைப் பாழ்படுத்தின என்ற குறிப்புகள் இடம்பெற வேண்டும். இதற்கு அந்தந்த சரித்திரப் பின்னணியுள்ள நிழற்படத் தொகுப்புகளை (நேஷனல் ஆர்க்கிவ்ஸ்)த் தேடிப் பார்க்கவேண்டும். ஆனால் எல்லாவற்றையும்விட நமது அனுபவப் பின்னணிதான் முக்கியமானது.

11

சூழல் - மனவுணர்வு - தொனி

மனநிலையும் சூழலும் சேர்ந்த நிலையை அட்மாஸ்ஃபியர் என்பார்கள். கதையின் தொடக்கத்தில் எந்தவிதமான உணர்ச்சி உருவாக்கப் படுகிறது? ஒளி நிரம்பி மகிழ்ச்சியான சூழலாக இருக்கிறதா, அல்லது இருண்டு, பயமுறுத்துவதாக அமைகிறதா? (எட்கர் ஆலன் போவின் பல சிறுகதைகளில் இருண்ட, மூட்டமான, பயமுறுத்துகின்ற சூழல் அமைந்திருப்பதைக் காணலாம். உதாரணத்திற்கு த ஃபால் ஆஃப் தி ஹவுஸ் ஆஃப் அஷர் என்ற கதையைப் படித்துப் பாருங்கள்.)

சூழல் என்பது கதையின் மனப்பாங்கு அல்லது தொனியைக் கட்டமைப்பது. பௌதிகச் சூழல்கள்–பிற கதாபாத்திரங்கள், அறைச் சாமான்கள், இயற்கைச் சூழ்நிலைகள், ஒளி, இருள், நிழல்கள், வானிலை போன்ற அனைத்தும்—ஒரு முதன்மைக் கதாபாத்திரத்தின் மனநிலையை பாதித்து, அவன்/அவள் மனப்பாங்கையும் கதையின் பாவத்தையும் உருவாக்குகின்றன.

பின்வரும் சூழல் வருணனைகளைப் படித்துப் பாருங்கள்.

1. சீ! என்ன நாற்றம்! ஒரேயடியாகப் பிணவாடை அல்லவா அடிக்கிறது? குமட்டல் எடுக்க, புகையிலையின் கோளாறோ என்று ஜன்னல் பக்கமாகச் சென்று அப்படியே உமிழ்ந்து, வாயை உரசிக் கொப்புளித்து விட்டுவந்து படுக்கையின்மீது உட்கார்ந்தேன்.

துர்நாற்றம் தாங்க முடியவில்லை. உடல் அழுகி, நாற்றம் எடுத்துப் போன பிணம்போல. என்னால் சகிக்க முடியவில்லை. எனக்குப் புரியவில்லை. ஜன்னல் வழியாக நாற்றம் வருகிறதோ? ஊசிக்காற்றுக்கூட இழையவில்லையே... கட்டிலைவிட்டு

எழுந்திருந்து ஜன்னலின் பக்கம் நடந்தேன். இரண்டடி எடுத்து வைக்கவில்லை, நாற்றம் அடியோடு மறைந்துவிட்டது. என்ன அதிசயம்! திரும்பவும் கட்டிலுக்கு வந்தேன். மறுபடியும் நாற்றம். அதே துர்க்கந்தம். கட்டிலின் அடியில் ஏதேனும் செத்துக் கிடக்கிறதோ? விளக்கை ஏற்றினேன். கட்டிலடியில் தூசிதான் தும்மலை வருவித்தது. எழுந்து உடம்பைத் தட்டிக் கொண்டு நின்றேன்.

2. தன் வீட்டிலேயே சும்மா தலையோடு வாசல் நடந்துகொண்டு சுகமாக வாழலாம் என எண்ணியவனுக்கு எதிரே வாசலில் பெரிய மரமொன்று பார்வை கொள்ள நிற்கிறது. வாயிற்பக்கம் எப்போதாவது வந்துநின்று போவோர் வருவோர்களைச் சும்மா நின்று கவனிப்புக் கொள்வதில், இந்த மரத்தையும் பார்வையில் பட்டுப் போகுமளவிற்கு வெறித்து நோக்குவது உண்டு. எந்த யுகத்திலிருந்து இது இப்படிக்கு இங்கே ஸ்தல விருக்ஷமென நிற்கிறது என்பது புரியவில்லை. ஆனந்தமாக அது ஆகாயத்திற்கும் பூமிக்குமாக வளர்ந்து எட்டுத் திக்கையும் நோக்கிப் படர்ந்ததென இருப்பது எதற்காகவென்றும் தெரியவில்லை. தன் வீடு ஒரு திக்கை நோக்கி நிற்பது சரியெனப் புரிந்தாலும், இந்த மரம் எந்தப் பக்கம் பார்த்து நிற்பது என்ற சம்சயம் யோசனையினால் விடுபட முடியாது இவன் திகைப்பது உண்டு. அந்த மரம் ஒருபோதும் நிசப்தம் கொள்ளாது. எந்நேரமும் பக்ஷி ஜாலங்களின் கூக்குரலைக் கொடுத்துக் கொண்டிருப்பது விநோதமாகப் படும். சிற்சில சமயம் ஊரை நாசம் செய்ய வானரங்களும் குடும்ப சகிதம் அதில குடியேறி, வால்பிடிப்பில் தலைகீழாகத் தொங்கி கிரீச்சிட்டுக் கத்தி, ஆடி அட்டகாசம் செய்யும். அது எச்சாதி மரமென்பது தெரியாது. காலையில் மரத்தடியில் மலர்கள் பாய்விரித்தாற்போல வீதியில் சிதறிக் கிடந்து காட்சியளிக்கும் போது, வாசனை நெடியெனக் காற்றடித்த வாக்கில் பரவிக் கொண்டிருக்கும். கும்பல் கும்பலாகப் பிள்ளைகள் அதைப் பொறுக்க வருவதையும் இவன் கவனிப்பதுண்டு.

3. நூறுரூபாய் முன்பணமும் கொடுத்துவிட்டுச் சென்றார் குமாரவேலு பணிக்கர். ஒரு மாத காலத்தில் படத்தை முடித்துத் தந்துவிட வேண்டும் என்பது பேச்சு. சுப்பையா ஆசாரி ஒப்புக் கொண்டார்.

சரியான சான்ஸ் அடித்துவிட்டது. சீதையின் முழு உருவப்படம் ஐந்நூறு ரூபாய். முனபணம் ரூபாய் நூறுவேறு. திருப்தியாக இருந்தால் மேலும் ஒரேயடியாக இருபது படத்துக்கு ஆர்டர்.

மனசில் குதூகலம் பொங்கி வழிந்தது. தமிழ்நாட்டின் முக்கிய நகரங்களின் முக்கியச் சந்திப்புகளில் தொங்கப் போகிறது, நாடகத்திரை போல ஒரு படம். கூடிக்கூடிப் பார்க்க மாட்டார்களா ஜனங்கள்? சீதை மார்க் சீயக்காய்த் தூள் என்ற கொட்டை எழுத்துகள் கண்களைக் கவ்வினாலும் படத்தின் அடிப்பக்கம் வலது கோடியில் சுப்பையா ஆசாரி என்ற பெயர் புலப்படாமலா போய்விடும்?

4. காலையிலேயே பொட்டைக் குளத்தைச் சுற்றியிருந்த இடம் உயிர்பெறத் தொடங்கியிருந்தது. வழக்கத்திற்கு மாறாகக் காக்கைகள், பருந்துகள், குருவிகள் அதிக அளவில் வரத் தொடங்கியிருந்தன. பல குடும்பங்கள் ஏற்கெனவே வந்து விட்டிருந்தன. வந்த வேகத்திலேயே நிழலில் உட்கார்ந்து பொங்கல் வைப்பதற்கான வேலைகளைச் செய்ய ஆரம்பித்தனர். ஒரு சிலர் அடுப்பு வெட்டிக் கொண்டிருந்தார்கள். பெண்கள் குச்சி பொறுக்கிவரக் கிளம்பிக் கொண்டிருந்தார்கள். கிழவி களும் சிறுபிள்ளைகளும் மூட்டை முடிச்சுகளுக்குக் காவலாக உட்கார்ந்திருந்தனர். ஒருவர் தவறாமல் எல்லோரும் 'மயகாத்து வந்துடும். சட்டு சருக்குனு வேலையப் பாருங்க' என்று சொல்லிக் கொண்டிருந்தார்கள்.

மேற்கண்ட நான்கு பகுதிகளும் தமிழின் நான்கு சிறந்த எழுத்தாளர்கள் எழுதிய நான்கு கதைகளின் தொடக்கங்கள். முதல் கதையில் சூழல், அது ஒரு பேய்க்கதை என்பதற்கு மிகப் பொருத்தமாக அமைந் திருக்கிறது. புதுமைப்பித்தன் எழுதிய 'காஞ்சனை' என்ற கதையின் தொடக்கம் அது.

இரண்டாம் கதை மௌனியினுடையது. அதன் தத்துவார்த்தமான பொருளுக்கு ஏற்றவாறு மயக்கமான சூழல் அமைக்கப்படுகிறது. திடீரென வாசலில் மரம் தோன்றுவது, அது ஆகாயத்துக்கும் பூமிக்குமாக அளாவி வளர்ந்திருப்பதாகத் தோன்றுவது, இவன் கவனிப்பது உண்டு, செய்வது உண்டு போன்ற நழுவலான தொடர்கள்.

மூன்றாம் கதை சுந்தர ராமசாமியினுடையது (சீதை மார்க் சீயக்காய்த் தூள். படம் வரைய ஒரு வாய்ப்புக் கிடைத்த சந்தோஷமும்

புகழ்மீது மயக்கமும் கதாபாத்திரச் சிந்தனையின் வாயிலாக வெளிப்படுகின்றன.

கடைசியாகத் தந்திருக்கும் பகுதி எழுத்தாளர் இமையம் ஒரு திருவிழாவின் கும்பலை வருணிக்கின்ற கதையின் தொடக்கப் பகுதி.

இவை அனைத்தும் கதையின் கருப்பொருளைக் கோடிட்டுக் காட்டுவதாகவும், பின்னர் வரப் போகின்றவற்றை ஒருவாறு முன்னணர்த்துவதாகவும், கதையின் தொனியையும் மனப்பாங்கையும் எடுத்துரைப்பதாகவும் அமைந்துள்ளமை கவனிக்கத் தக்கது. இவை இனிமேல் நீங்களே தக்கவாறு கதையின் வருணனைப் பகுதிகளை ஆராயக் கற்றுக் கொள்ள உதவுகின்ற முறையில் அளிக்கப்பட்டுள்ளன. குறிப்பாக, தொடக்கங்களையும், இறுதிப் பகுதிகளையும்.

கதையின் தொடக்கத்திலேயே அதன் சூழல் பெரும்பாலும் நிறுவப்பட்டுவிடுகிறது. முன் இயலில் ஜெயகாந்தனின் 'நான் இருக்கிறேன்' கதையில் எடுத்துக்காட்டப்பட்ட வருணனைப் பகுதியையே கவனித்துப் பாருங்கள். மிக மகிழ்ச்சியான சூழலில் அந்தப் பிச்சைக்காரன் இருக்கிறான். அவன் பாடுவதோடு நிறுத்த வில்லை. நன்றாக இரசித்துச் சாப்பிட்டுவிட்டு, 'எல்லாம் நல்லாத்தான் இருக்கு' என்று சந்தோஷத்துடன் சொல்லிக்கொள்கிறான்.

கதையின் இறுதிப் பகுதியில் அந்தப் பிச்சைக்காரன் பேசிக் கொள்கிறான்.

> அதோ, ரொம்ப தூரம் தள்ளி வந்திருச்சே சப்தரிஸி மண்டலம்... நாலு நட்சத்திரத்துக்கு ஓரமா வாலு மாதிரி இருக்கற மூணுக்கு நடுவாலே ஓரத்திலே, ஆமாமா, அருந்ததி... அருந்ததியப் பாத்தவனுக்கு ஆறுமாசம் சாவில்லே! அடி செருப்பாலே! இன்னும் ஆயுசு அதிகம் வேணுமா என் கட்டைக்கி' என்று விரக்தியும் வேதனையும் குழைய முனகிக் கொண்ட வியாதிக்காரன் கையிலிருந்த பீடியைத் தரையில் நசுக்கித் தேய்த்தான். அவன் பார்வை சப்தரிஷி மண்டலத்தை வெறித்தது.

இங்கே கடைசியில் முனகுவதும் விரக்தியும் வேதனையும் அடைவதும் நிகழ்கின்றன. முதல் காட்சியமைப்பில் நிலவொளியும் பிச்சைக் காரனின் பாட்டும் ஒரு மகிழ்ச்சியான சூழலை உருவாக்குகின்றன. நிலவொளி ரொமாண்டிக் தன்மை நிரம்பிய ஒன்று. மேலே காட்டப்பட்ட காட்சியில் நிலவு இல்லை. மறைந்து விட்டது போலும். ஆசிரிய வருணனையிலிருந்து அது முன்-நிலவுக் காலம், அதாவது

வளர்பிறை என்பது தெளிவாகிறது. இப்போது வெற்று வானத்தில் நட்சத்திரங்கள்தாம் இருக்கின்றன. இருள். சப்தரிஷி மண்டலம் தெரிகிறது. அருந்ததி நட்சத்திரமும் தெரிகிறது.

நிலவும் பாட்டும் பிச்சைக்காரனின் மனப்போக்கிற்கு ஒத்த காட்சி அமைவுகள். பின்னால் அவனுடைய மனம் இருண்டுபோனதை வானத்தின் இருட்டு காட்டுகிறது. முன் இரவின் நிலவும் பின் இரவின் இருளும் குறியீடாக இன்னொரு செய்தியையும் தெரிவிக்கின்றன. இந்தக் கதையில் வருகின்ற (இங்கே நாம் காட்டாத) கதாபாத்திரமான நொண்டி, வயதில் இளையவன் (முன்நிலவுக் காலத்தைப் போல). உயர்ந்த சாதியில் பிறந்தும் தாழ்வு மனப்பான்மையில் தத்தளித்துக் கொண்டிருப்பவன். தேய்கின்ற பின்னிரவு பிச்சைக்காரனைக் குறிக்கிறது. அவன் வயதானவன். இனி வாழ்க்கை தேவையில்லை என்ற மனப்பான்மை அவனுக்கு ஏற்பட்டுவிடுகிறது.

இந்தக் கதை தருவதும் பெறுவதும் பற்றியது. பிச்சைக்காரன் மகிழ்நோக்கு நிரம்பியவன். இவனை நாடிவந்த நொண்டி துயர் நோக்குக் கொண்டவன். இருவரும் பேசிக் கொள்ளும் போக்கில் இந்த மனப்பான்மைகள் இடம் மாறுகின்றன. நொண்டி பிராமண இளைஞனால், பிச்சைக்காரனிடம் மகிழ்ச்சி போய் விரக்தி தொற்றிக் கொள்கிறது. தற்கொலை செய்துகொள்வதற்கென வந்த நொண்டி பிச்சைக்காரனின் மகிழ்நோக்கைப் பெற்று உற்சாகமாகத் திரும்பிச் செல்கிறான். இவற்றுக்கு இசைவான காட்சியமைப்பும் சூழலும் மிகச் சிறப்பாக இக்கதையில் உருவாகியுள்ளன.

சூழல் (அட்மாஸ்ஃபியர்) என்பது உணர்ச்சி சம்பந்தப்பட்டது. வானம் எப்படி நம் மீது கவிந்திருக்கிறதோ அதுபோலக் கதையில் நம் மீது கவிகின்ற ஒன்று. வானிலை போன்ற எளிய விஷயங்கள்தாம் அதில் வரும் என்பதில்லை. கதைக்குப் பின்னணியாக வரும் குறித்த இடங்களுக்கும் காலங்களுக்கும் தனித்த உணர்ச்சி சார்ந்த சாராம்சம் உண்டு. ஒரு பாலைவனம் பின்னணியாக அமைந்தால், பெரும்பாலும் அந்தச் சூழல் வறண்ட, அச்சுறுத்துகின்ற, மனித நேயமற்ற அல்லது வெறுமை சார்ந்த ஒன்றாகத்தான் அமையும்.

சில சமயங்களில் எழுத்தாளர் கையாளுகின்ற தொனியும் கதைக்கான மனநிலை அல்லது சூழலை உருவாக்குவதில் பயன்படலாம். எழுத்தாளரின் தொனி என்பது கதை பற்றிய, வாசகர்களைப் பற்றிய அவரது மனப்பாங்கைக் குறிப்பதாகும். கதைச் சூழல் என்பது

எடுத்துரைப்பிலிருந்து வாசகர்கள் பெறும் ஒருவித உணர்ச்சி எனலாம். அது பின்னணி, அமைப்பு, பொருள்கள், முன்னுணர்த்தல் போன்ற வற்றின் அடிப்படையில் உருவாகிறது. கதையின் மனோபாவம் என்பது சூழலை உருவாக்குவதற்கான வாயிலாக அமையக்கூடும். சிறுகதைகளில், சூழல் என்பது ஆசிரியர் பொருள் களையும் பின்னணியையும் வருணிப்பதன் வாயிலாக வாசகர்களுக்குத் தருகின்ற உணர்வுகளையும் உணர்ச்சிகளையும் குறிக்கிறது. மேற்கண்ட நான்கு வருணனைப் பகுதிகளையும் காணும்போது அவை நம் மனத்தில் ஓர் உணர்வுசார் எதிர்வினையை உருவாக்குகின்றன. நமது கவனத்தை ஈர்க்கின்றன. இதுதான் கதையில் சூழல் என்பது செய்கின்ற பணி.

ஆகவே சூழலை நிறுவுவதின் நோக்கம், ஓர் உணர்வு விளைவை உருவாக்குவதாகும். அது இலக்கியப் படைப்பில் வாசகர்களை ஈடுபடுத்துவதன் வாயிலாக அதை உயிருள்ளதாகவும், கவர்ச்சி கரமாகவும், ஆர்வமூட்டுவதாகவும் ஆக்குகிறது. கதையை மேலும் யதார்த்தமாக்கி, வாசகர்களின் உணர்வறிவுக்கு உணவளிக்கிறது. வாசகர்களுக்கு மறைமுகமாக உணர்வினைச் சூழல் அளிப்பதால், ஆசிரியர்கள் மிகக் கடுமையான உணர்ச்சிகளையும் கடுமையின்றி அளிக்க முடிகிறது. பெரும்பாலும் சூழல் என்பதையும் மனநிலை என்பதையும் வேறுபடுத்திப் பார்ப்பதில்லை. 'வானத்தின் தெளிவான நீல நிறத்தைப் பிரதிபலித்தவாறு, ஆறு ஆங்காங்கு ஒளியைப் பளிச்சிட்டுக் கொண்டு அமைதியாகப் பாய்ந்து சென்றது' என்று வருணிக்கும்போது, ஒரு அமைதியான சூழ்நிலையும் அதற்கேற்ற மனநிலையும் உருவாக்கப்படுகின்றன.

கதையின் பொருள், கதாபாத்திரங்கள், வாசகர்கள் ஆகியோரை நோக்கிய ஆசிரியரின் மனோபாவம்தான் தொனி என்பது. கதையின் பொருளையும் கருப்பொருளையும் எழுத்தாளரின் அணுகும்முறை தொனி என்றும் கூறலாம். அது ஆசிரியரின் சொல்தேர்வினால் வெளிப்படுகிறது. ஆசிரியரின் நோக்குநிலையை நம்பியே கதையின் நிகழ்வுகளை வாசகர்கள் நோக்குகிறார்கள். கதையை அவரது கண்கள் வழியாகத்தான் பார்க்கிறார்கள். எழுத்தாளர் நிகழ்வுகளைப் பற்றி என்ன உணர்கிறாரோ எவ்வித வருணனையை அளிக்கிறாரோ அப்படித்தான் அவர்களும் உணர்கிறார்கள். ஆசிரியர்கள் தங்கள் குரல்தொனி, பின்னணி, விஷயம் ஆகியவற்றை ஒரு குறித்த மனவுணர்வை ஏற்படுத்தப் பயன்படுத்துகிறார்கள்.

கு. அழகிரிசாமி, புகையற்ற காற்றுக்கு ஆசைப்பட்டு வெளியே சென்று அந்தக் காற்றாகவே மாறிவிட்ட ஒரு சிறு பெண் குழந்தையைப் பற்றிய கதையை எழுதியிருக்கிறார். முழுக்கதையுமே ஒரு குறிப்பிட்ட மனநிலையை நோக்கி வாசகரைச் செலுத்தும் பணியைச் செய்கிறது. அப்பெண் குழந்தை வசிக்கும் ஒண்டுக்குடித்தனத்தின் வருணனை இது:

> ...கைக்குழந்தைதான் புகை எரிச்சல் தாங்க முடியாமல் அழுது கொண்டிருந்தது. சிறுமி அதற்கு விளையாட்டுக்காட்டி அழுகையை நிறுத்தவேண்டுமென்றுதான் ஆசைப்பட்டாள்; முயற்சியும் செய்தாள். ஆனால் குழந்தை அக்காளின் விளையாட்டைக் கண்டு ஏமாந்துவிடவில்லை. அதற்கு உடம்பில் என்னென்னவோ கோளாறு. அப்புறம் இந்த ஆளை மறைக்கும் புகை வேறு. கண்கள் எரிந்து மூச்சும் திணறியது. வீட்டுக்குள்ளேயே சுற்றிச் சுழன்றுவரும் புகைக்கு அந்தத் தாய், அந்தச் சிறுமி, அந்தக் கைக்குழந்தை ஆகிய மூவருடைய நாசித் துவாரங்களைத் தவிர வேறு போக்கிடம் இல்லை. விளையாட்டுக் காட்ட முயன்ற சிறுமியும் புகையால் திணறினாள். தெருவுக்கு எப்போது போவோம் என்றிருந்தது. இனி ஓடினால், அம்மா கழுத்தை முறித்து அடுப்பில் திணித்து விடுவாள் என்று எண்ணி, அறையின் வாசல் பக்கத்துக்குக் குழந்தையை இழுத்துக் கொண்டு வந்து கொஞ்சம் தாராளமாக சுவாசிக்க முயன்றாள். அங்கே, பக்கத்து குடித் தனத்திலிருந்து புகை வந்து கொண்டிருந்தது. சிறுமிக்கு கொஞ்சம் ஆசுவாசமாக இருந்தது. அந்தச் சின்னஞ்சிறு முற்றவெளிக்கு மேலாகத் தெரியும் வானத்தை ஏக்கத்தோடு பார்த்துக் கொண்டு அப்படியே உட்கார்ந்துவிட்டாள். அப்பொழுது அவள் மனம் உண்மையில் வானவெளியை நினைத்து ஏங்கவில்லை. திண்ணையை நினைத்துத் தான் ஏங்கியது. 'நாளை முதல் அந்தத் திண்ணைக்குப் போக முடியாதே! போனால் கன்னம் வீங்கும் படியாக அடிவாங்க வேண்டுமே! வீடு திரும்பினால் அம்மா அடிப்பாளே! இனி என்ன செய்வது? எப்படி உயிர் வாழ்வது?' என்று தன் ஐந்தாவது பிராயத்திலேயே எதிர்காலத்தை எண்ணி அவள் கவலைப்பட்டுக் கொண்டிருந்தாள். திண்ணை என்றால், அவள் நடக்கத் தெரிந்த நாளிலிருந்து அவளுக்குக் காற்றும் வெளிச்சமும் கொடுத்து வாழ்க்கை இன்பத்தை அளித்து வந்த திண்ணை அது. இப்பொழுது அதுவும் போய்விட்டது. இனி திண்ணையும் இல்லை; காற்றும் இல்லை; வாழ்க்கையில் சந்தோஷம் என்பதும் இருக்க முடியாது...

இந்தச் சிறுபெண்ணின் கவலை வாசகரை வாட்டுகிறது. அவள் பாவம், பணத்துக்கா ஆசைப்படுகிறாள்? அல்லது நல்ல உணவுக்கா, துணிக்கா, எதற்கு? எல்லாருக்கும் இலவசமாகக் கிடைப்பதற்காக இயற்கை படைத்திருக்கிற காற்றுக்கு. அதுவும்கூட ஏழைகளுக்கு நகரங்களில் (நரகங்களில்!) கிடைக்க முடியாத ஒன்றாகிவிட்டது. முழுக்கதையுமே இந்த உணர்வை நோக்கிச் செலுத்தும் ஒன்றுதான். அசோகமித்திரனின் புலிக்கலைஞன் என்ற கதையும் இதேபோலத்தான், முழுக்கதையுமே வருணனையாக அமைந்து ஒரு ஏழைப் புலி வேஷக்காரனின் இருப்பை (அல்லது இன்மையை?) வெளிப் படுத்துகிறது.

ஆக, ஆசிரியர் கையாளும் பின்னணி வருணனைகள் தக்க சூழலைக் கதையில் உருவாக்குகின்றன, சூழல் வாசகருக்குக் குறித்ததொரு ஆசிரியத் தொனியை (ஆசிரியரின் குரலை) அளிக்கிறது, அந்தத் தொனி குறிப்பிட்ட மனவுணர்வை நோக்கி வாசகரைச் செலுத்துகிறது என்பதை அறிந்துகொள்கிறோம். சிறந்த மனவுணர்வு- அட்மாஸ்ஃபியர் கையாளப்படும் விதத்தை அறிய த ஃபால் ஆஃப் த ஹவுஸ் ஆஃப் அஷர் போன்ற ஆங்கிலக் கதைகளையும் காற்று போன்ற தமிழ்க் கதைகளையும் வாசகர்கள் ஆழ்ந்து படிக்க வேண்டும்.

12

குறியீடும் குறிப்புமுரணும்

வெற்றிகரமான கதைகள் யாவும் செறிவானவை. ஒரு நல்ல எழுத்தாளருடைய நோக்கம் மிகக் குறைந்த சொற்களில், மிக அதிகமான விஷயத்தைச் சொல்வதாக இருக்கிறது. இதனால் நல்ல கதைகள் யாவும் சுருக்கமானவை என்று கருதவேண்டாம். கதையில் வீணான எதுவும் இல்லை, ஒவ்வொரு வார்த்தையும் விஷயமும் உச்சகட்ட விளைவை நோக்கித் தேர்ந்தெடுக்கப்படுகின்றன என்பது தான் இதற்கு அர்த்தம். வெடிமருந்தில் அல்லது பட்டாசில் கூட, எவ்வளவு குறைந்த இடத்தில் மிகவலிமையான மருந்து சேகரித்து வைக்கப்பட்டுள்ளது என்பதில்தான் சக்தி அடங்கியிருக்கிறது. அதுபோலத்தான் கதையிலும்.

மிகக் கடுமையான தேர்ந்தெடுப்பின்மூலமே எழுத்தாளர் செறிவினைச் சாதிக்க முடியும். கதையின் வாயிலாகத் தரப்போகும் அர்த்தத்திற்கு எந்தெந்த விஷயங்கள், சம்பவங்கள் மிக அதிகமாகப் பயன்தருமோ அவற்றை மட்டும் தேர்ந்தெடுக்கிறார் ஆசிரியர். எவற்றின் பயன் மிகக் குறைவானதோ அவற்றை விட்டுவிடுகிறார். பலவிதப் பயன்கள் அல்லது பன்முக மதிப்புகள் உள்ள விஷயங்களைக் கூடியவரை தேர்ந்தெடுக்கிறார். இவை ஒரேசமயத்தில் பல நோக்கங்களுக்கு உதவுகின்றன. கதாபாத்திரத்தையும் விவரித்து அதேசமயம் கதைப் பின்னலையும் முன்னோக்கி நகர்த்தும் ஒரு விவரணை, இவற்றுள் ஏதேனும் ஒன்றை மட்டுமே செய்யக் கூடியதைவிட மேலானதுதானே?

எழுத்தாளர் செறிவை அடைவதற்குப் பயன்படுத்தும் இரண்டு முக்கியமான கருவிகள் குறியீடும் குறிப்புமுரணும். இவையிரண்டுமே கதையின் வெடிப்புத் தன்மையை அதிகப்படுத்தக் கூடியவை. ஆனால் இரண்டிற்குமே வாசகரிடம் விழிப்புத்தன்மை, முதிர்ச்சி ஆகியவை வேண்டும்.

குறியீடும் உருவகமும்

இலக்கியக் குறியீடு (வேறு குறியீடுகளும் இருக்கின்றன, அவற்றைப் பற்றி இங்கே சொல்லவில்லை) தான் என்னவாக இருக்கிறதோ (அல்லது எதற்காக நிற்கிறதோ) அதைவிடக் கூடுதலான அர்த்தங்களைத் தருவது. அது ஒரு பொருளாகவோ, ஆளாகவோ, சூழலாகவோ, செயலாகவோ இருக்கலாம். அதன் நேரடி அர்த்தம் வேறு பிற அர்த்தங்களையும் தருமாறு அமைகிறது. இவற்றில் மிக எளியது பெயர்க் குறியீட்டுத்தன்மை. ஆசிரியர்கள் பலவிதப் பெயர்களைப் பயன்படுத்தவேண்டியிருக்கிறது. 'மறுபடியும்' கதையில் கூட தலைமைப் பாத்திரத்திற்குச் சந்திரசேகரன் என்று பெயர் இட்டிருக்கிறார் ஆசிரியர், ஆனால் அது எதற்கும் உருவகமாகவோ குறியீடாகவோ இல்லை. அதற்கு பதிலாக இராமநாதன் என்று இருந்தாலும் கதை அதே பயனைத்தான் தரும்.

ஆனால் நியாயம் கதையில் புதுமைப்பித்தன் தேவஇர(ற)க்கம் நாடார் என்று பெயரிடுவது கூடுதலான பல அர்த்தங்களைத் தருகிறது. அசலான பெயர் தேவஇரக்கம் நாடார்தான். ஆனால் அவரிடம் இரக்கம் காணப்படவில்லை என்பது ஒன்று. இரண்டாவது அவர் தன் பெயரை தேவஇறக்கம் நாடார் என்றே எழுதுகிறார். அவர் தம் பண்பிலிருந்து இறங்கிவிட்டார் என்பதை அது உணர்த்துவதாகிறது. இன்னொன்று தேவனே இறங்கிவந்து மனிதன்மீது இரக்கம் காட்டும்போது மனிதனுக்கு மனிதன் எப்படியிருக்க வேண்டும் என்ற கேள்வி எழுப்பப்படுகிறது. இப்படி அந்தப் பெயர் ஒரு குறியீடாகிப் பல அர்த்தங்களைத் தருமாறு அமைகிறது. இதனை பெயர்க்குறியீடு (நேம் சிம்பலிசம்) என்பார்கள். கதாபாத்திரப் பெயர்களை உருவகமாகவும் வைப்பதுண்டு. சிலசமயம் கதையின் தலைப்பும் உருவகமாக அமையலாம்.

சுந்தர ராமசாமி எழுதிய ஓர் அழகான கதையின் தலைப்பு 'கோவில்காளையும் உழவுமாடும்.' இந்தச் சொற்கள் கதைக்குள் எங்குமே இடம் பெறவில்லை. தலைப்பில் மட்டுமே இடம் பெறுகின்றன. கதையின் இரண்டு கதாபாத்திரங்களை இச்சொற்கள் உருவகமாகக் குறிக்கின்றன. அவருடைய இன்னொரு கதையின் தலைப்பு 'சீதைமார்க் சீயக்காய்த் தூள்.' இதில் 'சீதைமார்க்' என்ற சொல்லை ஆளுவதற்குப் பலமான பின்னணி இருக்கிறது. அவருடைய இன்னொரு கதையான 'பல்லக்குத் தூக்கிகள்' என்பதில் கதை முழுவதுமே பல்லக்கும் அதைத் தூக்குபவர்களும் வருகிறார்கள்.

ஆனால் பல்லக்கு எது, பல்லக்குத் தூக்கிகள் யார், இவர்கள் எவரின் உருவகங்கள் என்ற கேள்வி எழுகிறது. பொதுவாக சுந்தர ராமசாமியின் கதைகளில் உருவகங்கள் அல்லது குறியீடுகளே தலைப்புகளாக அமைகின்றன என்பது குறிப்பிடத்தக்கது.

'பல்லக்குத் தூக்கிகள்' கதையில் உள்ளது போல, பெயர்க் குறியீடுகளைவிடப் பொருள்களையும் செயல்களையும் குறியீடு களாகப் பயன்படுத்துவது முக்கியமானது. சில கதைகளில் இந்தக் குறியீடுகள் மிக யதார்த்தமாகப் பொருந்திவிடுகின்றன. மிகக் கூர்மையான நோக்குடைய வாசகர்களுக்குத் தவிர அவற்றின் குறியீட்டுமதிப்பு முதல் வாசிப்பில் தெரியவராது. சில கதைகளில் அவை வெளிப்படையாகவும் மையமாகவும் அமைந்து குறிப்பிட்ட விளக்கத்தைக் கதைப் பொருளுக்குத் தருகின்றன. முதல்வகையில், குறியீடுகள் வலுப்படுத்து கின்றன, அர்த்தத்தைக் கூடுதலாக்குகின்றன. இரண்டாவது வகையில் அவை அர்த்தத்தைச் சுமந்து செல்கின்றன.

குறியீடுகளை அறியவும் அடையாளம் காணவும் புலப்பாடும் சாமர்த்தியமும் வேண்டும். மாணவர்களைப் பொறுத்தவரை குறியீட்டு மதிப்புகளைப் பற்றிய ஞானம் முதன்முதலாக அவர்களுக்கு ஏற்பட்டவுடனே எல்லாப் பொருள்களிலும் குறியீடுகளைக் காணத் தொடங்கிவிடுவார்கள். இங்கே ஒரு முக்கியமான எச்சரிக்கை: நமது (வாசகரின்) சாமர்த்தியத்தைக் காட்டும் களமாக இலக்கியப் பிரதியை ஆக்கிக்கொள்ளக்கூடாது. இல்லாத குறியீடுகளைக் கதையில் தேடுவதைவிட இருப்பனவற்றை விட்டுவிட்டாலும் பரவாயில்லை. ஆரம்ப வாசகர்கள், குறியீட்டுப் பொருள்களைத் தேடும்போது விழிப்பாக இருக்கவேண்டும். அவர்கள் பின் வரும் சில விதிகளைக் கடைப்பிடிப்பது நல்லது.

1. ஒரு விஷயத்தைக் குறியீடாக எடுத்துக் கொள்வதா வேண்டாமா என்பது பற்றிய குறிப்பினைக் கதைக்குள்ளாகவே தேட வேண்டும். குறியீடுகள் தங்கள் இருப்பை எப்போதுமே குறிப்பாகத் தெரிவிக்கின்றன. அழுத்திக் கூறுதல், திரும்பத் திரும்பக் கூறுதல், அல்லது அவை கதையில் அமைந்திருக்கும் இடம் ஆகியவை யாவும் அவற்றின் இருப்பைக் காட்ட உதவும். இப்படிப்பட்ட அடையாளங்கள் இல்லாமல், குறியீடாக நாம் ஒன்றை ஏற்பது அவ்வளவாகச் சிறப்பானதல்ல.

2. இலக்கியக் குறியீடு ஒன்றின் அர்த்தம், கதையின் முழுச் சூழலினாலும் நிறுவப்படவேண்டும், ஆதரிக்கப்பட வேண்டும்.

குறியீட்டின் அர்த்தம் கதைக்குள் இருக்கிறதே அன்றி கதைக்கு வெளியில் அல்ல. உதாரணமாக, கோணங்கியின் கருப்பு ரயில் கதையில், பொன்வண்டுகள் அடங்கிய தீப்பெட்டிகளால் ஆன ரயில் பற்றி விவரிக்கப்படும்போதே அது குறியீடாக மாறுகின்ற சாத்தியம் தெரியவருகிறது.

3. ஒன்றைக் குறியீடாக ஏற்க, அந்த விஷயம் தனது நேர்ப் பொருளிலிருந்து மாறுபட்ட தன்மை கொண்ட அர்த்தத்தைக் கொண்டிருக்கிறதா என்று பார்க்கவேண்டும். உதாரணமாக, ஒரு பாலம் என்றால், அது ஸ்தூலமான பாலத்தை மட்டும் குறிக்கக்கூடாது. வேறொன்றைக் குறிப்பதற்கான சாத்தியம் இருக்கவேண்டும்.

4. குறியீட்டுக்கு ஒன்றிற்கு மேற்பட்ட அர்த்தங்கள் உண்டு. பல அர்த்தங்களை ஒரே சமயத்தில் அது கொண்டிருக்கும். மிகத் திறனோடு குறியீட்டை அமைக்கும்போது அது பலபக்கங் களாகப் பட்டைதீட்டப்பட்ட ஒரு வைரத்தைப் போலாகிறது. ஒளியில் அதனைத் திருப்பும்போது பல வண்ணங்களோடு அது ஒளிர்கிறது. இதனால் நாம் நினைக்கின்ற எந்த அர்த்தத்தையும் அது தரும் என்பதல்ல. சாத்தியமான அர்த்தங்களின் தொகுதி எப்போதுமே கதைச்சூழலினால் கட்டுப்படுத்தப்படுகிறது. இருப்பினும், சிக்கலான பல அர்த்தங்களை உடைமை, பருமைத் தன்மை, உணர்ச்சிவலிமை ஆகிய எல்லாம் அதற்குத் தனித்த செறிவுதருகின்ற மதிப்பினை அளிக்கின்றன.

கீழ்க்கண்ட பகுதிகளைப் பாருங்கள்:

'என்ன விஷயம்?' என்று கேட்டார்கள் பல்லக்குத் தூக்கிகள்.

'ஒண்ணுமில்லே. பெரியவர் யாத்திரை ரத்தாகியிருக்குன்னு போட்டிருக்காங்க.'

'விடிஞ்சுதுடா அப்பா, முருகா, என் அய்யனே'

கீழே சளசளவென்று பேச்சு ஆரம்பமாயிற்று.

'இதாப் பாருங்க. நமக்கு அதிகாரபூர்வமாகத் தெரிவிக்கலே. தூக்குங்க.'

எல்லோரும் தயங்கியவாறு நின்றார்கள். 'பழக்கம் விட்டுப் போச்சுன்னா உங்களுக்குத்தான் கஷ்டம். நாளைக்கே வாறார்டா அப்படீனு மாத்திச் சொல்லுவாங்க. நாம நம்ம வேலையைச் செய்துக்கிட்டே இருக்கணும்.'

'அந்தக் கலப்பையை மட்டும் தூக்கி வெளியிலே வச்சுடலாமா? அளுத்துது.'

'இருந்துட்டுப் போவுது. ஜாஸ்தி தூக்கிப் பளகறது பின்னாலே ஏந்தல்.'

'வழக்கம்போல முருகானு கூப்பிடறோமே...'

'உங்க இஷ்டம்.'

'முருகா முருகா' என்று கத்தியபடி பல்லக்கைத் தூக்கித் தோளில் வைத்துக்கொண்டார்கள். வெயில் உச்சியில் ஏறி இருந்தது.

இவற்றிற்குரிய கேள்விகளைப் பாருங்கள்:

1. இந்தப் பகுதியில் இரண்டு குரல்கள் ஒலிக்கின்றன. யார் யாருடைய குரல்கள் அவை?
2. மேற்கண்ட உரையாடலிலிருந்து அக்குரலை உடையவர் களுடைய பண்புகளாக எவற்றைக் கூற முடியும்?
3. மேற்கண்ட பகுதியில் உருவகங்கள் உள்ளனவா? குறியீடுகள் உள்ளனவா? எவை எவை?
4 அவற்றின் அர்த்தங்களாக எவற்றைக் கூறுவீர்கள்?

ஜெயகாந்தனின் அக்கினிப்பிரவேசம் பிரபலமான சிறுகதை. பின்னர் சில நேரங்களில் சில மனிதர்கள் என்ற நாவலாக விரித்து எழுதப் பட்டது. மழையில் தனித்து நிற்கும் ஓர் அறியா இளம்பெண்ணை, கல்லூரியில் படிப்பவளை, ஒருவன் காரில் அழைத்துச் சென்று 'கெடுத்துவிடுகிறான்.' வீட்டுக்கு வந்த, அவளை அவள் தாய் குளிக்கச்செய்து தூய்மையாக்கி 'இதுதான் அக்கினிப் பிரவேசம், இதை யாரிடமும் சொல்லாதே' என்கிறாள். கதை இத்துடன் முடிகிறது. கதை முடியும் சமயத்தில், ஒரு சிறிய குறிப்பு வருகிறது.

கொடியில் துவைத்து உலர்த்திக் கிடந்த உடைகளை எடுத்துத்தந்து அவளை உடுத்திக்கொள்ளச் சொன்னாள் அம்மா.

'அதென்ன வாயிலே 'சவக் சவக்'குன்னு மெல்லறே?'

'சுயிங்கம்'

'கருமத்தைத் துப்பு... சீ! துப்புடி. ஒரு தடவை வாயைச் சுத்தமா அலம்பிக் கொப்புளிச்சிட்டு வா' என்று கூறிவிட்டு பூஜை அறைக்குச் சென்றாள் அம்மா.

அவள் துப்பினாளா இல்லையா என்பது பற்றிக் கதை ஒன்றும் சொல்லவில்லை. ஆனால் இங்கே சூயிங்கம் என்பது ஒரு குறியீடாக

நிற்கிறது. அது அவன் வாங்கித்தந்தது. அவனுடைய ஞாபகத்தின் உருவமாக நிற்கிறது. அவள் தாய் அவளைக் குளிப்பாட்டி, தூய்மைப் படுத்தியதாகச் சொன்னாலும் அவன் நினைவு அவளைவிட்டு நீங்கவில்லை என்பதை இந்தக் குறிப்பு காட்டுகிறது. அது மெல்லுகின்ற ஒரு பசை. அவள் இனி அதை வாழ்நாள் முழுதும் மெல்லப் போகிறாள். பசைபோல அவளை அது ஒட்டிக்கொண்டது என்ற விஷயம் இங்கே உணர்த்தப்படுகிறது.

குறிப்புமுரண் (ஐரனி)

குறிப்புமுரண் என்பது பல அர்த்தங்கள் கொண்ட ஒரு சொல். ஆனால் எந்த அர்த்தமாயினும் அவற்றிற்குள்ளாக ஒரு பொருத்தமின்மை, அல்லது இசைவற்ற தன்மை அடிப்படையாக இருக்கிறது. அனுபவத்தின் சிக்கல்தன்மையையும், மறைமுகமாக ஒரு மதிப்பீட்டையும் காட்டுவதோடு செறிவாக்குவதற்கும் ஆசிரியர் இதனைப் பயன்படுத்துகிறார். ஆனால் குறிப்பு முரணை அங்கதம், கேலி, நையாண்டி போன்றவற்றுடன் சேர்த்துக் குழப்பிக்கொள்ளக் கூடாது.

மூன்றுவிதக் குறிப்புமுரண்கள் உள்ளன. இவற்றுள் மிக எளிதானது சொல் முரண் (வெர்பல் ஐரனி). கதாசிரியருக்கு அவ்வளவாக முக்கியத்துவம் அற்றதும் இதுதான். ஆசிரியரின் சொற்கள் என்னவோ அவற்றிற்கு எதிரான உட்குறிப்பு இருக்குமாறு அமைவது சொல் முரண். என்ன சொல்லப்படுகிறது என்பதற்கும் வாசகருக்கு என்ன அர்த்தப்படுகிறது என்பதற்குமான இடைவெளியில் இது நிகழ்கிறது. உதாரணமாக, வகுப்பறைக்கு ஒரு மாணவன் காலதாமதமாக வருகிறான். 'வாங்கய்யா வாங்க, மகாராஜா வருகையை எதிர் பார்த்துத்தான் நாங்க காத்திருக்கோம்' என்று வரவேற்கிறார் ஆசிரியர். இது சொல்முரண். அதேபோல தான் கொடுமைப்படுத்தும் மருமகளை 'மகாராணி இன்னும் எழுந்திருக்கவில்லையா' என்று மாமியார் கேட்கும்போது நிகழ்வதும் சொல் முரண்தான். இப்படி நாம் வாழ்க்கையிலேயே அதிகமாக இதைப் பயன்படுத்துகிறோம்.

நியாயம் கதையில், இரக்கமற்ற ஒருவருக்கு தேவஇரக்கம் நாடார் என்று பெயர்வைத்தது சொல்முரண். நியாயமே அற்றவிதத்தில் தீர்ப்பளிக்கப்பட்ட சம்பவத்தைக் கொண்ட ஒரு கதைக்கு நியாயம் என்று பெயர் வைத்தது சொல்முரண் மட்டுமல்ல, சூழல்முரணையும் கொண்டுள்ளது. புதுமைப்பித்தன்தான் சொல்முரணை அடிக்கடி

பயன்படுத்துபவர். 'பொன்னகரம்' என்ற கதைத் தலைப்பும் சொல் முரண்கொண்டதுதான்.

நாடகமுரண் என்பதில் ஒரு கதாபாத்திரம் கூறுவதற்கும் வாசகர் உண்மை என அறிந்ததற்கும் இடையில் முரண் தோன்றுகிறது. இந்தப் பெயர் வந்ததற்குக் காரணம் நாடகங்களில் இது அதிகமாகப் பயன்படுகிறது என்பதால்தான். ஒரு கதாபாத்திரம் இயல்பாக ஒரு விஷயத்தைப் பேசுவதுபோல இருக்கும். ஆனால் கதாபாத்திரங் களுக்குத் தெரியாத செய்திகள் வாசகர்களுக்குத் தெரியும் என்பதால் அதிலுள்ள முரண் வாசகர்களுக்குத்தான் தெரியும். இதனைப் பயன்படுத்துவதில் ஆங்கில நாடகாசிரியர் ஷேக்ஸ்பியர் மிகத் தேர்ந்தவர்.

உதாரணமாக, ஷேக்ஸ்பியரின் பன்னிரண்டாம் இரவு (டுவெல்த் நைட்) நாடகத்தில் நிகழும் எல்லாமே நாடக முரணின்பாற் பட்டவைதாம். ஒரு பெண், வயோலா, ஆண்வேடத்தில் புதியதொரு நாட்டில் செல்லநேர்கிறது. ஆர்சினோ என்பவன் நகரத்தலைவன். அவனிடம் வேலைக்கு அமர்கிறாள். அவளை ஆண் என்று கருதிப் பெண்களைப் பற்றி ஆர்சினோ பேசும் யாவுமே நாடக முரண்கள்தான். மேலும் ஆர்சினோ ஒலிவியா என்பவளைக் காதலிக்கிறான். ஆண்வேடத்திலிருக்கும் வயோலா ஆர்சினோவைக் காதலிக்கிறாள். தன்னைக் காதலிக்காத ஒலிவியாவிடம் தன்னைக் காதலிக்கும் வயோலாவையே தூது அனுப்புகிறான் ஆர்சினோ. தூது வரும் அவளை ஆண் என்று கருதி அவளை ஒலிவியா காதலிக்கத் தொடங்குகிறாள். இவர்கள் செய்கைகள், பேச்சுகள் எல்லாமே நாடக முரணாக அமைகின்றன. (ஆர்சினோ ஒலிவியாவைக் காதலிக்க, ஒலிவியா வயோலாவைக் காதலிக்க, வயோலா ஆர்சினோவைக் காதலிக்க, ஒரு சுழல், காதல் முக்கோணம் உருவாகிறது. இதைத் தீர்க்கவேண்டுமானால் நான்காவதாக ஒருவன் வரவேண்டும். வயோலாவைப் போலவே இருக்கும் அவளது சகோதரன் செபாஸ்தியன் வருவதனால் கதை முடிவுக்கு வருகிறது. வயோலா வேடத்தைக் கலைக்க, ஆர்சினோ வயோலாவையும், ஒலிவியா செபாஸ்தியனையும் மணக்கின்றனர்.)

வயோலா பெண் என்பது வாசகர்களுக்கு, பார்வையாளர்களுக்குத் தெரியும். ஆனால் ஆர்சினோவுக்கோ ஒலிவியாவுக்கோ தெரியாது. நாடகமுரண் என்பதில் உள்ள அம்சமே, கூடுதலான விஷயங்கள் வாசகருக்குத் தெரியும், கதாபாத்திரங்களுக்குத் தெரியாது என்பதுதான்.

நாம் அறிந்த சிலப்பதிகாரக் கதையிலும், கோவலன் கண்ணகி திருமணம் நடக்கும் போது, தோழியர்கள் பிணைந்த கைகள் விலகாமல், தீதின்றி வாழ்க என்று வாழ்த்துகின்றனர். இதுவும் நாடகமுரண் பேச்சுதான். ஏனென்றால் அடுத்த காதையிலேயே பிணைந்த கை விலகப் போகிறது (கோவலன் மாதவியிடம் செல்லப்போகிறான்), தீமைகள் நடக்கப் போகின்றன என்பது நமக்குத் தெரியும், ஆனால் அந்தச் சொற்களைப் பேசியவர்களுக்குத் தெரியாது.

சிலசமயங்களில் நாடகமுரண் மிகுந்த அவலத்தையும் அளிக்க வல்லது. பாரதக்கதையில் கர்ணனுக்கு நேரிடும் சம்பவங்கள் எல்லாம் இப்படிப்பட்டவை. உதாரணமாக, இந்திரன் வேதியன் வடிவில் வந்து கவசகுண்டலங்களைக் கேட்கும்போது, கர்ணன் உடனே அவற்றை அளித்துவிடுகிறான். வந்தது இந்திரன் என்றோ, பின்னால் கர்ணன் வெற்றி பெறக்கூடாது என்ற உள்நோக்கத்துடன் கேட்கிறான் என்றோ அவனுக்குத் தெரியாது. ஆனால் நமக்குத் தெரியும். ஆகையால், இப்படி நேர்ந்துவிட்டதே என்று வருந்துகிறோம்.

இந்த உதாரணங்களில் எல்லாம், குறிப்புமுரண் ஆசிரியருக்குச் செறிவையும் சொல்லுவதில் ஆற்றலையும் ஏற்படுத்தித் தருகிறது. குறியீடுபோல, குறிப்புமுரணும் வெளிப்படையாகக் கூறாமலே புதுவித அர்த்தங்களைப் பெறுகின்ற சாத்தியங்களை உருவாக்குகிறது. இரண்டு பொருத்தமற்ற (ஒன்றுக்கொன்று எதிரான) மெய்ம்மைகளைச் சரியான இடத்தில் வைப்பதன் மூலம், பேட்டரியின் இரண்டு முனைகளுக்கிடையில் மின்சார ஓட்டத்தை ஏற்படுத்துவதுபோல ஓர் அர்த்த ஓட்டத்தை எழுத்தாளர் ஏற்படுத்திவிட முடிகிறது.

சூழல்முரண்தான் கதாசிரியர்களுக்கு மிக முக்கியமானது. இங்கே தோற்றத்திற்கும் நிஜத்திற்கும் இடையில் ஒரு பொருந்தாமை ஏற்படுகிறது. அல்லது எதிர்பார்ப்புக்கும் விருப்பப் பூர்த்திக்கும் இடையில் இடைவெளி ஏற்படுகிறது. அல்லது எது நம்மிடம் இருக்கிறது என்பதற்கும் எது பொருத்தமாக இருக்கும் என்பதற்கும் இடையில் முரண் ஏற்படுகிறது. பெரும்பாலும் எதிர்பார்ப்புக்கும் உண்மையில் நிகழ்வதற்கும் இடையிலுள்ள முரணாக இது அமைகிறது.

வாழ்க்கையில் இல்லாததா கதையில் இடம் பெறுகிறது? வாழ்க்கையில் நாம் சூழல் அல்லது சம்பவ முரணை அடிக்கடி எதிர்கொள்கிறோம். இருப்பதிலேயே பெரிய முரணாக நான்

நினைப்பது, வாக்காளர்கள் ஒவ்வொரு முறையும் நல்லது செய்வார்கள் என்று நம்பி ஒரு கட்சிக்கு வாக்களிப்பதும், அந்தக் கட்சி பதவிக்கு வந்தபிறகு வாக்காளர்களை மிகக் கேவலமாக நடத்தி அவர்களுக்குத் தீங்கு செய்வதையும்தான். இதைவிடப் பெரிய சூழல்முரண் என்ன வேண்டும்?

பழங்கால நீதிநூல்கள் கூறுகின்ற முறையில்: (இதற்குத் தத்துவம் என்று பெயரிட்டுக் கொச்சைப் படுத்த நான் விரும்பவில்லை) நிலையாமை பற்றி ஆழ்ந்து நினைப்பதும் சூழல்முரண்தான். தான் அழியவே போவதில்லை என்கிற மாதிரியாக ஒவ்வொரு மனிதனும் இறுமாப்போடு ஒவ்வொரு சம்பவத்திலும் நடந்து கொள்கிறான். ஆனால் எதிர்பாராத முறையில் மாண்டு போகிறான். நிலையாமையைவிடச் சிறந்த முரண் வாழ்க்கையில் இல்லை. இதைத் திருமூலர் சிறப்பாக வெளிப்படுத்தியிருக்கிறார். அவரது பாட்டில், ஒருவர் (தன் அலுவலைவிட்டு) வீட்டுக்கு வருகிறார், நன்றாக அறுசுவை உணவை உண்கிறார், அதுமட்டுமா? தன் மனைவியோடு அருமையாகச் சந்தோஷமாக இருக்கிறார். பிறகு இடப்புறமாகச் சற்றே வலிக்கிறது என்கிறார், பிறகு? அவ்வளவுதான்! 'கிடக்கப் படுத்தார் கிடந்தொழிந்தாரே' என்கிறார் திருமூலர். இதைவிட ஐரனி வேறென்ன இருக்கிறது?

பழைய காலத்திலே மயான வைராக்கியம், பிரசவ வைராக்கியம் என்று இரண்டைச் சொல்லுவார்கள். இரண்டுமே அற்புதமான சூழல்முரணைச் சித்திரிப்பவை. ஒருவன் இறந்து போனான், அந்தப் பிணத்தைப் புதைக்க/எரிக்க எத்தனையோ பேர் கூடப்போகிறார்கள். அவர்களில் ஒருவன், 'இதுதான் வாழ்க்கையா! சீ, இனிமேல் நான் நல்லவனாகவே நடந்து கொள்வேன்' என்று முடிவு செய்கிறான். ஆனால் வீட்டுக்குப்போய் வரவுசெலவுக் கணக்கைப் பார்க்கத் தொடங்கியவுடனே புத்தி மாறிவிடுகிறது. இதுதான் மயான வைராக்கியம்.

பிள்ளைபெறும் வேதனையில் இருக்கிறாள் ஒருத்தி. பிரசவ வலியின் தவிப்பில் இதற்குக் காரணமான கணவனைத் திட்டுகிறாள், 'இனிமேல் உன்னோடு படுக்கவே போவதில்லை போடா' என்கிறாள். ஆனால் குழந்தைபெற்று வீட்டுக்குத் திரும்பியபிறகு, அடுத்த குழந்தைக்குத் தயராகிவிடுகிறாள். இதுதான் பிரசவ வைராக்கியம். முரண்கள், முரண்கள்!

ஜெயகாந்தனின் குருபீடம் கதையில், பன்றிபோலத் திரிகின்ற, எந்தவித நற்பண்பும் அற்ற அருவருப்பான ஒரு பிச்சைக்காரன் முதலில் வருணிக்கப்படுகிறான். அவனை எல்லோரும் சீ என்ற வெறுத்து ஒதுக்குகிறார்கள். அவனுக்கு நற்பழக்கங்களே கொண்ட ஒருவன் சீடனாக வந்து வாய்க்கிறான். பிச்சைக்காரன் குரு என்று ஆனவுடனே அவன் நடத்தை கொஞ்சம் கொஞ்சமாக மாறுகிறது. சிந்திக்கிறான். இருத்தலுக்கான அடிப்படை விஷயங்களைப் பேசத்தொடங்குகிறான். இப்போது அவனுக்குக் கிடைத்த மரியாதை மாறுகிறது. எல்லோரும் மதிக்கிறார்கள். இவனை ஒரு சித்தன் என்று நினைக்கத் தொடங்கு கிறார்கள். திடீரென அவனுக்கு ஒரு ஞானோதயம் ஏற்படுகிறது. தன் சிஷ்யன்தான் தனக்கு குரு என்பதை உணர்கிறான். இந்த முரண்தான் கதையின் மையம். குரு குருவும் அல்ல, சீடன் சீடனும் அல்ல, எதிர்பார்ப்புக்கும் உண்மைக்குமான முரண் கதையை நடத்திச் செல்கிறது.

எதிர்பார்ப்புக்கும் நடப்புக்கும் இடையில் உள்ள வேறுபாடுதான் சூழல்முரண். ஷேக்ஸ்பியரின் மேக்பெத் கதையில் சூழல்முரண் மிகவும் நன்கு கையாளப்பட்டுள்ளது. குறிப்பாக, அவன்தான் செயல்பட்டு அரசனைக் கொல்லப்போகிறான் என்று எதிர்பார்த்தால், அவன் மனைவிதான் உண்மையில் கொலைகாரி ஆகிறாள். அதேபோலப் பேச்சு (சொல்) முரணும் இதில் மிகச் சிறப்பாக அமைந்துள்ளது. சூனியக்காரிகள் ஒவ்வொரு முறையும் சொல்லும் சொற்கள் நேரடியாக ஒரு பொருளையும் எதிர்மாறாக உண்மையில் வேறொரு பொருளையும் தருவதாக இருக்கின்றன.

உருமாற்றம் என்னும் கதையில் (காஃப்கா எழுதியது) பூச்சியாக மாறிவிட்ட கதைத்தலைவன், தன் தந்தையிடமிருந்து ஓர் அன்பான வார்த்தையை எதிர்பார்க்கிறான். ஆனால் அவன் தந்தையோ அவனை ஆப்பிளால் அடிக்கிறான். அது முதுகில் பதிந்து அதனால் ஏற்படும் காயத்திலேயே (அல்லது அன்பை எதிர்பார்த்த இடத்தில் ஆழமான வெறுப்பு கிடைத்த காயத்திலேயே) அவன் இறந்துபோகிறான். இதுவும் சூழல்முரண்தான்.

திரைப்படங்களில் சூழல்முரண் ஒவ்வொரு சம்பவத்திலுமே அமைந்திருக்கும். உதாரணமாக, பதினாறு வயதினிலே கதையில் மயில் தான் நம்பிய டாக்டர் தன்னை மணந்துகொள்வான் என்று எதிர்பார்க்கிறாள், ஆனால் நடக்கவில்லை. தான் வெறுத்து ஒதுக்கு கின்ற சப்பாணியையே இறுதியாக அவள் நாடவேண்டிய விதமாக

ஆகிறது. மிகவும் மென்மையானவனாகக் கருதப்பட்ட—யாருக்கும் தீங்கு செய்வான் என்று நாம் எதிர்பார்க்காத—சப்பாணி, வில்லனைக் கொல்கிறான். இவையெல்லாம் சூழல்முரண்கள்தான்.

நிச்சயமாக ஒவ்வொரு கதையிலும் ஒரு சூழல்முரண் இருக்கும். சூழல்முரண் இன்றிக் கதையே இல்லை. முக்கியமாக அதைத்தான் வாசகர்கள் கண்டுபிடிக்கப் பழகவேண்டும். உண்மையில் சூழல்முரண் என்பது கதையின் சூழல் காரணமாக ஏற்படுகின்ற மோதல் அல்லது போராட்டம் அல்லது பிரச்சினைதான். அது வெளிப்படையாகச் சொல்லப்படாமல் குறிப்பாக இடம்பெறும்போது குறிப்பு முரணாகிறது.

முரண்களை அறிவதில் சில பயிற்சிகளை மேற்கொள்ளுதல்

1. ஜெயகாந்தனின் 'இருளும் ஒளியும்' என்ற கதையை வாசிக்கவும். அதில் காணப்படும் முரண் யாது?
2. சுந்தர ராமசாமியின் 'ரத்னாபாயின் ஆங்கிலம்' என்ற கதையைப் படிக்கவும். அதில் இடம் பெற்றுள்ள சூழல்முரணையும் பிற முரண்களையும் விவாதியுங்கள்.
3. சுஜாதா எழுதிய 'ஜன்னல்' என்ற கதையைப் படிக்கவும். அதில் இடம்பெற்றுள்ள முரண் பற்றிக் கூறுங்கள்.

குறிப்புமுரண் பற்றிக் கூறியவற்றை இங்கே தொகுத்துக்கொள்வது நல்லதாக அமையும். குறிப்புமுரண் எல்லாக் கதைகளிலும் ஏதோ விதத்தில் இடம்பெறவே செய்கிறது. அதில் சொல்முரண் (வெர்பல் ஐரனி), நாடகமுரண் (டிரமேடிக் ஐரனி), சம்பவ அல்லது சூழல்முரண் (சிச்சுவேஷனல் ஐரனி) என்ற மூன்று வகைகள் உள்ளன.

பேசப்படும் வார்த்தைகளுக்குள்ளாகவே மாறுபாடாக அர்த்தம் ஏற்படுமானால் அது சொல்முரண். கதாபாத்திரங்களுக்குத் தெரிந்ததை விட வாசகர் அல்லது பார்வையாளருக்குக் கூடுதலாக விஷயங்கள் தெரிந்திருப்பதால் ஏற்படுவது நாடகமுரண். நாம் எதிர்பார்ப்பதற்கும் நிகழ்வதற்குமிடையில் சம்பவங்களில் அல்லது நிகழ்ச்சிகளில் ஏற்படுவது சூழல்முரண். இனிமேல் கதைகளைப் படிக்கும் போதெல்லாம் அதிலுள்ள முரண்களை அறிந்து வாசியுங்கள், அவற்றின் சுவை பலமடங்காகும்!

13

கதையின் நடை

மொழி, சிறுகதையின் தொனியுடனும் குரலுடனும் சம்பந்தப் பட்டுள்ளது. எப்படிக் கதையை வாசிப்பது என்பது பற்றியும் மொழி மிகுதியாகச் சொல்கிறது. கதையின் செயல்படும் பகுதி என்ற முறையில் ஆசிரியர் மனத்துள் என்ன இருக்கிறது என்பதையும் தெரிவிக்கிறது. படிக்கும்போதே நாம் படிக்க விரும்புகின்ற ஆசிரியர் இவர்தானா என்பதையும் நிறுவுகிறது. மொழியைக் கையாளுவது எவ்வளவு நயமானது அல்லது அதிகாரத்தன்மை வாய்ந்தது; கதையில் எவ்விதமான மொழி கையாளப்படுகிறது; என்ற கேள்விகள் மிக முக்கியமானவை.

ஓர் ஆசிரியர் தன்னை வெளிப்படுத்திக்கொள்கின்ற, தனது சிந்தனைகளையும், மைய நோக்கையும் எடுத்துரைக்கின்ற முறை நடை எனப்படுகிறது. நடை என்பது தனிப்பாங்கானது. இரண்டு எழுத்தாளர்களுடைய நடை ஒரேமாதிரி இருப்பதில்லை. எழுத்தாளரின் நடை தனிப்பாங்கானது என்றாலும் அது உருவானது அவருடைய சமூகப் பின்னணியினால் தான் என்பதை மறக்கலாகாது. புனை கதையில் நடை என்பது கதையை மொழிவாயிலாக உருவாக்கக் கையாளப்படும் மரபுகளைக் குறிக்கிறது. ஓர் எழுத்தாளர் தனது சொல்லாட்சியைக் கட்டுப்படுத்துவது வாயிலாக, வாக்கிய அமைப்பு, தொடர்கள், உரையாடல், மொழியின் பிறகூறுகள் எல்லாவற்றையும் கட்டுப்படுத்திக் கையாளக் கூடும்.

நடையின் ஒரு சிறப்பான பகுதி, சொல்பயன்பாடு அல்லது சொல்லாட்சி (டிக்ஷன்) என்பது. இது வார்த்தைத் தேர்வு. முறை சார்ந்தோ, முறைசாராத நிலையிலோ, பேச்சு வழக்கிலோ, கொச்சைப் பேச்சிலோ வார்த்தைகள் தேர்ந்தெடுக்கப்படலாம். முறைசார்ந்த வழக்கினைக் கல்விசார் நூல்களில், ஆய்வுக்கட்டுரைகளில், முறையான

உரையாடல் சம்பவங்களில் காண்கிறோம். முறை சாராச் சொல் பயன்பாடு என்பதை இறுக்கமற்ற உரையாடல்களிலும் இலேசான எழுத்து வகைகளிலும் நகைச்சுவை எழுத்துகளிலும் பார்க்கலாம். கதைசொல்பவர் பயன்படுத்தும் சொற்களின் தொகுதியையும் சொல்லாட்சி என்ற சொல் குறிக்கிறது. சில ஆசிரியர்களின் சொல்லாட்சி சிறப்பானதாக இருக்கும். சிலரிடம் இருப்பதில்லை.

இங்கே மௌனியின் சொல்லாட்சி பற்றிக் குறிப்பிடுவது பொருந்தும். மௌனிக்குத் தமிழ்ச்சொல்லாற்றல் குறைவு. அவர் கதைகளைப் படிக்கும்போதே புலப்படும் விஷயம் இது. மௌனியின் நடை மிகவும் தனித் தன்மை வாய்ந்தது என்று க.நா. சுப்பிரமணியம், பிரமிள், திலீப்குமார் போன்ற பலர் குறிப்பிட்டிருக்கிறார்கள். ஒரு குழந்தையின் பேச்சு, இலக்கணத்திற்கு அப்பாற்பட்டது என்றாலும் நம்மை ஈர்ப்பதில்லையா? ஓர் அயல்நாட்டான் தமிழ் கற்றுக்கொள்ள முற்பட்டால் அவனது சொந்த மொழிச்சார்பு காரணமாகத் தமிழில் செய்யும் தவறுகள்கூட சமயங்களில் கலைப்பூர்வமாக ஆகிப் போவதில்லையா? அது போலத்தான் மௌனியின் நடையும். அவருக்குப் போதிய அளவு தமிழ் கைவராது என்பது உண்மை. ஆங்கிலத்தில் எழுதித் தமிழில் அவர் பலசமயங்களில் மாற்றியதையும் குறிப்பிட்டிருக்கிறார்கள். அதனால் ஏற்படும் மொழியின் அந்நியத் தன்மையும் குழந்தையின் வெளியீடு போன்ற தன்மையும்தாம் மௌனியின் நடையில் கவர்ச்சியைத் தருகின்றன.

பேச்சுவழக்கு என்பது ஒரு குறிப்பிட்ட சமுதாயத்தினர் தங்களுக்குள் அன்றாடப் பேச்சுக்குப் பயன்படுத்துகின்ற மொழிப் பயன்பாடு. கொச்சைப் பேச்சு என்பது குறிப்பிட்ட குழுவினர் தங்களுக்குள் பரிமாறிக்கொள்ளும் வழக்குகள். இன்னும் கொச்சைப் பேச்சுச் சொற்கள் தமிழில் எந்த அகராதியிலும் இடம் பெறவில்லை. ஆங்கிலத்தில் அந்தந்த வட்டாரத்திற்கான கொச்சைப் பேச்சு அகராதிகள் (Dictionary of slangs) தனியாகவே உண்டு. தனது மண்சார்ந்த கதைகளைப் பதிவு செய்யும்போக்கில் கி. ராஜநாராயணன் கொச்சைப் பேச்சுகளையும் இழிவழக்குகளையும் மிகுதியாகப் பயன்படுத்தியிருக்கிறார்.

பலவிதமான வாக்கிய அமைப்புகளையும், தொடர்களையும், சொற்களையும், வினைச்சொற்களையும் பயன்படுத்த வாய்ப்பளிக்க வல்லதாகத் தமிழ் வளம் அமைந்திருக்கிறது. ஒரு சிந்தனையையோ, வருணனையையோ, செயலையோ வடிவமைப்பதில் இந்த

வளத்தையும் பன்முகத்தன்மையையும் புனைகதை ஆசிரியர்கள் பயன்படுத்துகிறார்கள். வெவ்வேறு விதமான மொழித்தேர்வுகள் எந்த ஒரு வெளியீட்டுச் சந்தர்ப்பத்திற்கும் பலவித நடைகளின், தொனிகளின் வீச்சை உருவாக்க முடியும். பல்வேறுவித நடைகளும் தொனிகளும் கதைக்கு அதன் தனித்தன்மை வாய்ந்த அர்த்தத்தைக் கொடுக்கின்றன. பலசந்தர்ப்பங்களில் கதையை நடத்தும் நடை என்பது அதன் உள்ளடக்கத்திற்குச் சமமான முதன்மை வாய்ந்தது.

ஒரு கதாசிரியர் எந்தவிதமான சொற்களை மிகுதியாகத் தேர்ந்தெடுத்து அமைக்கிறார் என்பது கதைப்பொருளைச் சார்ந்தது என்றாலும் அவருடைய தனித்தன்மையையும் காட்டுகிறது. உதாரணமாக, ஒரு கதைப்பகுதியில் அதிகமான அளவில் செயல்சார்ந்த வினைச்சொற்கள் இருப்பது, ஒரு செயலூக்கமான – இயங்குகின்ற – வேகமான கதாபாத்திரத்தைச் சுட்டுகிறது. மனநிலைகள் சம்பந்தப் பட்ட வினைச்சொற்கள் மிகுதியாகக் காணப்படுவது ஒரு உள்நோக்குக் கதாபாத்திரத்தைக் காட்டுகிறது. இதேபோலச் சொற்றொடர் அமைப்பினை நோக்கும்போது, ஒரு பிரதியின் வாக்கியங்கள் எவ்விதம் அமைந்திருக்கின்றன–சிறியனவாக அல்லது நீளமாக, எளியதாக அல்லது சிக்கலானதாக, தெளிவுபட அல்லது கடுஞ்சொற்கள் நிரம்பியனவாக–எப்படி வாக்கியங்கள் அமைந்திருக்கின்றன என்பதைக் காணவேண்டும்.

எழுத்தாளரின் நடையைக் காண்பதற்கு வசதியாக, செயல், சுருக்கம், உரையாடல், உணர்ச்சிகள்/எண்ணங்கள், பின்னணி என்று சிலர் பகுத்துக்கொள்கிறார்கள். சிலர் ஆறு வகைகளாக–செயல், வெளிப்பாடு, வருணனை, உரையாடல், சுருக்கம், மாற்றம் என்று பகுத்துக் கொள்கிறார்கள். இன்னும் சிலர், செயல், உரையாடல், சிந்தனைகள், சுருக்கம், காட்சி, வருணனை என்று பிரிக்கிறார்கள்.

மேற்கொண்டு நடை பற்றிச் சொல்வதற்கு முன்னால் சில எழுத்தாளர்களின் எழுத்துப் பகுதிகள் கீழே உதாரணமாகத் தரப் படுகின்றன. அவற்றை வைத்து அவர்களைப் பற்றிய மதிப்பீடுகளை நீங்களே உருவாக்கலாம்.

சம்பத் (இடைவெளி)

டிப்ளமேடிக் என்க்ளேவிலிருந்த பிரகாஷ் மேல் எனக்கு ரொம்ப பிரியம். Blighter he was a great runner. Above all he had tremendous will power. *அவன் சாரங்கனோடு அட்லீஸ்ட் செகண்ட்*

ப்ளேஸ் வாங்கணும்னு நூறு கஜத்துக்கும் மேலேகூட ஓடி கடைசி லேப்பில் சாரங்கனை அவுட்விட் செய்து நூலிழையில் ஜெயித்ததை என்னால் என்றென்றும் மறக்கமுடியாது.

'டோன்ட் லீவ் மி... ஐ ஃபீல் லோன்லி' என்றான் சாகேத்.

'அதெல்லாம் ஒண்ணுமில்லை... கோ ஹேவ் எ பாத்... ட்ரை டு ஸ்லீப்... நாளைக்கு ஆபீஸ் இருக்கு' என்றான் நாராயணன்.

'நோ, ஸ்டே வித் மி... ஸ்டே ஃபார் ஃபியூ ஹவர்ஸ்... ஐ நீட் இட்' என்றான் சாகேத்.

'என்ன பண்ணுவது?' என்றான் நாராயணன்.

ஏதோ டான்ஸ் புரோக்ராமைப் பற்றிச் சொன்னான் சாகேத். அப்போது தான் கனாட் பிளேஸில் அந்த டான்ஸ்+யீடிங் ஆரம்பித்திருந்தனர்.

மௌனி (*பிரக்ஞை வெளியில்*)

அவளை மனைவியாக அடைந்தது என் பாக்கியமென்றாலும் தவறியே இவ்வுலகில் பிறந்த அவள் என்னை அடைந்ததும் அவளுக்கு ஒருவித பாக்கியம்தான். அவளை நான் இப்போது பார்க்கும்போது என்னென்னவோ தோன்றுகிறது... மனைவியை கணவன் பார்ப்பதில் என் னென்னவோ எல்லையற்றுத் தோன்ற விருக்கிறது. சிறிதுகாலமாக என்பிரியம் அவளிடம் அளவுகடந்து விடுகிறது... உடனே மனது ஒரு பயமடைகிறது...பயம் என்று சொல்லுவது சரியல்ல. மனத்தில் ஒரு விநோத பயங்கரம் காணுகிறது. அந்த பயங்கரத்தில் ஒரு வசீகரமும் காணமுடிகிறது போலும்... இங்கேயும் பெண்ணைப் பார்க்கும்போது அவளைக் காணும் தோற்றம் கொள்ளுகிறேன்.

மௌனி (*மனக்கோட்டை*)

'இப்போது யதேச்சையாகவா வந்து சேர்ந்தேன்? இல்லை. என் வாழ்க்கை அவன் கற்பனையில் என்பதில் அவர்களும்கூட இருப்பது உங்களுக்குத் தெரியவில்லை, இப்போது? –நான் இருப்பதில்' என்றான்.

தெரிவதுபோன்ற தோற்றம் சிறிது கொண்டும், அவன் பார்க்கு மிடத்தைப் பார்க்காது, அவனையே பார்த்துக்கொண்டிருந்தனர் அவர்கள். இவன் மனம் தடுமாறுவதாகவும் சிறிது எண்ணமடைந்தனர் போலும்...

இமையம் (நல்ல சாவு)

'யே பையா, செத்தெ செட்டியாரு கடயமுட்டும் போயிட்டுவாடா.'

'எனக்கு எயிதுற வேலெ இருக்கு. நீயே போயிட்டு வா.'

'இப்பதான் ஒரேமுட்டா எயிது எயிதுன்னு எயிதிறியா? நீ படிச்சதெல்லாம் போதும், போடா.'

'எயிதலன்னா வாத்தியாரு அடிப்பாரும்மா.'

'காயி ஒண்ணும் ஆப்புடல. குழம்பு வைக்கல. ரசம் வைக்கலா மின்னா பூண்டக் காணும். காட்டுலருந்து வர்ற மனுசன் ஊட்டுக்கு வந்ததுமே சோறு எங்கடின்னு கேட்டுதான் வருவாரு. செத்த போடா' என்று சொல்லிக் கட்டாயப்படுத்திக் கதிரவனைப் பார்வதி அனுப்பி வைத்தாள். முனகிக்கொண்டு வந்தவனிடம் 'காசியக் கீய போட்டுடாத. பத்தரம். சட்டு சடுக்குனு வாடா' என்று பார்வதி கத்தியது கேட்டது. 'மயிரு காசி' என்றான் கதிரவன்.

சுந்தர ராமசாமி (கோலம்)

வானம் இருண்டுகொண்டு வந்தது. மலைத் தொடர்களின் உச்சிகளில் கரிய மேகங்க்ள் படர்கின்றன. கணத்துக்குக் கணம் வானத்தின் முகவிலாசம் மாறிக்கொண்டு வந்தது. பெரும் மழையின் வருகையை எண்ணிக் காடுகளும் தோப்புத் துரவுகளும் புதரும் மணத்தக்காளிகளும் கள்ளிகளும் குதூகலம் கொள்வது போல் தோன்றிற்று. ரயிலடி உலோகங்களுக்கு இந்தக் குதூகலத்தில் பங்குகொள்ளத் தெரியவில்லை. வர இருக்கும் மழை பற்றிய பிரக்ஞையே அவற்றுக்கு இல்லை. நன்றாக இருண்டுவிட்டது. முதல் துளிகளின் வெளிப் பாட்டைத் துல்லியமாகப் பிடிக்கக் கிழவர் விழிப்புடன் இருந்தார். எண்ணற்ற மழைகளின் முதல் தோற்றங்கள் அவர் மனப்பதிவில் இருந்தன. ஆனால் ஒவ்வொரு தடவையும் பழைய மழையைப் போலி செய்யும் யோசனை சிறிதும் இன்றிப் புதுமாதிரியாக வந்திருக்கிறது மழை. மங்கிய வெளிச்சத்தில் வீணைக் கம்பிகளின் தெறிப்புகள் கீழ்நோக்கி வருகின்றனவா என்று பார்த்தார்.

புதுமைப்பித்தன் (சாப விமோசனம்)

ரதத்தைவிட்டு இறங்கிய ராமனது நெற்றியில் அனுபவம் வாய்க்கால் வெட்டியிருந்தது. சீதையின் பொலிவு அனுபவத்தால் பூத்திருந்தது. இருவர் சிரிப்பின் லயமும் மோக்ஷ லாகிரியை ஊட்டியது.

ராமனை அழைத்துக்கொண்டு கோதமன் வெளியே உலாவச் சென்றுவிட்டான்.

தன் கருப்பையில் கிடந்து வளர்ந்த குழந்தையால் சுரக்கும் ஒரு பரிவுடன் அகலிகை அவளை உள்ளே அழைத்துச் சென்றாள். இருவரும் புன்சிரிப்புடன் உட்கார்ந்திருந்தார்கள்.

ராவணன் தூக்கிச் சென்றது, துன்பம், மீட்பு எல்லாவற்றையும் துன்பக்கறை படியாமல் சொன்னாள் சீதை. ராமனுடன் சேர்ந்து விட்ட பிறகு துன்பத்துக்கு அவளிடம் இடம் ஏது?

அக்கினிப் பிரவேசத்தைச் சொன்னாள். அகலிகை துடித்துவிட்டாள்.

'அவர் கேட்டாரா? நீ ஏன் செய்தாய்?' என்று கேட்டாள்.

'அவர் கேட்டார்; நான் செய்தேன்' என்றாள் சீதை, அமைதியாக.

'அவன் கேட்டானா?' என்று கத்தினாள் அகலிகை; அவள் மனசில் கண்ணகிவெறி தாண்டவமாடியது.

அகலிகைக்கு ஒரு நீதி, அவனுக்கு ஒரு நீதியா?

ஏமாற்றா? கோதமன் சாபம் குடலோடு பிறந்த நியாயமா?

இருவரும் வெகுநேரம் மௌனமாக இருந்தனர்.

'உள்ளத்துக்குத் தெரிந்தால் போதாதா? உண்மையை உலகுக்கு நிரூபிக்க முடியுமா?' என்றாள் அகலிகை. வார்த்தை வறண்டது.

'நிரூபித்துவிட்டால் மட்டும் அது உண்மையாகிவிடப்போகிறதா, உள்ளத்தைத் தொடவில்லையானால்? நிற்கட்டும். உலகம் எது?' என்றாள் அகலிகை.

அசோகமித்திரன் *(காலமும் ஐந்து குழந்தைகளும்)*

நாளையோடு இருபத்தைந்து வயது முடிகிறது. இனிமேல் இந்தமாதிரி இடங்களில் உத்தியோகம் எதிர்பார்க்க முடியாது. வேலைவாய்ப்பு என்பது நாளை கழிந்தால் அப்படியே ஒன்றுக்குக் காலாகிவிடும். முழுவாசி வேலைவாய்ப்பில் படிப்பு முடிந்து இந்த ஆறு வருஷங்களில் விட்டுவிட்டு எண்பத்தொரு நாட்கள் தினக்கூலி வேலை. ஒரு மாதம் நான்கு நாட்கள் ஒரு பண்டாபீசில் தற்காலிகமாக. அவ்வளவுதான். ஒருவேளை வேலைக்கென்று உண்மையாகவே தீவிரமாக முயற்சி செய்யவில்லையோ? முயற்சி. விடாமுயற்சி. தீவிர முயற்சி. முயற்சி திருவினையாக்கும். திருவினையாக்கும். பணக்காரன் ஆகலாம். பணம் வந்தால் ரெயில் நிலையத்துக்கு பஸ்ஸில் வரவேண்டாம். ஒரு டாக்ஸியில் குறித்த

நேரத்தில் வரலாம். ரெயில் பின்னால் சிறகொடிந்த நெருப்புக் கோழிபோல ஓடவேண்டியதில்லை. அதுவும் 'ஹோல்டான்! ஹோல்டான்!' என்று கத்திக்கொண்டு. இந்த ஹோல்டான் என்ற சொல்லே தரித்திரத்தின் குறியீடு.

வண்ணதாசன் (தனுமை)

கைலியை இறக்கிவிட்டுக்கொண்டு நோக்காலில் இருந்து இறங்கினான். இறுக்கிக் கட்டின போச்சுக் கயிறு கீச்சென முனகியது. தொழுவங்களில் மூங்கில் தடியினால் தண்டயம் போட்டிருப்பது போல வண்டி போகவர மட்டுமே புழங்குகிற அந்த தடுப்புக்கு அப்புறம் தனுவும் அவள் தம்பியும் நின்றுகொண்டிருக்கிறார்கள். தம்பி சடக்கென்று காலை தவ்வலாகப் போட்டுக் குனிந்து உட்பக்கம் வந்துவிட, ஒரே ஒருவிநாடி அவள் விசாலமான தனிமையில் நின்றாள். பின்னால் பொருத்தமற்ற பின்னணியாய்ப் பாலையான மணல்விரிப்பும் உடைமரங்களும். உடைமரம் பூத்ததுபோல மெல்லிசான மணமாக இவள், தனு.

நாஞ்சில்நாடன் (இந்நாட்டு மன்னர்கள்)

வாக்கெடுப்பு நடக்கப்போகும் அரசினர் ஆரம்பப் பள்ளி, ஊர் எந்த மூலையிலிருந்து நடந்தாலும் அரைபர்லாங்குதான். ஆனாலும் முடிசூடா மன்னர்களை நடத்தியா கொண்டு செல்வது ?

மறுநாள் பொழுது கலகலப்பாக விடிந்தது. தானாகப் பழுக்காததைத் தல்லிப் பழுக்கவைப்பது போன்று சூரியன் கிழக்கில் எழச் சற்றுத் தாமதமாகியிருந்தால், கயிறுகட்டி இழுத்துக்கொண்டு வந்திருப்பார்கள். அவ்வளவு அவசரமும் பதற்றமும்.

ஆறுமணிக்குப் பூசணிக்காயின் மகனும் மருமகளும் ஊரழைக்க வந்தார்கள். அதைத் தொடர்ந்து உருளையின் மகளும் மருமகனும் ஊரழைத்தார்கள். காலைக்காப்பிக்கான சன்னத் தங்கள். அதிகாலையிலேயே வைத்தியனைப் பாதுகாப்பான இடத்தில் கொண்டுவந்து வைத்து விட்டான் மாணிக்கம். அங்கேயே கிணற்றுத் தோட்டத்தில் குளிக்கச் செய்து, புதிய வேட்டியையும் துவர்த்தும் உடுத்து, வெண்ணீறு பூசி, ஒரே அலங்கரிப்பு. அவனுக்கே ஒரு புளகாங்கிதம். ஊராட்சித் தேர்தல் மாதம் ஒருமுறை வந்தால் எப்படி இருக்கும் என்று அவன் எண்ணினான்.

பத்துமணிக்குமேல் வாக்கெடுப்பு துரிதகதியில் நடைபெறலாயிற்று. டாக்ஸிகள் எழுப்பும் புழுதிப்படலம். வில்வண்டிக் காளைகள் குடம்குடமாகப் பீச்சித் தெருக்களை மெழுகின. சைக்கிள்கூட நுழைந்திராத முடுக்குகளிலெல்லாம் கார் நுழைந்து தேடிப்பிடித்து வாக்காளர்களை இழுத்தது.

சுஜாதா (நகரம்)

சுவர்களில் ஓரடி உயர எழுத்துகளில் விளம்பரங்கள் விதவிதமாக ஒன்றி வாழ்ந்தன. நிஜாம் லேடி புகையிலை–ஆ.கே. கட்பாடிகள்– எச்சரிக்கை! புரட்சித்தீ! –சுவிசேஷக் கூட்டங்கள். ஹாஜிமூசா ஜவுளிக்கடை (ஜவுளிக் கடல்)–30.9.73 அன்று கடவுளை நம்பாதவர்கள் சுமக்கப் போகும் தீச்சட்டிகள்.

மதுரையின் ஒரு சாதாரண தினம். எப்போதும்போல் பைப் அருகே குடங்கள் மனிதர்களுக்காக வரிசைத் தவம் இருந்தன. சின்னப் பையன்கள் டெட்டானஸ் கவலை இன்றி மண்ணில் விளையாடிக் கொண்டிருந்தார்கள். பாண்டியன் போக்குவரத்துக் கழக பஸ்கள் தேசீயம் கலந்த டீஸல் புகை பரப்பிக்கொண்டிருந்தன. விறைப்பான கால்சராய் சட்டை அணிந்த, புரோட்டீன் போதா போலீஸ்காரர்கள் 'இங்கிட்டும் அங்கிட்டும்' செல்லும் வாகன– மானிடப் போக்கு வரத்தைக் கட்டுப்படுத்திக்கொண்டிருந்தார்கள். நகரின் இயக்கம் ஒருவித ப்ரௌனியன் இயக்கம்போல் இருந்தது. (பௌதிகம் தெரிந்தவர்களைக் கேட்கவும்)...

நம் கதை இந்த நகரத்துக்கு இன்று வந்திருக்கும் ஒரு பெண்ணைப் பற்றியது.

கொஞ்சம் உதாரணங்கள் நீண்டுவிட்டன. எல்லா வாக்கியங்களுமே கவனிக்கப் பட வேண்டியவைதாம், வாக்கிய அமைப்புகள், வார்த்தை அடுக்குகள், முறைவைப்புகள் எல்லாமே கவனிக்கப்பட வேண்டியவை. என்றாலும் தொடக்கத்தில் நடைக்கென்று எவற்றைக் கவனிப்பது என்பதற்காக இந்த எடுத்துக்காட்டுகள் தரப்பட்டன.

மேற்கண்ட உதாரணங்களைப் பார்க்கும்போது சில விஷயங்கள் புலனாகின்றன.

1. செம்மைப்படுத்தப்பட்ட பேச்சுமொழி, கொச்சை மொழி, செம்மையான மொழி ஆகிய எல்லாவற்றையுமே எழுத்தாளர்கள் கையாளுகின்றனர்;

2. பொதுமொழிக்கான சொற்கள், வட்டாரமொழிக்கான சொற்கள், குறித்த அறிவுப் பரப்புக்கான சொற்கள் ஆகியவற்றையும் உரிய இடங்களில் தேர்வு செய்கின்றனர்;

3. வாக்கியங்களையும் தொடர்களையும் கிளவிகளையும்(கிளாஸ்) உரியவாறு தேர்வு செய்கின்றனர்;

பழமொழிகள், மரபுத்தொடர்கள் (இவற்றைச் சொலவடை என்று கி. ராஜநாராயணன் போன்ற எழுத்தாளர்கள் குறிப்பிடுவர்) ஆகியவற்றை உரியவாறு கையாளுகின்றனர்;

4. தேவையான இடங்களில் உருவகம், உவமை போன்ற அணிகள் அமைந்த வருணனைகளையும் கையாளுகின்றனர்.

5. தேவையான இடங்களில் இலக்கண அமைப்பிலும் உரிய மாற்றங்களைச் செய்துகொள்கின்றனர்.

6. சிலர் தேவை கருதியும், சிலர் தேவையின்றியும்கூட, ஏறத்தாழத் தங்கள் புலமையைக் காட்டிக்கொள்வதுபோல, ஆங்கில வாக்கியங்களையும், தொடர்களையும், பிறமொழிச் சொற்களையும் கையாளுகின்றனர்.

மேற்கண்ட உதாரணங்களில் இந்த ஐந்து விதமான மாற்றங்களுக்கும் சான்றுகள் இருக்கின்றன. 'முயற்சி திருவினையாக்கும்' என்ற வள்ளுவத் தொடரை அசோகமித்திரன் சிலேடையாகக் கையாளுவதைப் பார்க்கலாம். இவ்வாறே உருவகங்கள், உவமைகள் அநேகம் பயின்று வருவதை நீங்களே கண்டுபிடிக்கலாம். 'நகர இயக்கம் பிரௌனியன் இயக்கம் போல இருந்தது' என்பதில் உவமையோடு, பௌதிகத்துக் கான தனித்த சொற்பயன்பாடும் (இவற்றை ரெஜிஸ்டர் என்பார்கள்) இருக்கிறது. இராமனை அவர் அவர் என்றே குறிப்பிட்டு சீதையும் அகலிகையும் பேசிக்கொண்டுவர, கடுஞ்சினமுற்ற நிலையில் அகலிகை மரியாதையைக் கைவிட்டு 'அவன்' என்று குறிப்பிடுவதாக எழுத்தாளர் அமைப்பதைப் பார்க்கிறோம். இவ்வாறு கூர்ந்து ஆராயத்தக்க பலவிதப் பண்புகளையும் மேற்கண்ட உதாரணங்கள் கொண்டுள்ளன.

சாதாரணமாக, கட்டுரைகளுக்கான நடை பொது இலக்கணப்படி அமைகிறது என்று வைத்துக்கொள்வோம். (அவற்றிலும் தனித் தன்மைகள் உண்டு, இப்போது அதற்குள் நுழைய வேண்டாம்.) தமிழின் பொது வாக்கிய அமைப்பு என்பது எழுவாய் + செயப்படு பொருள் + வினைமுற்று (பயனிலை) என்ற முறையைக் கொண்டது. இவற்றுடன் நாம் பலவித சேர்க்கைகளை இணைக்கிறோம். தொடர்கள்

கதையின் நடை ✦ 147

(phrases), கிளவிகள் (clauses) முதலியன அவ்வாறு இணைக்கப் படுகின்றன. தமிழ்க்கிளவிகளுக்கு அடிப்படையாக எச்சங்கள்–வினையெச்சமும் பெயரெச்சமும்–அமைகின்றன. இவற்றை வாக்கியங்களில் முறைமாற்றி அமைப்பதன் மூலம் வெவ்வேறு விளைவுகளை உண்டாக்க முடியும்.

இவ்வாறு கிளவிகளையும் தொடர்களையும் மாற்றி அமைத்தல், வாக்கிய அமைப்பை மாற்றிக் கையாளுதல் (உதாரணமாக, வினைமுற்று + எழுவாய் + தொடர் என்பது போல), வெவ்வேறு வகை வாக்கியங்களைக் கையாளுதல், அணிகளைக் கையாளுதல், பழமொழிகளையும் மரபுத்தொடர்களையும் கையாளுதல் போன்றவற்றை எல்லாம் விலக்கங்கள் (deviations) என்று கூறலாம். ஒருவரது தனித்த நடை–நடந்துசெல்லும் நடையே–விலக்கங் களால்தான் தீர்மானமாகிறது. உதாரணமாக, 'அதோ தாங்கித்தாங்கி நடந்துசெல்கிறாரே அவர்' என்கிறோம். அல்லது 'வாத்துமாதிரி நடந்துபோகிறாளே அவள்' என்கிறோம். 'கையைப் பின்புறம் கட்டிக் கொண்டு உலாவுகின்றாரே, அவர்தான் நான் சொன்னவர்' என்கிறோம். பலசமயங்களில் பின்னாலிருந்து பார்க்கும்போதே இன்னார்தான் என்று நடையை வைத்துத் தீர்மானிக்கிறோம். ஒரேமாதிரிப் பாணியில் எல்லோருமே நடப்பதாக இருந்தால், நாம் இப்படிக் கண்டுபிடிக்கவே முடியாது. அதுபோல எழுத்தாளர்களிலும் குறிப்பிட்ட முறையில் காணப்படுகின்ற விலக்கங்கள்தான் அவரவர் தனித்த நடையைக் காட்டுகின்றன. மேலே உதாரணங்களில், மௌனி, வண்ணதாசன் போன்றோர் நடையில் இந்த விலக்கப் பண்பைத் தெள்ளத் தெளிவாகவே காணமுடியும்.

மேலே காட்டிய உதாரணங்களில், சம்பத்தின் நடை தேவையின்றி மிக அதிகமாக ஆங்கிலச் சொற்களையும் வாக்கியங்களையும் அப்படியே கையாளுகிறது. சிலசமயங்களில் அவர் அப்படியே ஆங்கிலத்தில் எழுதிவிடுகிறார், சிலசமயங்களில் ஆங்கிலத் தொடர்களைத் தமிழில் எழுதுகிறார். இவ்வாறு செய்யும்போது பலருக்குப் புரியாமல்போக வாய்ப்பிருக்கிறது. உதாரணமாக, 'அவன் சாரங்கனோடு அட்லீஸ்ட் செகண்ட் ப்ளேஸ் வாங்கணும்னு நூறு கஜத்துக்கும் மேலேகூட ஓடி கடைசி லேப்பில் சாரங்கனை அவுட்விட் செய்து நூலிழையில் ஜெயித்ததை என்னால் என்றென்றும் மறக்க முடியாது' என்ற அவரது வாக்கியத்தை, 'அவன் சாரங்கனோடு குறைந்தபட்சம் இரண்டாவது இடத்திலாவது வரவேண்டுமென்று

நூறு கஜத்துக்கும் மேலே கூட ஓடி கடைசிச் சுற்றில் சாரங்கனைச் சாதுரியத்தினால் நூலிழையில் ஜெயித்ததை என்னால் என்றென்றும் மறக்கமுடியாது' என்று தமிழிலேயே எழுதலாம்.

மௌனியின் நடையில் 'தோற்றம் காணுகிறது', 'காணுகிறது போலும்', 'தோற்றம் கொள்கிறது', 'தோற்றம் கொள்கிறேன்', 'எண்ணமடைந்தனர் போலும்' போன்ற தொடர்கள் அடிக்கடி அமைவதைக் காணமுடியும். இவை அவரது நடையின் தனித் தன்மைகள் மட்டுமல்ல, அவரது கதைத் தலைமக்கள் உறுதிப்பாடின்றி எப்போதும் ஒருவித ஈரடித்தன்மையிலேயே—சிந்தனை மயக்கத்திலேயே இருப்பதையும் அது காட்டுகிறது; ஆங்கிலத் தொடர்களின் தாக்கத்தையும் காட்டுகிறது. இப்படித்தான் நடை, கதை மாந்தர்களை வடிவமைக்கிறது.

இமையத்தின் நடையில் தென்ஆர்க்காடு மாவட்டத் தமிழ்ப் பேச்சு வழக்கை நாம் நன்றாகக் காணமுடியும். குறிப்பாக ழகரத்தை யகரமாக்கி உச்சரிக்கும் போக்கு கவனிக்கத் தக்கது. எழுது என்பதை எயிது என்றும், காசு என்பதைக் காசி என்றும், சற்றே என்பதைச் செத்த என்றும் பேச்சுவழக்கிலேயே எழுதும் போக்கினை கவனியுங்கள்.

சுந்தர ராமசாமியின் நடையில் குமரிமாவட்டத்திற்குரிய வாக்கிய அமைப்புகளும் சொற்களும் தென்பட்டாலும் அவற்றை மீறி அவருடைய உருவகப்பாங்காகக் கதைசொல்லும் நடைத்தன்மை நிற்கிறது என்பதை உணரமுடியும். இந்தக் குறிப்பிட்ட கதையில் ஆங்கில வாக்கியங்களைத் தமிழ்ப்படுத்தியது போலவே மிகுதியாக அமைந்திருக்கின்றன.

உயர்வு நவிற்சி என்பது மிகைப்படுத்திக் கூறுதல். 'நான் உன்னை அறையைச் சுத்தமாக வைத்துக்கொள்ள வேண்டுமென்று லட்சம் தடவை சொல்லியிருக்கிறேன்' என்னும்போது நிகழ்வது உயர்வு நவிற்சி. நாஞ்சில்நாடன், கிண்டல் செய்வதற்காகவே உயர்வு நவிற்சியைச் சிறப்பாகக் கையாண்டிருப்பதை மேற்கண்ட உதாரணத்தில் பார்க்க முடியும்.

ஆய்வுநடை, இராணுவச்சிப்பாய்கள் போல, அல்லது என்.சி.சி. மாணவர்கள் பேரேடு நடக்கும்போது நடப்பதுபோல ஒரேமாதிரி யாகத் தோற்றம் கொள்ளுகின்ற இறுக்கமான நடை. அந்தச் சிப்பாய்கள், அல்லது என்.சி.சி. மாணவர்களே சற்றே தொய்ந்து தளர்வாக நடந்துவரும் நடை போன்றது பொதுக்கட்டுரை நடை.

ஆனால் எழுத்தாளர்களின் நடையோ மனிதர்களில் எத்தனை விதம் உண்டோ, அவர்கள் எத்தனை எத்தனை விதங்களில் தெருக்களில் நடந்துபோகிறார்களோ, அவற்றைப்போல வேறுபாடுகள் கொண்டது. ஆகவே மொழியில் காணப்படும் விலக்கங்களை வைத்துத்தான்– அதாவது தனித்தன்மைகளை வைத்து எழுத்தாளரின் நடையைத் தீர்மானிக்கவேண்டும். இந்த அறிமுகத்தில் இதற்குமேல் நடைத் தன்மை பற்றி அறிமுகப்படுத்த இயலாது. குறிப்பாக ரோஜர் ஃபௌலர், பீட்டர் விடோசன் போன்றவர்கள் ஆங்கிலத்தில் இதுபற்றி எழுதிய விரிவான நூல்களைப் பயின்று நடையைத் தனியே ஆராய்ச்சி செய்யலாம். மிகத் துல்லியமாக மொழியியல் ரீதியாக நடையை ஆராயும்முறை ஸ்டைலிஸ்டிக்ஸ் எனப்படுகிறது. அதற்கு மொழியியலை முதலில் செம்மையாகப் பயில வேண்டும். ஆனால் ஆங்கிலத்தில் ரோஜர் ஃபௌலர், தமிழில் செ.வை. சண்முகம், அகத்தியலிங்கம், ஜெ. நீதிவாணன் போன்றவர்கள் எழுதிய நூல்களைப் பயின்றால், மொழியியல் அறிவு இன்றியே செம்மையாக நடையை ஆராய முடியும். இலக்கியரீதியாக நடையை அணுக இவை போதுமானவை.

இலக்கியச் சொல்லாட்சி பற்றிய ஆய்வு எவ்விதம் தொனியையும் பாத்திரப் படைப்பையும் சொற்கள் உருவாக்குகின்றன என்பதைக் காட்டுகிறது. இவ்வாறே இங்குத் தந்திருக்கும் மற்ற உதாரணங் களையும் அவற்றின் விலகல்களுக்காக ஆராய்ந்து பாருங்கள். மேலும் நீங்கள் படிக்கின்ற கதைகளையும் விலகல்தன்மை என்பதை மனத்தில் கொண்டு ஆராய்ந்து பார்க்க முயலவும்.

கதையின் நடையைச் செறிவாக்கியதில் சிலருக்குப் பங்கு உண்டு. புதுமைப்பித்தன், தி. ஜானகிராமன், அசோகமித்திரன் போன்றவர்களை இதற்கு உதாரணமாகச் சொல்லலாம். நடையை இலேசாக்கி, ஜனரஞ்சகப் பயன்பாட்டுக்கு உரியதாக்கியவர்கள் சிலர். கல்கி, தேவன், சுஜாதா, பாலகுமாரன் போன்றவர்களை இதற்கு உதாரணமாகச் சொல்லலாம்.

காலத்திற்குக் காலம் நடை மாறுகிறது. எனவே எந்தக் காலத்தில் ஒரு படைப்பு எழுதப்படுகிறதோ அதற்குத் தக்கவாறு நடை அமைகிறது. அந்தக்கால நாவலான பிரதாப முதலியார் சரித்திரம், கமலாம்பாள் சரித்திரம் போன்ற நாவல்களைப் படித்துவிட்டு, இன்று சுஜாதா போன்றவர்கள் எழுதிய நாவல்களைப் படித்துப் பார்த்தால் இந்த வேறுபாடு மிகவும் தெள்ளத் தெளிவாகத் தெரியும்.

14
கதை வாசிப்பு முறை

நமக்கு வாழ்க்கையில் வாசிக்கக் கிடைக்கக்கூடிய நேரம் குறைவு. அந்தக் குறைந்த அவகாசத்தை நிறைவாகப் பயன்படுத்த வேண்டுமானால், தேர்ந்தெடுத்து வாசிக்க வேண்டும். அதனால்தான் வள்ளுவர் 'கற்பவை கற்க' என்று கூறினார். தேர்ந்தெடுத்து வாசிக்கவேண்டும் என்பது முதல் நிலை. அதை எப்படி வாசிக்க வேண்டும் என்பது இரண்டாவது நிலை.

ஒரு சிறுகதையை மனித முகத்தோடு ஒப்பிடலாம். எவ்வளவு வகையான, வித்தியாசமான முகங்கள் உலகத்தில்! ஒன்று போல ஒன்று இருப்பதில்லை. பழக்கமாகி விட்டால் இரட்டையர்களின் முகங்களுக் கிடையில்கூட வேறுபாடுகளை அறிந்துவிடலாம். ஆனால் பொதுவான இயல்புகள் எவ்வளவு இருக்கின்றன! இரண்டு கண்கள், அவற்றினிடையே ஒரு மூக்கு, கீழே ஒரு வாய், உதடுகள், மேலே நெற்றி, இரண்டு கன்னங்கள், தாடை... இப்படித்தான் கதைகளுக் கிடையிலும் பொதுவான இயல்புகள் இருக்கின்றன, அதேசமயம் ஒவ்வொரு முகம் போலவும் ஒவ்வொன்றும் தனித்தன்மை வாய்ந்ததாகக் காட்சியளிக்கிறது. சிலசமயங்களில் முகங்களை ஓவியர் பிக்காஸோ, கியூபிக் வடிவங்களில் நேர்க்கோடுகளாக, முக்கோணங் களாக வரைந்தது போலச் சிறுகதைகளும் இழுக்கப்பட்டும் சிதைக்கப்பட்டும் காட்சியளிக்கின்றன. பிக்காஸோவின் ஓவியங்களில் காண்பது யதார்த்தமான முகம் கிடையாது. அது போலவே இந்தக் கதைகள், யதார்த்தத்திற்கு மாறான அனுபவங்களை உங்களுக்குத் தந்து சற்றே தளரச் செய்வதற்காக எழுதப்பட்டிருக்கலாம்.

ஒரு கதையை எதுவுமறியாத சாதாரண வாசகரின் நிலையிலிருந்து வாசிக்கலாம். வாசித்து அனுபவம் பெற்ற தேர்ந்த வாசகரின்

நிலையிலிருந்தும் வாசிக்கலாம். எழுத்தாள நிலையிலிருந்தும் வாசிக்கலாம். (எழுத்தாளனும் ஒரு தேர்ந்த வாசகனே. உதாரணமாக, க.நா.சு. தாமே ஒரு நாவலாசிரியர், சிறுகதை எழுத்தாளர், கவிஞர், விமரிசகர் எனப் புகழ்பெற்றவர். அதேசமயம், அவர் வாசித்த இலக்கியங்களுக்கு அவர் ஒரு தேர்ந்த வாசகர். எனவே ஒவ்வொரு எழுத்தாளனும் தனக்கும் பிற ஆசிரியர்களுக்கும் தேர்ந்த வாசகனே என்பதை நினைவில் கொள்ளவேண்டும்.) ஆனால் ஆசிரியர்களோ இல்லையோ, எவரும் தேர்ந்த வாசக நிலையிலிருந்து வாசிப்பதற்குப் பழகிக் கொள்வது நல்லது.

முதலில் ஒரு சாதாரண நுகர்வோர் போல்தான் படிக்க ஆரம்பியுங்களேன். அப்படிப் படிக்க வேண்டும் என்பதற்காகவே கதைகள் எழுதப்படுகின்றன. ஒரு நல்ல கதை உங்களையே மறக்குமாறு செய்து, காலத்தையும் மறக்குமாறு செய்து, தனது யதார்த்தத்திற்குள் உங்களை ஈர்த்துக்கொண்டு விடுகிறது. நீங்கள் உங்கள் அறையிலோ 21எம் பஸ்ஸிலோ செங்கல்பட்டு ரயிலிலோ உட்கார்ந்திருப்பதை மறந்துவிடுகிறீர்கள்.

நல்லது. மகிழ்ச்சியாகப் படியுங்கள். இந்த முதல் வாசிப்பின் போது நீங்கள் எதையும் தேடுவதில்லை. ஓர் அனுபவம் உங்களுக்குக் கிடைக்கிறது-அவ்வளவுதான். சிலசமயங்களில் படித்த பிறகு அற்புதமாக உணர்கிறீர்கள். ஒரு நல்ல படைப்பினைப் படிக்கும் போது ஒரு பரவச உணர்ச்சி ஏற்படுகிறது. 'எப்படிப் பாடினாரோ, அடியார்' என்று ஒரு பாட்டு சொல்லுவதைப்போல, 'எப்படி எழுதினாரோ இப்படி' என்ற உணர்ச்சி தோன்றுகிறது. உங்களை ஏதோ ஒருவிதத்தில் அந்த எழுத்து வளப்படுத்தியிருக்கிறது.

சில சமயங்களில் இப்படி நாம் உணர்வதில்லை. ஏதோ முப்பது நிமிடம் போயிற்று, அவ்வளவுதான். சிலசமயங்களில் 'இவ்வளவு மோசமாக இருந்ததே' என்று கசப்புணர்ச்சி கொள்ளவும் நேரலாம். பல சமயங்களில் அம்மாதிரி மோசமான கதைகளை நாம் விவாதிக்க விரும்புவதில்லை—அதுவும் ஒரு பயனுள்ள செயலாக இருக்கும் என்ற போதிலும்.

ஒருவேளை அது நல்ல கதை என்று நீங்கள் நினைப்பதாக இருந்தால், அது உங்களை எப்படி உணர வைத்தது? அதிலிருந்து என்ன புரிந்துகொண்டீர்கள்? உங்கள் சொந்த வார்த்தைகளில் அந்த வாசிப்பைப் பற்றி எப்படி விளக்குவீர்கள்? நான் கதைப் பின்னலைச்

சொல்லவில்லை. நான் கேட்பது, அது உங்களுக்குத் தந்த அனுபவம் என்ன? இந்த அனுபவத்தை எழுதிப் பார்ப்பது நல்லது. (இப்படித் தான் பல எழுத்தாளர்கள் உருவாகிறார்கள்.)

இந்தச் சமயத்தில் அந்தக் கதையை மறுவாசிப்புக்கு உட்படுத்துங்கள். இப்போது நீங்கள் ஒரு நுகர்வோராக வாசிக்க வில்லை. ஒரு தேர்ந்த வாசகராக வாசிக்கிறீர்கள். கதையின் ஆரம்ப அனுபவத்தை உணர்ந்து விட்டீர்கள். இப்போது இன்னும் கூடுதலான பகுத்தாராய்கின்ற அனுபவத்திற்கென—கதையின் முழுமைக்காக மட்டுமல்ல, எப்படிப் பலவிதத் தேர்வுகள், முடிவுகள், நுட்பக் கருவிகள், திறன்கள் அக்கதையில் பயன்படுத்தப்பட்டுள்ளன, அவற்றை எவ்விதம் நீங்கள் கற்றுக்கொள்ளலாம் என்பதற்காக.

முதலில் சிறுகதையின் தலைப்பைப் பாருங்கள். இந்தக் கதை எதைப் பற்றியதாக இருக்கலாம்? அந்த விஷயத்தைப் பற்றிய உங்கள் பின்னணி அறிவைப் பயன்படுத்திச் சிந்திக்க வேண்டும். உதாரணமாக, ஒரு சிறுகதையின் தலைப்பு 'ரிஷிமூலம்' என்றால் அந்தச் சொல் என்னென்ன தொடர்புகளை மனத்தில் கொண்டு வருகிறது? ரிஷி என்ற சொல்லுக்கு ஏராளமான உட்குறிப்புகள் உள்ளன. ரிஷிமூலம் நதிமூலம் காணக்கூடாது என்ற பழமொழி ஞாபகத்துக்கு வருகிறது. இந்தக் காலத்தில் ரிஷி என்று ஆண்கள் பெயர்வைத்துக் கொள்கிறார்கள். இப்படி எத்தனையோ. 'மறுபடியும்' என்று ஒரு கதைத்தலைப்பு இருந்தால், ஏன் இப்படிக் கதைத் தலைப்பு அமைந்திருக்கிறது, எந்த அனுபவம் மறுபடியும் நிகழ்வதாகச் சொல்லப்படுகிறது என்பவற்றைப் பார்க்கவேண்டும். எந்தச் சொல்லுக்கும் நேரடி அர்த்தம் (டினோடேஷன்) என்பதற்கும் அப்பால் பலவிதத் தொடர்பு அர்த்தங்கள் (அசோசியேஷன்கள்)– உட்குறிப்பர்த்தங்கள் அல்லது இரண்டாம்நிலை அர்த்தங்கள் (கானடேஷன்) எனப் பல உண்டு. அவைகளை எழுப்பிக்கொள்வது பயனளிக்கும்.

கதையை இந்தச் சமயத்தில் ஒரு நோக்கத்துடன் வாசிக்கவேண்டும். அவன் சொன்னான், இவன் சொன்னான், வாத்தியார் சொன்னார், பாடத்தில் வந்திருக்கிறது என்பதற்காக வாசிக்கக் கூடாது. சுதந்திரமான வாசிப்பு, கதையைப் படிக்கும்போது எது முக்கியமானது என்பதைத் தெளிவுபடுத்திக்கொள்ள உதவும். சும்மா, எவ்வளவு நீளம் இருக்கிறது அந்தக் கதை என்று முதலில் புரட்டிப்பாருங்கள். (டால்ஸ்டாய் எழுதிய இவான் இலியிச்சின் மரணம், ஹெமிங்வேயின் கடலும்

கிழவனும் போன்ற நீண்ட கதைகளைப் படிக்க இது உதவும். குமுதம் பாணியிலான முக்கால் பக்கக் கதைகளுக்கு உதவாது.)

கதையின் தொடக்கங்கள் முக்கியமானவை. முதல் வாக்கியமும், முதல் பாராவும் எவ்வளவோ விஷயங்களை எளிதாக நிறுவி விடுகின்றன. கதையின் சந்தர்ப்பம், முக்கியக் கதாபாத்திரங்கள், நாம் எதைத்தான் வாசிக்கப்போகிறோம், ஆசிரியத்தன்மை, நோக்குநிலை, தொனி, குரல் என்று பலவிஷயங்கள் தொடக்கப் பாராவிலேயே தெரிந்துவிடுகின்றன. என்ன அடிப்படையில் ஆசிரியர் கதை எழுதுகிறார், முழுக்கதையின் எவ்வளவு விஷயங்கள் கதைத் தொடக்கத்திலேயே ஆலோசிக்கப்படுகின்றன, எப்படி நீங்கள் அவற்றில் ஈர்த்துக்கொள்ளப்படுகிறீர்கள் என்பதெல்லாம் தொடக்கத்திலேயே பிடிபடும் விஷயங்கள்.

வெவ்வேறு பாராக்களின் முதல் வாக்கியங்கள் எப்படி அமைந்திருக்கின்றன என்று பாருங்கள். முதல் பத்தியை மட்டும் முதலில் படியுங்கள். இவை அந்தச் சிறுகதை எங்கு அமைக்கப் பட்டிருக்கிறது, மொழிநடை எந்த அளவு கடினமாக இருக்கிறது, உங்களுக்கு அந்தக் கதையைப் படிக்க எவ்வளவுநேரமாகும் என்பவற்றைத் தெளிவுபடுத்தும்.

பிறகு முக்கியக் கதாபாத்திரங்களைக் கண்டுபிடியுங்கள். முக்கியக் கதாபாத்திரங்கள் கதையை நிகழச் செய்பவர்கள். கதையின் செயல்களை நடத்துபவர்கள். அல்லது கதையின் முக்கியமான சம்பவங்கள் இவர்களுக்குத்தான் நேரிடுகின்றன. இவர்கள் பார்வையிலிருந்துதான் பொதுவாகக் கதை சொல்லப்படும். அவர்கள் எப்படி இருக்கிறார்கள், எதை விரும்புகிறார்கள் என்றெல்லாம் கவனிக்க வேண்டும். ஒவ்வொரு கதாபாத்திரத்தின் செயல்களையும் கூர்ந்து நோக்குங்கள். ஒவ்வொரு கதாபாத்திரத்தையும் அடையாளம் காணுங்கள், கதையைப் படித்தபின் அவர்களின் சாராம்சமான குணங்களை வருணிக்க இயலவேண்டும்.

சிறிய பாத்திரங்களையும் குறித்துக்கொள்ளுங்கள். சில சமயங்களில் முக்கியக் கதைமாந்தருக்கு எதிர்நிலைப் பாத்திரம் ஒருவரும் கதையில் அமைந்திருக்கலாம். சிறிய பாத்திரங்களுக்கு வளர்ச்சி இருக்காது. குளத்தங்கரை அரசமரம் கதையில், கதையைச் சொல்வது ஓர் அரசமரம். ஆனால் மரமும் கதை சொல்லமுடியும் என்று ஏற்றுக் கொண்டுதான் கதையை வாசிக்கிறோம்.

பிறகு கதைப்பின்னலைக் கவனியுங்கள். அதாவது கதையில் என்ன நிகழ்கிறது என்பதை உங்கள் பார்வையிலிருந்து சொல்லுங்கள். இதுதான் கதைப்பின்னல். கதையில் நிகழ்வுகள் முறைமாறி இருந்தாலும் நீங்கள் கால வரிசைப்படி அவற்றைச் சொல்ல இயல வேண்டும். கதையின் செயல் மீது செல்வாக்குச் செலுத்தும் காரணிகள் என்ன என்பதைப் பாருங்கள். ஈ.எம். ஃபார்ஸ்டர் கதைக்கோட்டுக்கும் கதைப்பின்னலுக்கும் வேறுபாடு காணக்கூடியவர். என்ன நிகழ்கிறது என்பதை கதைக்கோடு எனறும், ஏன் நிகழ்கிறது என்று கேட்டால்தான் கதைப்பின்னல் கிடைக்கும் என்றும் அவர் கூறுவார். கதைக்கோடு தன் போக்கில் செல்ல, அதன்மீது செல்வாக்குச் செலுத்துகின்ற நிகழ்வுகள்; கதாபாத்திரங்கள்; நிலைமைகள்; கருப்பொருள்கள் ஆகியவற்றின் பலவிதத் தொகுதிகள் யாவுமே அவரது கருத்துப்படி கதைப்பின்னல் என்பதில் அடங்கும். கதையின் அடிப்படையான மோதல்/ பிரச்சினை என்ன என்பதை விவாதியுங்கள்.

சில கதாசிரியர்கள் தங்கள் கதாபாத்திரங்களைக் குறிப்பிட்டதொரு சூழலில் வைத்துப் பார்ப்பது வழக்கம். உதாரணமாக, ஒரு வேட்டைக் காரன். அவனைப் புதியதொரு அறிமுகமற்ற தீவில் விட்டுவிட்டால் என்ன செய்வான்? ஒரு மருத்துவர், தனது மகனுக்கே அறுவை சிகிச்சை செய்யவேண்டி வருகிறது. அப்போது எப்படி உணர்வார்?

அடுத்ததாகப் பார்க்க வேண்டியது பின்னணி அமைவு. கதை எங்கே, எப்போது நடக்கிறது என்பதுதான் பின்னணி. அடுத்து ஆசிரியக் கதை சொல்லும் தொனி, அவர் அமைக்கவிரும்பும் மனநிலை ஆகிய வற்றையும் பல சமயங்களில் வருணனைகள் உள்ளடக்கியிருக் கின்றன. இவற்றையெல்லாம் குறிக்கச் சூழலமைவு என்ற சொல்லைப் பயன்படுத்துகிறோம். கதை ஒரு தனிமை உணர்ச்சியை உருவாக்குகிறதா, பயவுணர்ச்சியை ஏற்படுத்துகிறதா போன்றவற்றை இது உள்ளடக்கி இருக்கிறது.

பிறகு நோக்குநிலையை கவனியுங்கள். கதாசிரியர் ஒரு குறிப்பிட்ட ஆளை ஏன் கதை சொல்வதற்குத் தேர்ந்தெடுக்கிறார்? நிகழ்காலத்திற்கு பதிலாக ஏன் இறந்த காலத்தைப் பயன்படுத்துகிறார்? ஏன் படர்க்கையில் கதைசொல்வதற்கு பதிலாகத் தன்மையில் சொல்கிறார் போன்ற கேள்விகளுக்கான விடைகள் இவற்றில் அடங்கும்.

காலத்தை எவ்விதம் ஆசிரியர் கையாளுகிறார் என்ற விஷயத்தை கவனியுங்கள். சில ஆசிரியர்கள் அடுத்த பாராவைத் தொடங்கும்

போதே பத்து ஆண்டுகளைக் கடத்திவிடுவார்கள். பத்தாண்டுகள் கழித்து... என்று தொடங்குவார்கள். காலம் கழிந்ததைக் குறிக்கும் எந்தச் சொல்லையும் கவனமாகப் பாருங்கள். ஒரு செய்தி நிருபர் காலவரிசைப்படிதான் சம்பவங்களைக் கூறியாக வேண்டும். ஆனால் கதாசிரியருக்கு அப்படிப்பட்ட கட்டுப்பாடுகள் எதுவும் கிடையாது. பெரும்பாலும் ஆசிரியர்கள் கதையின் நடுப்பகுதியிலிருந்து தொடங்கிச் செல்லுவார்கள். அல்லது காலத்தில் முன்னும் பின்னும் இயங்குவார்கள். இம்மாதிரிச் சமயங்களில் உங்களுக்குக் காலவரிசைப்படி சம்பவங்களை அமைத்துக்கொள்வது கடினமாக இருக்கலாம். கால வரிசைப்படி கதையைச் சொல்லாமல் இப்படிப்பட்ட முறையை ஏன் ஆசிரியர் கையாளுகிறார் என்ற கேள்வியை எழுப்பிக் கொள்ளுங்கள். இதனால் கதைக்கு என்ன ஆதாயம் கிடைக்கிறது?

கதையின் முக்கியமான தருணத்தைக் கண்டுபிடியுங்கள். ஒவ்வொரு சிறுகதையிலும் ஏதேனும் முரண் உண்டு. போராட்டம் உண்டு. விறுவிறுப்பை ஊட்டும் அம்சங்கள், மறை பொருள்கள் உண்டு. கொஞ்சம் இழுவிசை உண்டு. இவை எல்லாவற்றுக்கும் நிச்சயமாகப் பயன் உண்டு. முக்கியமான தருணங்களில்தான் கதாபாத்திரங்கள் தங்கள் திசைகளை மாற்றிக்கொள்வார்கள். அதாவது முன்போல் அல்லாமல் வேறுவிதமாக உணர்வார்கள், அல்லது வேறுவிதமாக நடந்துகொள்வார்கள்.

கதையின் சூழலை எவ்விதம் ஆசிரியர் பயன்படுத்துகிறார் என்பதைப் பாருங்கள். ஏதோ ஓர் இடத்தில்தான் கதை நிகழ்ந்தாக வேண்டும். ஆனால் அந்த ஏதோ ஓரிடம் என்பது வரலாற்றுப் பூர்வமான காலநேரம் கொண்டிருக்கலாம், அல்லது ஒரு கதா பாத்திரத்தின் மேக மூட்டமான மனமாகவும் இருக்கலாம்.

பார்வைக்கோணங்களை (பெர்ஸ்பெக்டிவ்) ஆசிரியர் எவ்விதத்தில் பயன்படுத்துகிறார் என்பதைப் பாருங்கள். பார்வைக்கோணம் என்பது நோக்குநிலையோடு சிலசமயங்களில் குழப்பிக் கொள்ளப்படுகிறது. எவ்வித நிலைப்பாடுகளிலிருந்து கதையின் விவரங்கள் தெளிவு படுத்தப்படுகின்றன என்பதைப் பார்வைக்கோணம் என்ற சொல் குறிக்கிறது. திரைப்படமாயின் இதைக் காமிராக் கோணம் (ஆங்கிள்) என்பார்கள். பார்வைக் கோணங்கள் மாறினால், எதற்காக மாறுகின்றன என்று கேட்டுக்கொள்ளுங்கள். இதனால் கதைக்கு என்ன நன்மை கிடைக்கிறது என்பதையும் நினைத்துப் பாருங்கள்.

இறுதியாகக் கதையின் முடிவு. முடிவுகள் கதையை மறுபடியும் திறக்கலாம், அல்லது அந்த அனுபவத்தோடு முடிக்கலாம். கதை வாசிப்பில் முக்கியத் தருணம் அது. கதையின் முழு அனுபவத்தையும் பெறுகின்றன தருணம்.

பிறகு எஞ்சியிருப்பவை கதையின் அணிசார் அம்சங்களும் நோக்கமும்தாம்.

கதையின் அணிசார் அம்சங்கள்

1. ஆசிரியர் எவ்விதம் குறிப்புமுரணைக் கையாளுகிறார் என்பதை கவனியுங்கள். குறிப்புமுரண் என்பது பெரும்பாலும் எதிர்பாராத ஒன்றைத் தெரிவிக்கிறது. நாடக முரண் என்பது வாசிப்பவர் அளவுக்குப் பரந்த அறிவு பெறாத கதாபாத்திரங்கள் எவ்விதம் வினை செய்கிறார்கள், எதிர்வினை செய்கிறார்கள் என்பதையெல்லாம் காட்டும். சூழல்முரண், வாசகர்களுக்கும் கதாபாத்திரங்களுக்கும் எதிர்பாராத ஒன்றாக அமையும். சொல்முரண் சிலேடையாக, கேலியாக, கிண்டலாக, நகைச் சுவையாகப் பேசுவதாக அமைந்து பாத்திரத்தின் முக்கியமான பண்பு எதையேனும் வெளிப்படுத்தும்.

2. திரும்பத்திரும்ப வரும் பிம்பங்களை அல்லது படிமங்களை கவனியுங்கள். கதையில் ஆசிரியர் அறிமுகப்படுத்தும் திரும்பத் திரும்பவரும் படிமப்பாணிகள் (இமேஜரி) கதைவளர்ச்சிக்கோ, கதையின் அர்த்தத்திற்கோ, கதாபாத்திரத்தின் வளர்ச்சிக்கோ பயன்படுவதாக இருக்கக்கூடும்.

3. ஆசிரியர் கையாளும் குறியீடுகளைப் புரிந்துகொள்ளுங்கள். படிமங்கள் எல்லாம் குறியீடுகள் அல்ல, ஆனால் குறியீடுகள் எல்லாம் படிமங்களே. தங்கள் இயல்பான அர்த்தத்திற்கு அப்பால் செல்லக்கூடிய படிமங்களைக் குறியீடுகள் என்கிறோம். கதையின் குறிப்புப்பொருளை உணர்த்தக் குறியீடுகள் உதவுகின்றன.

4. வேறு சிறப்பான அணிசார் பயன்பாடுகள், வழக்கத்திற்கு மாறான சொல்லாட்சி, தொடரமைப்பு போன்றவற்றை கவனியுங்கள். ஆசிரியரின் சிறப்பான, தனித்த சொல் பயன்பாடு சொல்லாட்சி (டிக்ஷன்) எனப்படுகிறது. இதேபோல் தனித்த தொடரமைப்புகளையும் கையாளலாம். இயல்புக்கு அப்பாற்பட்ட ஒப்புமைகளையோ, வருணனைகளையோ

விளக்கங்களையோ ஆசிரியர் கையாளுவது ஒரு குறித்தநோக்கம் கருதியதுதான். அந்த நோக்கம் என்ன என்பதைக் கண்டறியுங்கள்.

கதையின் அர்த்தம்

1. கதையின் கருப்பொருள் என்ன, எப்படி அதை ஆசிரியர் வெளிப்படுத்துகிறார் என்பதைக் கண்டறியுங்கள். கதை வளரும்போதே கொஞ்சம் கொஞ்சமாக உருவாகி இறுதியில் வெளிப்படும் முக்கிய விஷயம்தான் கருப்பொருள் (தீம்). பெரும்பாலும் கருப்பொருள்கள் மறைவாகத்தான் இருக்கும். ஆனால் சில சமயங்களில் ஏதோ ஒரு கதைமாந்தரே அதை வெளிப்படையாகச் சொல்லிவிடுவதுபோலவும் அமைப்பது உண்டு. கதைமுழுதும் நிலைப்பாடுகள், மனப்பாங்குகள், மதிப்புகள், அக்கறைகள் போன்றவற்றைத் தொடர்ந்து வெளிப்படுத்துவதாக ஒரு கதாபாத்திரம் அமைந்தால் அதனை பாத்திரவேடம் (பெர்சோனா) என்று சொல்வது வழக்கம். படிமப்பாணிகள், குறியீடுகள், அமைவின் கூறுகள், கதா பாத்திரங்களின் பண்புகள் ஆகியவற்றாலும் கருப்பொருள்கள் விளக்கமாகும்.
2. மேற்கண்ட விஷயங்கள் எப்படிக் கருப்பொருளை வெளிப் படுத்துகின்றன என்பதை விவரியுங்கள். அதற்காகக் கதையின் குறித்த பகுதிகளைப் பயன்படுத்துவது நலம்.
3. பிரதிச்சூழற்கூறுகளான மேற்சுட்டுகள் (அல்யூஷன்கள்), குறியீடுகள், பிறகருவிகள் ஆகியவற்றை கவனியுங்கள். இவை ஆசிரியரின் அனுபவம், வாழ்க்கை, வரலாறு அல்லது வேறுபிற எழுத்துகளுக்குக் கொண்டுசெல்வதாக அமையலாம். கதாசிரியரின் வாழ்க்கை பற்றித் தெரிந்துகொள்வதும், அவருடைய பிற படைப்புகளைப் படிப்பதும் மேலும் கதையைப் புரிந்து கொள்ள வாய்ப்பளிப்பதாக அமையும்.

இன்றைய மீப்புனைகதைகளை எழுதுபவர்கள் அதிகமாக மேற்சுட்டுகளைக் கையாளுகிறார்கள். உதாரணமாகக் கோணங்கி. அதனால் அவர் எழுதும் கதைகள் புரியாமல் போய்விட வாய்ப் பிருக்கிறது. வாசக சமரசத்தை அக்கதைகள் முற்றிலும் மறுக்கின்றன. தமிழ்க் கதைசொல்லியை மீண்டும் கொண்டுவந்தவர் அவர் என்று நாகார்ஜுனன் போன்ற விமரிசகர்கள் புகழ்ந்தாலும், அவருடைய மேற்சுட்டுகளிலும் நிலைமாறும் உருவகங்களிலும் 99 சதவீதம்

தமிழ்ப்பின்னணி சார்ந்தவை அல்ல. ஆலீஸ், டான் குவிக்சோட் என்று வெளிநாட்டுக் கதைகளிலிருந்தும் பேரட் போன்ற அயல் ஜோசிய முறைகளிலிருந்தும் அவர் தமது மேற்சுட்டுகளை எடுக்கிறார். கண்ணகி பற்றியோ, மாதவி, மணிமேகலை பற்றியோ, சீவகன் பற்றியோ, தமிழ்விடுதூது பற்றியோ அவருடைய கதைகளில் மேற்சுட்டுகளைக் காணமுடியாது. உலக இலக்கிய அகராதிகளில் காணப்படுகின்ற, பிறருக்குப் புரியாத விஷயங்களைப் புகுத்துவதுதான் அவருடைய முறையாக இருக்கிறது. அவருடைய கதைசொல்லும் முறையும் வரன்முறையான தமிழ்மரபுக் கதைசொல்லல் அல்ல. முற்றிலுமாக ஸ்பானிய எழுத்து முறையிலிருந்தோ பிறவற்றிலிருந்தோ காப்பியடிக்கப்பட்ட எழுத்துமுறை. அவருடைய ஒரு கதையைப் படிக்க வெளிநாட்டு இலக்கியங்களில் வரும் ஆயிரம் சம்பவங்களைக் கவனிக்க வேண்டிவருகிறது. இவ்வாறு எழுதுவது சிறப்பற்றது.

உண்மையில் தமிழ்முறைக் கதைசொல்லலையும் தமிழ் மேற்குறிப்புகளையும் கையாளுகின்ற ஒரு தமிழ்க்கதை சொல்லியாக இருந்திருந்தால் அவர் தமிழில் இன்று முக்கியமாகப் போற்றப்படும் கதாசிரியர் ஆகியிருப்பார். இந்த வகையில் அவரைவிட ஜெயமோகன் மேலானவர்தான்.

நல்ல சிறுகதைகளை ஒரு முறை படித்தால் போதாது. பலமுறையும் படிக்கவேண்டும். முதல் வாசிப்பில் பெரும்பாலும் நாம் 'என்ன நடக்கிறது' என்பதற்காகவே, கதைச் சம்பவங்களுக்காகவே வாசிக்கிறோம். அக்கதையின் அர்த்தம் என்ன என்று தெரிந்துகொள்ள இரண்டாவது முறை நிச்சயம் வாசிக்கவேண்டும்.

ஒரு கதையை ஒருமுறைக்கு மேலும் வாசிக்கவேண்டுமா என்று கண்டுகொள்ள ஒரு எளிய தேர்வு இருக்கிறது. 'இந்த ஆசிரியரின் மொழித்திறன், எனது சிந்திக்கும்–உணரும்–அனுபவத் திறனை மேம்படுத்துவதாக இருக்கிறதா' என்று கேட்டுக்கொள்ளுங்கள். புனைகதையில் மொழியின் வேலை, கதையைச் சொல்லுவது மட்டுமன்று; அதுதான் கதையின் முழு ஆக்கமுமே. கதைமொழிக்குச் சக்தியில்லை என்றால், அதை மறந்து விடுங்கள்.

ஆனால் சில சமயங்களில் படைப்பின் மொழி பயமுறுத்து வதாகவும் ஆகிவிடக்கூடும். மௌனியின் மொழி, கோணங்கியின் மொழி போல. இலக்கியத்தின் நோக்கம் குறித்து அவர்களுக்கு ஒரு தவறான எண்ணம் இருக்கிறது. 'இதோபார், உனக்குப் புரியாமல்

எழுதி உன்னை அச்சுறுத்துவதுதான் என் வேலை' என்பதுபோல அவர்கள் நடந்துகொள்கிறார்கள்.

நமக்கும் ஒரு தவறான புரிதல் இருக்கிறது. மேட்டிமைத்தனமான, அல்லது நமக்குத் தெளிவாயிராத எந்த விஷயத்தைப் பற்றியும் நாமும் அச்சப்படுகிறோம். ஓவியம், சிற்பம் போன்ற கலைகள் என்றால் நமக்குப் புரியாததற்காக மன்னிப்புக் கேட்கவும் செய்கிறோம். ஆனால் அப்படிப்பட்ட சந்தர்ப்பங்களில் இலக்கியத்தில் ஆசிரியர்மீது குறை காண்கிறோம். அறிவியல் துறையில் இப்படியில்லை. புரிந்துகொள்வதற்குத் தனிப்பட்ட டியூஷன் ஆசிரியரை வைத்தேனும் முயற்சிசெய்கிறோம்.

சில சமயங்களில் வாசகர்கள் கதையைப் படித்துமுடித்தவுடனே கதைப்பின்னலை மனத்தில் உருவாக்கிக்கொண்டு அக்கதையால் பயனில்லை என்று முடிவுகட்டி விடுகிறார்கள். முதன்முதலாக ஒரு கதையைப் படிக்கும்போது அது பெரும்பாலும் நேரடியாகவும் விளைவற்றதாகவும் இருந்தால் 'அது ஒன்றும் கதை சொல்வதாக இல்லையே' என்று நினைக்கிறார்கள். இப்படிப்பட்ட கதைகளை இரண்டு மூன்றுமுறை படித்துப்பார்த்தால் அதன் கருப்பொருள் சிக்கலானதாக, நாம் கவனம் செலுத்த வேண்டியதாக அமைந்திருப்பது தெரியவரலாம்.

நாவல் காலவெளி அடிப்படையில் ஒழுங்கமைக்கப்படுவது போலச் சிறுகதை அமைக்கப்படுவதில்லை. நாவல்களைக் கதையமைப்பு, கதாபாத்திரங்கள் ஆகியவற்றிற்காகப் படிப்பதுபோலச் சிறுகதையைப் படிக்கக்கூடாது. இவையும் முக்கியம்தான். கதாபாத்திர வளர்ச்சிக்கு முக்கியத்துவம் கொடுக்கும் சிறுகதைகள் பல இருக்கின்றன. என்றாலும் சிறுகதைகளில் மொழியமைப்பே பிரதானமானது.

ஒருவர் சிறுகதை எழுதக் கற்றுக்கொள்ள ஆவலாக இருந்தால், அவருக்கு நாம் சொல்லக்கூடிய அறிவுரை, 'நிறையக் கதைகளைப் படியுங்கள்' என்பதுதான். கொஞ்சகாலம் நிறையக் கதைகளைப் படித்தவுடன் நமக்குச் சிறுகதைவடிவம் பற்றிய ஒரு மனச்சித்திரம் பிறக்க ஆரம்பிக்கிறது. சிறுகதை என்றால் எப்படி இருக்கும் என்பது பற்றிய 'இயற்கையான' உணர்வு மனத்தில் தோன்றிவிடுகிறது. அது என்ன சாதிக்கிறது என்பது தெரிந்துவிடுகிறது. நல்ல கதைகள் எப்படி வேலை செய்கின்றன, ஏன் செய்கின்றன என்பது அச்சமில்லாமல் தெரிய ஆரம்பிக்கிறது.

பலபேர் இப்படி வாசிப்பதில்லை. அவர்கள் நுகர்வோர்களாக வாசிக்கிறார்களே அல்லாமல் தேர்ந்த வாசகர்களாகவோ ஆசிரியர் களாகவோ வாசிப்பதில்லை. எழுத்தாளனாக வாசிப்பது தனது திறமைகளை ஒருவன் வளர்த்துக்கொள்ளப் பயன்படும் வாசிப்பு. கல்வித்துறை சார்ந்த வாசிப்புகள் பெரும்பாலும் கதையின் விஷயத்தை மட்டும் நோக்குகின்ற வாசிப்புகளாக உள்ளன. எழுத்தாளனாக வாசிப்பது என்பது, கதைகளில் எதைத் தேடுவது என்பதைக் கண்டறியும் வாசிப்பு. எப்படிக் கதைகளில் சில பொதுவான அடிப்படைகள் கையாளப்படுகின்றன என்பதை உணரும் வாசிப்பு. அப்படிப்பட்ட வாசிப்பில் ஈடுபட்டபின், இவை உங்கள் மனத்தில் 'இயல்பாகவே' படிந்துவிடுகின்றன. பிறகு நீங்கள் எழுதுவது எளிதாகிறது. நீங்கள் 'இயல்பாகவே' எழுதத் தொடங்குகிறீர்கள்.

தேர்ந்த நிலையிலிருந்து வாசித்தால், உங்கள் ஆழ்ந்த அனுபவத்தை உங்களால் பிடிக்க முடியும். இப்படிப் பிடித்தால் நீங்களே எழுதும் போதும் உங்கள் வாசகர்கள் உங்கள் அனுபவத்தைப் பிடிக்குமாறு நீங்கள் செய்யமுடியும். ஆனால் அதற்குமுன்பாக எவ்வித உணர்வை வாசகர்களுக்கு நீங்கள் அளிக்க விரும்புகிறீர்கள் என்று ஏதோ ஒருவிதத்தில் தெரிந்து கொள் வது நல்லது. அதை உங்கள் மனத்திற்குள் சொல்லிப்பார்த்துக் கொள்ள வேண்டிய அவசியமில்லை. ஒருவிதத்தில் அது மிக எளியதாகவும், ஃபார்முலாத்தன்மை கொண்டதாகவும்கூட இருக்கலாம். ஆனால் வாசகர்களுக்கு ஏதோ ஒருவித அனுபவத்தைத் தருவதை நீங்கள் பொறுப்போடு செய்கிறீர்கள்.

சிறுகதைகளின் பொதுவான குணாம்சங்களாக மோதல், நெருக்கடி, தீர்மானம் ஆகியவை அமைகின்றன. தீர்மானம் என்பது ஒருவிதத்தில் தீர்வு என்று சொல்லலாம். (கூட்டத்தில் போடப்படும் தீர்மானங்கள் பற்றி நாம் பேசவில்லை. மாறாக, சங்கீதத்தில் 'தீர்மானம்' என்பார்கள். அதற்கு ஒரு முடிவுக்குக் கொண்டுவருதல், முத்தாய்ப்பு என்று பொருள்.) ஒரு எழுத்தாளனாக வாசிப்பது என்றால் நிறைய விஷயங்களை எழுத்தில் கவனிக்க வேண்டியிருக்கிறது. அந்த எழுத்தாளர் என்ன செய்கிறார், எப்படிச் செய்கிறார் என்பதை யெல்லாம் கவனிக்கவேண்டியிருக்கிறது. ஆனால், கடைசியாக, ஒரு கதை என்பது எப்போதுமே அதன் தனித்தனி பாகங்களைவிட உசத்தியானதுதான். வெறுமனே பாகங்களைப் பார்த்துக் கொண்டிருப்பது கதையின் ஆன்மா(!)வை உங்களுக்கு உணர்த்தாது. அது பகுதிகளுக் கெல்லாம் அப்பாலிருந்து வருகிறது. அதை உள்ளுணர்ச்சித் தூண்டுதல்

என்றோ, அதிர்ஷ்டம் என்றோ, அனுபவம் என்றோ, திறமை என்றோ, இல்லை—இவை எல்லாவற்றினுடைய ஒன்றுசேர்ந்த சேர்க்கை என்றோ சொல்லுங்கள். ஆனால் தனித்தனிப் பகுதிகளின் மீது கவனம் செலுத்தி வாசித்தல் என்பது உங்களால் உள்வாங்கப்பட்டிருந்தால், நீங்களே கதை எழுத உட்காரும்போது தானாக அவை வந்து உங்களுக்குக் கைகொடுக்கும். நீங்கள் அவற்றைக் கஷ்டப்பட்டுக் கற்றுக் கொண்டீர்கள் என்பது மறந்துவிடும்.

15

புனைகதைகளை மதிப்பிடுதல்

'காரிகை கற்றுக் கவியாவதைவிடப் பேரிகை கொட்டிப் பிழைப்பது மேல்' என்று அந்தக்காலத்திலேயே இலக்கிய இரசனைக் கல்வியும் கவிதைக்கான பயிற்சியும் இழித்துரைக்கப் பட்டிருக்கின்றன. இருந்தாலும், வாசக இரசனைக்கும் வாசிப்புக்கும் பயிற்சி தேவையாக இருக்கிறது. எழுத்தாளர்களாவதற்கும் பயிற்சி தேவைதான். இன்றும் இவற்றை இழிவாக நினைப்பவர்கள் பலர் இருக்கிறார்கள். இரசனை ஏற்படும்போது தானாகவே படைப்புத் திறனும் வருகிறது.

இதற்குப் பல சான்றுகள் கண்கூடாகவே இருக்கின்றன. திருச்சியில் மிகச் சிறப்பாக நடந்துவந்த சினி ஃபோரம் என்ற திரைப்படச் சங்கத்தில், கலைத்திரைப்படங்கள் திரையிடப்பட்ட பிறகு நடந்த விவாதங்கள் திரைப்பட இரசனையைச் சிறப்பாக வளர்ப்பனவாக இருந்தன. இந்த விவாதங்களிலிருந்துதான் அம்ஷன்குமார் என்ற இயக்குநர் உருவானார். இவ்வாறே திரைப்படச் சங்கங்கள் வடக்கிலும் சத்யஜித் ராய், மிருணாள் சென் போன்ற எத்தனையோ நல்ல இயக்குநர்களுக்கு ஊக்கமளிப்பவையாக இருந்துள்ளன. கேரளத்திலும் அடூர் கோபாலகிருஷ்ணன், ஜான் ஆபிரகாம் போன்ற இயக்குநர் களுக்கும் திரைப்படச் சங்கங்களுக்கும் நல்ல தொடர்பு உண்டு. மேலும் சில வணிகத் திரைப்பட இயக்குநர்களும் இவற்றால் உருவாகியிருக்கிறார்கள்.

திருச்சி வாசகர் அரங்கமும் கத்தோலிக்க மையமும் சேர்ந்து நடத்திய எழுத்துப் பட்டறைகளில் பயிற்சி பெற்ற பலர் இன்று மிகச் சிறப்பான எழுத்தாளர்களாகி இருக்கிறார்கள். பலருக்கு நான் உள்ளிட்டுச் சிலர் இரசனைப் பயிற்சியும் எழுத்துப் பயிற்சியும் அளித்திருக்கிறோம். இவர்களிலிருந்து உருவான இமையம் என்ற எழுத்தாளரைத் தனியே குறிப்பிடலாம். இதேபோல் நாடகச் சங்கங்கள் வாயிலாகப் பயிற்சி

பெற்று நாடகாசிரியர்களாகவும் இயக்குநர்களாகவும் ஆன பலர் உண்டு.

நாடகப்பயிற்சிப் பட்டறைகள் நான் அறிந்து பல நடந்திருக்கின்றன. அவ்வாறே நாடக விழாக்களும். நானும் 1989இல் திருச்சியில் ஒரு நாடக விழா நடத்தியிருக்கிறேன். திரைப்பட இரசனைக்கு வகுப்புகள் நடத்துகிறார்கள். நடிப்பு, இயக்கம், படத் தொகுப்பு, பின்னணி இசைத் தொகுப்பு, ஒளிப்பதிவு போன்ற கலைத்துறைகள் எல்லாவற்றிலும் பயிற்சிபெற்ற பிறகே அத்துறைக்கு வருகிறார்கள். இதில் சங்கடப் படவோ, அவமானப் படவோ ஏதும் இல்லை. எழுத்தாளர்களுக்குப் பயிற்சிப்பட்டறை என்றால் மட்டும் பலர் சிரிக்கிறார்கள். ஏன், இசைக்குக் கல்லூரி, நடனத்துக்குப் பாடசாலை, ஓவியத்துக்குக் கல்லூரி, சிற்பத்துக்கு மகாபலிபுரத்தில் பயிற்சி, திரைப்படத் துறைகளுக்குக் கல்லூரி என்றால் அவர்கள் சிரிப்பதுதானே? இவையும் நுண்கலைகள்தானே? எழுத்தைவிட மிக நுட்பமானது இசை. இசைப்பள்ளியினால் ஒரு வித்துவானை—பாடகரை, இசையமைப் பாளரை உருவாக்க முடியும் என்றால் எழுத்துப்பயிற்சியினால் ஓர் எழுத்தாளனை உருவாக்க இயலாதா? இம்மாதிரிக் கேள்விகள் எழும் என்றோ என்னவோதான் இளையராஜா போன்ற இசைஞானிகள் எவ்விதப் பயிற்சியும் இன்றித் தாங்களே சுயம்புவாக உருவாகி விட்டதாகக் கதைவிடுகிறார்கள்.

இந்த மௌடீகம்தான் இன்று இலக்கியம் பற்றி நிலவும் விசித்திரமான கருத்துகள் பலவற்றிற்கும் காரணமாக இருக்கிறது. எவனோ இரண்டு மூன்று நூற்றாண்டுகளுக்கு முன்பு ‘அகத் தெழுச்சியால் உருவாவது கவிதை’ என்றால் அதைப் பிடித்துக்கொண்டு தொங்குபவர்கள் இவர்கள். எந்தக் கலைக்குத்தான் அகத்தெழுச்சி வேண்டியதில்லை?

இந்தக் கட்டுரைகளின் அடிப்படை நோக்கம் வாசிப்புப் பயிற்சியைத் தருவதுதான். முன் இயல்களில் கூறிய செய்திகள், நல்ல, இரசனைமிக்க வாசகர்கள் உருவாகுவதற்கு ஓரளவு துணைபுரியும். படைப்பாளிகளையும் விமரிசகர்களையும் உருவாக்குவதற்குப் போதுமானவை அல்ல. அதற்கு இன்னும் நவீனமான கோட்பாட்டுப் பயிற்சியும் எழுத்துப்பயிற்சியும் தேவை. மேலும், ஓர் எழுத்தாளராக வேண்டுமென்றால் பட்டறைப் பயிற்சி, வாசிப்புப் பயிற்சி மட்டும் போதாது. தினந்தோறும் பத்துப்பக்கமாவது எழுதவேண்டும். எழுதி எழுதிப் பழகவேண்டும். தினமும் வேகமாக நீந்துகின்ற ஒருவன்

எப்படி நீச்சல்வீரனாகின்றானோ, அது போல தினமும் எழுதிப் பழகுபவன் எழுத்தாளன் ஆகின்றான்.

நல்ல வாசிப்பு என்பது திறனாய்வை உள்ளடக்கி இருக்கிறது. தேர்ந்தெடுத்து வாசிப்பது என்பதே விமரிசனத்தை உள்ளடக்கிய செயல்முறைதானே! ஒவ்வொரு சிறந்த எழுத்தாளருக்கும் இடையிலான தனித்த வேறுபாடுகள் யாவை என்பதைப் பொது வாசகர்கள் கணித்துக் கொண்டிருக்கத் தேவையில்லை என்றாலும், மோசமான எழுத்துக்கும் நல்ல எழுத்துக்கும், நல்ல எழுத்துக்கும் சிறந்த எழுத்துக்கும் உள்ள வேறுபாடுகளை அவர்கள் அறிந்துகொள்ள வேண்டும்.

இலக்கிய மதிப்பீட்டுக்கு எளிய விதிகள் ஏதும் இல்லை. அம்மாதிரி மதிப்பிடுவது நமது கூரியநோக்கு, அறிவுத்திறன், அனுபவம் ஆகியவற்றைப் பொறுத்த விஷயம். அப்படி மதிப்பிடுவதில், எவ்வளவு விழிப்போடு நாம் வாழ்ந்திருக்கிறோம், எவ்வளவு, எப்படி நாம் வாசித்திருக்கிறோம் என்பவை பெரும்பங்கு வகிக்கின்றன. இருந்தாலும் இரண்டு குறிப்புகளைச் சொல்லலாம்.

ஒன்று, ஒவ்வொரு கதையும், தனது மைய நோக்கத்தினை எவ்வளவு தூரம் சாதித்துள்ளது என்பதை வைத்து அதை மதிப்பிட வேண்டும். நாம் கண்ட பல்வேறு சிறுகதைக் கூறுகளையும் இங்கே பயன்படுத்த வேண்டும். அவை கதையின் மையநோக்கத்தை அடைவதற்கு எப்படி உதவி செய்கின்றன என்பதை வைத்து மதிப்பிட வேண்டும். நல்ல கதையில் எவை செய்யப்பட வேண்டும், எவை செய்யப்படலாகாது எனப் பல செய்திகள் முன்னமே போகிற போக்கில் தெரிவிக்கப் பட்டுள்ளன. உதாரணமாக, ஒரு நல்ல கதையில் தற்செயல் நிகழ்வுகளும், ஒருங்கிணைவுகளும் கதையின் மையப்பகுதியிலோ இறுதியிலோ அதிகமாகக் கையாளப்படலாகாது என்ற விஷயத்தை கதைப்பின்னல் பற்றி விவாதிக்கும்போது கூறினோம். ஒன்றை நல்ல கதை என மதிப்பிடும்போது இந்தச் செய்தியை மனத்தில் கொள்ள வேண்டும். அவ்வாறே, உணர்ச்சி பற்றி விவாதிக்கும்போது அசட்டுணர்ச்சி, மிகை உணர்ச்சி கூடாது என்று சொல்லப்பட்டது. இவ்வாறு கதையை மதிப்பிடுவதற்கு எதிர்மறை விதிகளும் இருக்கின்றன. சிறப்பாகக் குறிப்புமுரணைப் பயன்படுத்தவேண்டும், குறியீடு, வருணனை போன்றவற்றைப் பயன்படுத்தவேண்டும் என்ற நேர்முக விதிகளும் இருக்கின்றன. இம்மாதிரி பல்வேறு விஷயங்கள் மனத்தில் நின்றே ஒரு கதையை மதிப்பிடுவதில் பங்குகொள்கின்றன.

புனைகதைகளை மதிப்பிடுதல் ✦ 165

ஒரு நல்ல கதையில் ஒவ்வொரு கூறும் அதன் பிற கூறுகளுடன் இணைந்து அதன் மையநோக்கத்தை அடைவதற்கு உதவுகிறது. எனவே தனிப்பட்ட கூறுகளை மட்டும் வைத்து ஒரு படைப்பை மதிப்பிடக் கூடாது.

ஆனால் நமது வாழ்க்கை முறை, தனித்தனிக் கூறுகளாகப் பகுத்து மதிப்பிடவே நமக்குக் கற்றுத் தந்திருக்கிறது. சிறுவயதிலிருந்தே நாம் அனைவரும் திரைப்படம் பார்க்கிறோம். சிலவற்றில் பாடல்கள், இசையமைப்பு நன்றாக இருக்கின்றன, ஆகவே பார்க்கலாம்; சிலவற்றில் கதையமைப்பு நன்றாக இருக்கிறது; பார்க்கலாம்; சிலவற்றில் ஒளிப்பதிவு நன்றாக உள்ளது; சிலவற்றில் நகைச்சுவைக் காட்சிகள், சிலவற்றில் சண்டைக் காட்சிகள், சிலவற்றில் காதல் காட்சிகள் நன்றாக உள்ளன என்று மதிப்பிடுகிறோம். இம்மாதிரிச் சில கூறுகள் நன்றாக இருப்பதை வைத்துக் குறிப்பிட்ட படத்தைப் பார்க்கலாம் என்று பரிந்துரையும் செய்கிறோம். ஆனால் இந்த எல்லாக் கூறுகளும் சேர்ந்து ஒருசேரத் திரைப்படத்தின் மதிப்பினை அல்லது இழப்பினை எவ்விதம் உருவாக்குகின்றன என்று ஒருபோதும் நாம் மதிப்பிடுவதில்லை, அப்படி மதிப்பிடக் கற்பதுமில்லை. வார இதழ்களிலும் இந்தத் தனிக்கூறுகளை வைத்தே மதிப்பிட்டு 40 மதிப்பெண், 60 மதிப்பெண் என்று போடுவதையும் காண்கிறோம்.

முதல்தரமான ஒவ்வொரு கதையும் ஓர் உயிரி—ஒரு விலங்கு—ஒரு மனிதன் போன்றதுதான். அதன் எல்லாப் பகுதிகளும் தமக்குள் தொடர்புகொண்டவை. கதையின் மைய நோக்கத்திற்கு அனைத்தும் அவசியம். மையநோக்கம்தான் கதையின் உயிர். ஒரு மனிதனுக்கு-ஏன், ஒரு நாய்க்குக்கூட, கால் மட்டும் நன்றாக இருந்தால் போதும், ஒரு காது சற்றே கேட்காவிட்டாலும் பரவாயில்லை, கண் பொட்டையாக இருந்தாலும் பரவாயில்லை என்று யாரேனும் சொல்லமுடியுமா? அது போலவே ஒரு கதைக்குக் கதைப்பின்னல் நன்றாக இருந்தால் போதும், சூழல் அவ்வளவாகத் தேவையில்லை, நோக்குநிலை சற்றே ஏறுமாறாக இருந்தாலும் போதும் என்றெல்லாம் நாம் கூறமுடியாது.

கதையின் மையநோக்கம் சரிவர அமைந்திருக்கிறது, வெற்றி பெற்றிருக்கிறது என்று முடிவு செய்துவிட்டால், அந்த நோக்கம் எவ்வளவு முதன்மையானது அல்லது முக்கியமானது என்ற கேள்வியை எழுப்புங்கள். ஒரு எஞ்சின் நன்றாக வேலைசெய்ய அதன் உதிரி பாகங்கள் எல்லாம் செப்பமாக இணைக்கப்பட்டிருக்க வேண்டும் என்று சொல்கிறோம். அந்த பாகங்கள் எவ்வளவு தூரம் தம்மளவில்

செம்மையானவை, மதிப்புள்ளவை, சரியானவை என்பதையும் பார்க்க வேண்டுமல்லவா? அவை நன்றாக இல்லாவிட்டால் பழுது ஏற்பட்டுவிடுமே? இந்த உயிரிக் கோட்பாடு நம்மை இரண்டு இடங்களுக்கு அழைத்துச் செல்கிறது.

ஒன்று, முதல் இயலில் கூறியவாறு, தப்பிப்பு நோக்கிலான கதைகளுக்கும் வாழ்க்கைவிளக்க இலக்கியத்துக்குமான வேறுபாடு.

இரண்டாவது அந்தக் கதை எழுதப்படும் சமூகச் சூழல்.

ஆயிரக்கணக்கில் யூதர்கள் ஆஷ்விட்சில்–ஜெர்மனியில் கொலை செய்யப்பட்டுக் கொண்டிருந்த நேரத்தில் அந்த நாட்டின் நல்ல எழுத்தாளன் ஒருவன் காமக்களியாட்டக் கதையோ, தான் மட்டும் யோகப்பயிற்சி செய்து வெற்றி பெறும் சுயமுன்னேற்றக் கதையோ எழுதிக் கொண்டிருப்பானா? அப்படி எழுதினால் அதை நாம் நல்ல இலக்கியம் என மதிப்போமா? ஆனால் அந்தச் சமயத்திலும் அந்த நாட்டில் மோசமான கதைகளை எழுதியவர்கள் இருக்கலாம்.

நம் நாட்டில் மட்டும் இன்னும் ஏராளமான எழுத்தாளர்கள் இரண்டு தவறுகளை விடாமல் செய்துகொண்டிருக்கிறார்கள்.

ஒரு நாற்பது ஐம்பது ஆண்டுகளுக்கு முன்னால், விமரிசன பூர்வமாகச் சில எழுத்தாளர்களின் குறைகளைச் சுட்டிக்காட்டியபோது, 'எங்களுக்கு எத்தனை இலட்சம் வாசகர்கள் இருக்கிறார்கள் தெரியுமா? நாங்கள் எவ்வளவு சிறப்பாக இரசிகர்களால் மதிக்கப்படுபவர்கள்; எங்களைக் குறைகூறினால் தெரியும்!' என்ற போக்கில் பதில் அளித்தார்கள். அதாவது கோடிக்கணக்கான வாசகர்களால் பாராட்டப் படுபவர்கள் நாங்கள், எங்களைக் குறைகூறக்கூடாது என்று அர்த்தம். வாசகபலம் இருப்பதால் சிறந்த எழுத்தாளர்கள் நாங்கள்தான் என்று தங்களைத் தாங்களே தட்டிக்கொடுத்துக்கொண்டார்கள்.

வாசகர் எண்ணிக்கையை வைத்து நல்ல இலக்கியங்களை மதிப்பிடுவதில்லை, மதிப்பிடவும் கூடாது. ஆங்கில இலக்கிய உலகில் சிகரமாக மதிக்கப்படும் டி.எஸ். எலியட்டின் பாழ்நிலம், நான்கு குவார்டெட்டுகள் போன்ற கவிதைகளைப் படிப்பவர்கள் மிகக்குறைவு. ஜேம்ஸ் ஜாய்ஸின் யுலிசிஸ் என்ற நாவலைப் படிப்பவர்கள் மிகக் குறைவு. ஆனால் ஹேரி பாட்டர் போன்ற கதைகள் கோடிக்கணக்கில்–இவற்றை ஆங்கிலத்தில் பெஸ்ட் செல்லர்கள் என்று சொல்வார்கள்–படிக்கப்படுகின்றன. இதனால் முன்னவைகளைவிடப் பின்னவைகளை நல்ல எழுத்து என்று

புனைகதைகளை மதிப்பிடுதல் ✦ 167

சொல்லிவிட முடியுமா? ஹேரிபாட்டர் போன்ற கதைகளை எழுதிய எழுத்தாளர்களே இம்மாதிரி மதிப்பீட்டை ஒப்புக்கொள்ள மாட்டார்கள்.

ஜனரஞ்சகத் தன்மை, பிரபலத் தன்மை வேறு, சிறப்பாக, உன்னதமாக அமையும் தன்மை வேறு. பணக்காரனாக இருப்பது ஜனரஞ்சகத்தையும் பிராபல்யத்தையும் தருகிறது. காந்தியோ, காமராஜரோ பணபலம் பெற்றவர்கள் அல்ல. ஆனால் சிறந்தவர்கள், உன்னதமானவர்கள். கதைகளும் அப்படித்தாம். ஆனால் இரண்டிற்கும் தேவைகள் உள்ளன என்பது வேறு. ஜனரஞ்சகத் தேவைகளை இன்றைய முதலாளித்துவ, வணிகச் சமூகம் பிழைப்பிற்காக இன்னும் கூர்மைப்படுத்தியிருக்கிறது. இன்றைய வணிக உலகில் நல்லவை எவையும் நம்மைத் தேடி வருவதில்லை, நாம்தான் அவற்றைத் தேடிப் போகவேண்டும். குப்பைகளுக்குத்தாம் ஏராளமான விளம்பரங்கள்; மோசமானவைதாம் தெருவில் மூலைக்குமூலை கிடைக்கின்றன; நம்மைத் தேடிவருகின்றன.

இன்றும் ஓர் எழுபது சதவீத எழுத்தாளர்களேனும் செய்யும் இன்னொரு தவறு—'நாங்கள் அகத்தெழுச்சியோடும் உன்னத மனநிலையோடும் எங்கள் வீட்டுக்குப்பைகளை மட்டுமே தோண்டிக் கொண்டிருப்போம்' என்கிறார்கள். அவர்களுக்கு சமூகப் பிரக்ஞை அரிதாகவே இருக்கிறது. தம்மைச்சுற்றி உலகில் பாரதூரமான மாற்றங்கள் நடந்து கொண்டிருக்கும்போது, எல்லாம் தலைகீழாகிக் கொண்டிருக்கும்போது, உலகமே பொருளாதார அளவில் பாதிக்கப் பட்டுப் பலநாடுகளே அழிந்துவிடுமோ என்ற பயம் எழுதி ஒட்டியிருக்கும்போது, சுற்றுச்சூழல் மாசுபாட்டினால் உலகமே பாலைவனமாகிவிடுமோ என்று உலகின் பெரும்பகுதி கவலை கொள்ளும்போது, உலகில் கருத்தியல் மோதல்கள் முதலாளித் துவ, தனிமனித பயங்கர வாதங்களாக உருப்பெற்றுக்கொண்டிருக்கும் போது எப்படி இவர்களால் தங்கள் படுக்கையறையே கதி என்று கிடக்க முடிகிறது? கேட்டால், 'பாரதி உன்னத மனநிலையோடு சிறந்த கவிதைகள் எழுதவில்லையா? அவன் ஜாலியன் வாலாபாக் படுகொலை பற்றி எழுதினானா' என்றெல்லாம் கேள்வி எழுப்புவார்கள்.

ஆஷ்விட்சுக்கும் வியட்நாமுக்கும் கொதித்தெழுந்த தமிழ் எழுத்தாளர்கள், தங்கள் இனமே 2009இல் படுகொலை செய்யப்பட்ட போது அமைதி காத்தனர். 'அகத்தெழுச்சியும்' 'உன்னத மனவெச்சியும்'

பெற்றவர்கள் அல்லவா? காவிரிப் பிரச்சினைக்குக் கொதித் தெழுகிறார்கள் கன்னட எழுத்தாளர்களும் கன்னட நடிகர்களும். தமிழ் இனமே பூண்டோடு அழிந்து போனாலும் நமது எழுத்தாளர்கள் அசரமாட்டார்கள். தன் உரிமைக்காகத் தமிழ்இனம் போராடிக் கொண்டிருக்கின்ற இன்று—தூத்துக்குடிப் படுகொலை முதல் எட்டுவழிப்பாதை வரை, மணல் கொள்ளை முதல் காவிரி டெல்டா அழிப்பு வரை—சுற்றிலும் அநீதிகள் தமிழ் இனத்தின்மீது இழைக்கப்படும் இன்று எழுத்தாளர்கள் தங்கள் அகத்தெழுச்சியை மட்டுமே நம்பிப் பயனில்லை. நம்பினால் நாளை இருக்கமாட்டார்கள். ஓஹோ, அவர்களுக்குத்தான் நாளை என்ற கவலை கிடையாதே. இன்று பணம் சம்பாதித்தால் போதுமல்லவா? தமிழ் இனம் மட்டுமல்ல, உலகில் எல்லாப் பகுதிகளிலுமே ஏழைகளும் ஒடுக்கப்பட்டவர்களும் ஈவிரக்கமின்றிக் கொடுமைப்படுத்தப்படும் இன்று, நமது சுரணை எங்கே போய் ஒளிந்துகொள்கிறது? ஓ, சுரணை என்பது தான் அடிபட்டால் மட்டுமே வருவது போலும்! தினசரி நமது மீனவர்கள் கொல்லப்படும்போது நமது அகத்தெழுச்சியெல்லாம் எங்கே போய் மறைந்துகொள்கிறது? தமிழ் இனத்தின் இம்மாதிரிப் பொறுமையைக் கண்டு உலகமே இறும்பூது எய்துகிறது.

உதாரணத்திற்கு ஒரே ஒரு செய்திமட்டும்: நம் நாட்டில் சுதந்திர தினம் என்றாலும் குடியரசு தினம் என்றாலும் எல்லா நகரங்களிலும் கடுமையான இராணுவ, போலீஸ் பாதுகாப்புடன்தான் கொண்டாட முடிகிறது. 'இன்று பாராளுமன்றம் தாக்கப்பட்ட பத்தாம் ஆண்டு நிறைவு என்பதால் நாடு முழுவதும் கடுமையான பாதுகாப்பு ஏற்பாடுகள் செய்யப்பட்டிருக்கின்றன.'இப்படிப்பட்ட கொண்டாட்டங்கள் நமக்குத் தேவைதானா? இந்த மாதிரிப் பிரச்சினைகள் எல்லாம் 'இன்றைய' மௌனிகளுக்கும் சாண்டில்யன்களுக்கும் மனத்தில் எவ்வித சலனத்தையும் ஏற்படுத்தாது. இதெல்லாம் போய்— 'ஆஃப்டர் ஆல்'—ஓர் உன்னத மன எழுச்சியை உண்டாக்கிவிடுமா என்ன?

இதனால் தமிழ்ப்புனைகதைகள் தேங்கிக்கிடக்கின்றன. இந்திய மொழிகள் அளவில் பார்த்தால் தமிழில் நல்ல நாவல்கள் குறைவு. உலக அளவில் நோக்கினால், சமூகப் பிரக்ஞை வாய்ந்த சிறுகதைகள் போதுமான பல துறைகளில் எழுதப்படவேயில்லை. நாவல்கள் எழுதப்படவேயில்லை. பொதுப்பிரச்சினையையும் குடும்பத்தையும் ஒன்றிணைத்து ரஷ்ய மொழியில் எழுதப்பட்ட தாய் (மக்சீம் கார்க்கி)க்கு

இணையான ஒரு நாவலைத் தமிழில் காணமுடியுமா? சமுதாயத்தில் பல விஷயங்கள் தொடப்படவே இல்லை. ஜாதி அபிமானம் காரணமாக ஒரு சிலரைச் சிறந்த எழுத்தாளர்கள் என்று குறிப்பிடுபவர்கள், சமூகநோக்கில் எழுதிய எத்தனை எத்தனையோ எழுத்தாளர்களைப் பாராட்டி ஒருசொல்லும் கூறியதில்லை.

இந்தத் தவறு 1940களின் பிற்பகுதி, 1950கள் முதல் நடந்துவருகிறது. இதனால், தமிழில் இன்றுள்ள நல்ல கதாசிரியர்களாகக் கருதப்படு பவர்கள் சாதிக்கவில்லை என்று கூறவில்லை. அவர்களிடமும் கற்றுக்கொள்ளவேண்டிய விஷயங்கள் இருக்கின்றன. அவற்றைக் கற்றுக்கொள்வோம், வேதநாயகம் பிள்ளையையும், பாரதியையும் புதுமைப்பித்தனையும் முன்னோடியாகக்கொள்ள வேண்டியது தமிழ் எழுத்துலகம். ஆனால் முதன்மை, அவரவர் மனப்பாங்கின்படி, கல்கி அல்லது சுஜாதாவுக்கோ, மௌனி அல்லது லா.ச.ரா.வுக்கோ, அல்லது ராஜேஷ்குமார் அல்லது இந்திரா சவுந்தரராஜனுக்கோ, லக்ஷ்மி அல்லது விமலா ரமணிக்கோ போய்ச் சேருகிறது. சாண்டில்யனையும் சுஜாதாவையும் படிக்கவேண்டாம் என்று சொல்லவில்லை. எவராக இருப்பினும், புதுமைப்பித்தனையும் இடதுசாரி எழுத்தாளர்களையும், அம்பையையும் பிரேம்–ரமேஷையும் வேங்கடேசனையும் கூட பிரக்ஞையோடு–விமரிசன உணர்வோடுதான் படிக்கவேண்டும். எவரையும் நாயகர்களாக்கி (ஹீரோக்களாக்கி) வணங்கத் தேவை யில்லை. அது திரைப்படத் துறையோடு நிற்கட்டும்.

கதைகளின் மையநோக்கமாகச் சமூகப்பிரக்ஞை இயங்கவேண்டும் என்பதே இங்குச் சொல்ல வருவது. அதனால் நேரடி போதனையாகக் கதைகள் அமையவேண்டும் என்று அர்த்தமாகாது. அப்படி எழுதினால் பயனுமில்லை. நம்முடைய தமிழாசிரியர்களுக்குத்தான் இன்னா நாற்பது இனியவை நாற்பது உட்பட எல்லாச் சொற்குப்பைகளும் இலக்கியமாகத் தெரியும். நமக்கு அப்படி அல்ல.

போதனைகளைச் செய்யாத ஞானிகள் யார்? திருவள்ளுவர், புத்தர், இயேசுநாதர் காலம் தொடங்கி, காந்தி லெனின் மாவோ ஊடாக, இன்றுவரை யார் போதிக்கவில்லை? அதனால் மனித இனம் திருந்திவிட்டதா? போதனை அறிவை மட்டுமே தொடுகிறது, அனுபவத்தை பாதிப்பதில்லை. தனக்கு அறிவுரை சொல்லும் தகப்பன்கூட தான் என்ன செய்கிறான் என்றுதான் பையன் பார்க்கிறான். எனவேதான் எழுத்தில் நேரடி போதனை கூடாது, அனுபவத்தை அது பாதிக்கவேண்டும் என்று சொல்கிறோம்.

முன்பு ஒவ்வொரு சொல்லுக்கும் அர்த்தத் தொடர்புகள், உட்குறிப்புகள் எல்லாம் உண்டு, ஆகவே எச்சரிக்கையாகப் பயன்படுத்த வேண்டும் என்று கூறினோம். ஒவ்வொரு சொல்லுக்கும் அது சார்ந்த கருத்தியல் என்பதும் இருக்கிறது. ஆகவே ஒட்டு மொத்தமாக ஒரு கதையின் சொற்கள், வாக்கியங்கள், பக்கங்கள் எல்லாமே கருத்தியல் ரீதியாகச் செம்மையாக இயங்குகின்றனவா என்பதை நோக்கவேண்டும் என்று இங்கே எச்சரிக்கிறோம்.

சிலருக்குக் கருத்தியல் என்றால் அலர்ஜி. சோஷலிசம் என்றால் பிடிக்காது. பொதுவுடைமை என்றால் ஏதோ குற்றமிழைப்பதுபோல நினைக்கிறார்கள். ஆனால் இம்மாதிரிப் பெயர்கள் எதுவும் சொல்லிக்கொள்ளாமலே முதலாளித்துவம் எல்லா இடங்களிலும் வந்து தாக்குகிறது. எல்லாச் சொற்களிலும், அவற்றை பிராமணர் எழுதினாலும், பிள்ளைமார் எழுதினாலும், தலித் எழுதினாலும், நக்சலைட்டுப் போராளி எழுதினாலும், முதலாளி எழுதினாலும், பெண்கள் எழுதினாலும், அவரவர் சார்பான கருத்தியல் உண்டு. கருத்தியல் இல்லாத சொல்லாடல் எதுவும் கிடையாது.

வாழ்க்கையைச் சரியாக எடுத்துக்காட்டி, ஒரு கூர்மையான, நன்கு பிரித்தறிகின்ற எதிர்வினையை அளிக்கத் தூண்டுகின்ற எந்தக் கதையும் நல்ல கதைதான். அதன் நோக்கம் சமூகச் சார்பானதாக, குறிப்பிடத்தக்க ஒன்றாக இருந்தால் அது சிறந்த கதை என்பதில் ஐயமில்லை. சமூகச்சார்பு என்றால் பிரச்சாரமோ உடனடியாகப் போராடத் தூண்டுவதோ அல்ல; நம்மைச்சுற்றியுள்ள மக்களின் வாழ்க்கையைக் கூர்மையாக நோக்குவதற்கு உதவி செய்தாலே சமூகச் சார்புதான் என்பதை நினைவுபடுத்திக் கொள்ளுங்கள்.

நாம் மேலே பார்த்த கதை வகைளெல்லாம் கூர்மையான, தனித்த வகைபாடுகள் அல்ல. ஒரு பகுதியிலிருந்து இன்னொரு பகுதிக்குச் செல்கிறோமா என்று கண்டறிய அங்கங்கே தடுப்புச் சுவர்கள் கட்டியில்லை. எது நல்லது என்று கண்டறிய எந்த அதிகாரிக்கும் விண்ணப்பம் போட்டுத் தகவல்பெற முடியாது. வாழ்க்கையிலிருந்தும் வாசிப்பிலிருந்தும் உருவான நமது செம்மையான வாசிப்புணர்வும் தேர்வுணர்வும் அனுபவமும்தான் நமக்கிருக்கும் ஒரே கடவுச் சீட்டு. இருந்தாலும் இதுவரை இந்நூலில் விவாதிக்கப்பட்ட விஷயங்கள் ஒரு சுமாரான துல்லியத்துடன் நாம் படித்த கதைகளை மதிப்பிடுவதற்கு உதவக்கூடும். மோசமானது, சுமாரானது தொடங்கி, நல்லகதைகள், சிறந்த கதைகள் இடையில்வர, மிகச் சிறந்த கதைகள் என்பதுவரை

ஒரு அளவுகோலை நாமாக உருவாக்கி, படிக்கும் கதைகளை அதில் பொருத்திப் பார்க்கப் பயிற்சி செய்வது நல்லது. அவ்வாறு தேர்ந்தெடுத்தவற்றில் சமூகப் பிரக்ஞையோடு இயங்குபவை எவை, தனித்த சிலரின் நன்மைக்காக எழுதப்படுபவை எவை என்பவற்றை யெல்லாம் கண்டறிந்து அதற்குப் பின்னரே அவற்றுக்கு முதன்மை ஸ்தானம் தரவேண்டும்.

முடிவுரை

இதுவரை, பதினைந்து இயல்களில், கதைகளை—குறிப்பாகச் சிறுகதைகளை ஆராய்ந்து நோக்குவதற்கான வழிமுறைகள் இந்த நூலில் சொல்லப்பட்டன. முன்னுரையில் சொல்லியது போல, இந்த நூல் இலக்கிய மாணவர்களைக் கருத்தில்கொண்டு எழுதப்பட்டது. பொதுவாக, தமிழ்த்துறைகளில் சிறுகதை வடிவம் பற்றிய ஆய்வு மிகக் குறைவு. அவர்கள் கதைகளில் சொல்லப்படும் விஷயங்களை மட்டுமே இதுவரை ஆராய்ந்து வந்திருக்கிறார்கள். அதிலிருந்து மாறுபட்டு, வடிவ நோக்கில் எவ்விதம் கதைகளை ஆராயக் கற்றுக்கொள்ள வேண்டும் என்பதற்காக இந்த நூல். ஆராய்வது என்ற கடுமையான சொல் வேண்டாம் எனில், தேர்ந்த இரசனையை உருவாக்குவது என்றுகூடச் சொல்லலாம். அதனால் பொதுமக்களும் எளிதில் படித்துப் புரிந்துகொள்ளக்கூடிய நடையிலேயே இந்த நூல் எழுதப்பட்டிருக்கிறது.

இலக்கியம் சமூகத்தின் விளைபொருள். சமூக பொருளாதார அரசியல் சக்திகள், அவற்றின் செயல்பாடுகள், எழுத்தாளர்களின் சமூகச் சார்பு ஆகிய காரணிகளின் ஒட்டுமொத்தமான சேர்க்கையினால் இலக்கியம் உருவாகிறது. எனவே இலக்கியம் சமூகச் சார்பு உடையதாகவும், முற்போக்கான சமூக மாற்றத்தை முன்மொழிவதாகவும், வாசகரிடையே முற்போக்கான கருத்துகளை விதைப்பதாகவும் அமையமுடியும். சாதாரண மக்களது நலன்களையும் அவர்களது பிரச்சினைகளையும் அவர்களது விடுதலைக்கான வேட்கையையும் இலக்கியம் பிரதிபலிக்கவேண்டும். இலக்கியம் கலைவடிவம் மட்டுமல்ல, அது ஒரு சமூக முன்னேற்ற சாதனமும் ஆகும். இலக்கியம் சமூகத்தில் காணப்படும் வர்க்கங்களை ஏதோ ஒருவகையில் சார்ந்திருக்கும். விமரிசனம் சமூகச் சார்பை வெளிப்படுத்துவதாகவும் அமைய வேண்டும். இது எனது ஆசை. பிறருக்கு இது ஒரு வேண்டுகோள்தானே ஒழிய விதியன்று. ஏனென்றால் எந்த ஒரு விதிமுறைச் சட்டகத்தையும் கொள்கையையும்விட வாழ்க்கையே பெரியது.

தமிழ்ச்சூழலில் விமரிசனங்கள் ஈடுபடுபவரின் புலமையை வெளிப்படுத்துவனவாக இருக்கின்றனவே தவிர, வாசகருக்கு என்ன விதத்தில் பயன்படுகின்றன என்னும் கேள்வி தொடர்ந்து இருந்து வருகிறது. படைப்பை நோக்கி வாசகரை ஈர்ப்பது விமரிசனத்தின் முக்கியமான முதல் வேலை. படைப்பைக்குறித்த பார்வை ஒன்றை உருவாகத் தூண்டுவது, படைப்புக்குள் பொதிந்துள்ள நுட்பமான அரசியலை வெளிப்படுத்துவது ஆகியவை விமர்சனத்தின் நோக்கமாக இருக்கும்பட்சத்தில் வாசகருக்கு அவை பயன்படக்கூடும்.

விமரிசனம் என்பதற்கும் முன்பாக, இரசனையை வளர்த்துக் கொள்ள வேண்டும். எந்த நூலும் முதலில் அதற்குத்தான் உதவி செய்யவேண்டும். பிறகு படைப்புகளை மதிப்பிட்டுக் கொள்ளலாம், விமரிசனம் செய்யலாம். அல்லது தானே எழுதத் தொடங்கலாம். இந்த இரசனை வளர்ச்சிதான் ஓரளவு இந்த நூலின் நோக்கம்.

மேற்கண்ட சமூகச்சார்பான கருத்து இருந்தாலும், யாவருக்கும் பொதுவான அளவைக்கு அகப்படாத ஒன்றுதான் ஒரு கலைப் பொருள். எனவே அதன் தரத்தைப் பொது அளவைகளில் நிறுப்பது சாத்தியமில்லை என்ற கருத்தும் நிலவுகிறது. ஆயினும் பொதுவாக விமரிசனம் தேவை என்பதை மறுப்பவர்கள் இல்லை. சமூக நோக்குக் கொண்டவர்களுக்கு விமரிசனம், சமூக முன்னேற்றத்துக்கான சாதனமாக இருக்கவேண்டும் என்ற ஆதங்கம் இருக்கிறது. அல்லாதவர் களுக்கு விமரிசனம் வாசக இரசனையை மேம்படுத்துவதாக இருந்தால் மட்டும்போதும் என்று தோன்றுகிறது.

இந்த விவாதங்கள் என்றும் தொடர்பவை.

இப்படிச் சொல்லும்போது, இரசனை என்பதும், தரமதிப்பீடு என்பதும் ஒரு சில குழுக்களால் உருவாக்கப்பட்டவை, ஒரு குறிப்பிட்ட சமுதாயத்தின் நியாயத்தைப் பிரதிபலிப்பவை என்பதை நாம் மறுக்கவில்லை. ஆனால் உண்மை என்பது ஒரு பக்கம் மட்டும் இல்லை. அழகும்தான் முக்கியம். சமூக நோக்கமும்தான் முக்கியம்.

இந்த இரண்டிற்குமான முரண்பாட்டையும் இவற்றை ஒன்றிணைப் பதிலுள்ள கஷ்டங்களையும் நீண்ட காலமாக விவாதித்து வருகின்றனர் அறிஞர்கள். நாம் ஒருபுறம் சாயவேண்டியதில்லை. இரண்டின் முக்கியத்துவத்தையும் உணர்கிறோம். ஆனால் எதற்கு முன்னுரிமை தரவேண்டும்?

நான்காம் வகுப்பை முடிக்காமல் பத்தாம் வகுப்புக்கு ஒருவன் செல்லமுடியாது. பள்ளிப்படிப்பை முடிக்காமல் கல்லூரிப் படிப்புக்குப் போகமுடியாது. அதுபோல எது முதலில், எது பின்னால் என்ற விஷயம் இருக்கிறது. இரசனைப் பயிற்சியும் நல்ல கதைகளை இரசித்தலும், வணிகக் கலையிலிருந்து நல்ல கலை என்பதைப் பிரித்துப் பார்த்தலும் மிக முக்கியமானவை. இவை கீழ்ப்படியில் உள்ளவை. அவற்றிலுள்ள கருத்தியல், அரசியல், சமூக நோக்கம், பயன்பாடு என்பவற்றை விவாதிப்பது அடுத்த நிலையில்தான் முடியும். நான் சொல்வது என்னவென்றால், மௌனியைப் படியுங்கள். முதலில் இரசிக்கப் பழகுங்கள். அடுத்து அக்கதைகளில் என்னவிதமான கருத்தியல் செயல்படுகிறது என்பதைப் பாருங்கள். இந்தக் கூற்று மௌனிக்கு மட்டுமல்ல, எந்த எழுத்தாளனுக்கும் பொருந்தக் கூடியது.

தமிழில் வ.வே.சு. ஐயர் காலத்திலிருந்து எத்தனை எத்தனையோ எழுத்தாளர்கள் சிறுகதை எழுதிவருகிறார்கள். முதலில் அவர்களில் படிக்க வேண்டியவர்களின் ஒரு பட்டியலை இலக்கிய மாணவர்கள் உருவாக்கிக்கொள்வது நல்லது. நினைவுக்கு வரும் பெயர்களை இங்கே சொல்கிறேன்: புதுமைப்பித்தன், மௌனி, பி.எஸ். ராமையா, சி.சு. செல்லப்பா, கு.ப. ராஜகோபாலன், எம். வி. வெங்கட்ராம், லா.ச. ராமாமிருதம், தி. ஜானகிராமன், கு. அழகிரிசாமி, கிருஷ்ணன் நம்பி, சுந்தர ராமசாமி, ஜெயகாந்தன், அசோகமித்திரன், ஆதவன், வண்ண நிலவன், வண்ணதாசன், பா. செயப்பிரகாசம், அஸ்வ கோஷ், சுஜாதா, சா. கந்தசாமி, சார்வாகன், சு. சமுத்திரம், மேலாண்மை பொன்னுச் சாமி, அம்பை, சூடாமணி, ராஜம் கிருஷ்ணன், ஜி. நாகராஜன், திலீப்குமார், கி. ராஜ நாராயணன், பிரபஞ்சன், கந்தர்வன், பூமணி, தர்மன், சுப்ரபாரதி மணியன், பாவண்ணன், நாஞ்சில் நாடன், திலகவதி, ஜெயந்தன், நீல. பத்மநாபன், மா. அரங்கநாதன், ஜெயமோகன், எஸ். ராமகிருஷ்ணன், கோணங்கி, விமலாதித்த மாமல்லன், சுரேஷ்குமார இந்திரஜித், எம்.ஜி. சுரேஷ், பெருமாள் முருகன், இமையம், அழகிய பெரியவன், பா. வெங்கடேசன், இப்படிப் பெயர்களை அடுக்கிக் கொண்டே செல்லலாம். நினைவுக்கு வந்தவற்றை இங்கே கூறினேன். இன்னும் பலர்–தரமான எழுத்தாளர்கள் இந்தப் பட்டியலில் விடுபட்டிருக்கலாம். இவர்கள் ஒவ்வொருவரின் நான்கைந்து கதைகளையேனும் படிப்பது நல்ல பயிற்சியைத் தரும். இவர்களோடு சில ஜனரஞ்சகமான எழுத்தாளர் களையும் சேர்த்து வித்தியாசம் காணும் நோக்கில் படிப்பது

பயன் தரும். அகிலன், நா. பார்த்தசாரதி, அநுத்தமா, சுஜாதா, சிவசங்கரி, வாசந்தி, பாலகுமாரன் என்று இப்பட்டியல் நீளும். படித்தபிறகு உங்கள் சொந்தப் பட்டியலை, மதிப்பீடுகளை நீங்கள் உருவாக்கிக் கொள்ளலாம்.

கூடியவரை படிக்கும்போது அவர்கள் ஏற்படுத்தும் மனோபாவங் களை, தரும் அனுபவங்களை, நடைவேறுபாடுகளை எழுத்தில் குறித்து வைத்துக்கொள்ள வாசகர்கள் முயல்வது நல்லது. பின்னால் மிகவும் பயன்தரக்கூடிய பயிற்சி இது.

கலையைப் பயிற்சியினால் உருவாக்கிவிட முடியும் என்று செவ்வியல் நோக்கு பழங்காலத்திலிருந்தே சொல்கிறது. அது ஓர் அகத்தெழுச்சி என்று ரொமாண்டிக் கொள்கை சொல்லிவருகிறது. இவற்றில் நான் முதல் கருத்தை ஆதரிப்பவன். இரண்டாவது கருத்தை ஆதரிப்பது சமூகத்துக்கு எதிரான நோக்கில் கொண்டுபோய்விடக் கூடும். ஆனால் தக்கவிதத்தில் பயிற்சி செய்யவே, உள்ளத்தில் இடையறாது ஓர் உத்வேகம் இருந்தவாறு இருக்கவேண்டும். இல்லாவிட்டால் டயரி எழுதும் செயல்போல ஆரம்பநாட்களோடு பயிற்சி முடிந்துவிடும். அகத்தெழுச்சி என்பதை இப்படித்தான் பொருள் கொள்ளவேண்டும். எழுத வேண்டும் எழுத வேண்டும் என்ற கனவும், சமூகத்தின் பிரச்சினைகள் முதலாக நமது உள் மனவேதனைகள் வரை ஒவ்வொன்றும் உருவாக்கும் நிர்ப்பந்தமும் இணையும்போதுதான் கலை உருவாகிறது. இவற்றைத் தெளிவுபடுத்தி நமது இலக்குகளை நிர்ணயித்துக்கொள்ள எழுத்துப்பயிற்சி உதவுகிறது.

இந்த நூல் இலக்கிய மாணவர்கள் சரியான முறையில் இலக்கியத்தை அணுகுவதற்கும், படைக்க முயலுவதற்கும், விமரிசனம் செய்வதற்கும், ஆய்வு நிகழ்த்துவதற்கும் ஓர் ஆரம்ப நூலாகவேனும் பயன்படும் என்று நம்புகிறேன்.

இணைப்பு - 1

மீப்புனைகதைகள்

வழக்கமான யதார்த்தப்பாணி அல்லது சாகசக்கதைப் பாணியில் எழுதப்பட்ட புனைகதைகளிலிருந்து தீவிரமாக விலகுகின்ற படைப்புகளைக் குறிப்பதற்கு ஒட்டுமொத்தமாக மீப்புனைகதைகள் (மெடாஃபிக்ஷன்) என்ற சொல்லை ராபர்ட் ஷோல்ஸ் என்னும் புகழ் பெற்ற ஆங்கில விமரிசகர் கையாளுகின்றார். இந்தப் புனைகதைகள், விஷயம், வடிவம், நடை, காலத் தொடர்ச்சி ஆகியவற்றில் வாசகரின் எதிர்பார்ப்புகளைக் குலைக்கின்ற விதத்தில் சோதனைகளை நிகழ்த்துகின்றன. தினசரி வாழ்க்கையையும் அதீதமானவற்றையும், தொன்மங்களையும் பேய்க்கனவுகளையும், எது தீவிரமானது—சிறுமையானது, எது பயங்கரமானது—ஹாஸ்யத்துக் கிடமானது, எது அவலத்திற்கானது – மகிழ்ச்சிக்கானது என்று தெரியாத வகையில் ஒன்று கலந்து இந்தக் கதைகள் படைக்கப்படுகின்றன என்கிறார்.

இவற்றில் தொடர்ச்சியறு எழுத்துமுறையைக் கையாளுபவை (நான்-லீனியர்). அதீதப் புனைவுகள் (ஃபேண்டஸி), ஜாலயதார்த்தம் (மேஜிகல் ரியலிசம்) ஆகிய வகைகளைச் சேர்ந்த புனைகதைகள் (நாவல்கள், சிறுகதைகள்) யாவும் இதில் அடங்கும்.

தொடர்ச்சியறு எழுத்து

லீனியாரிட்டி என்பது தொடர்ச்சி. தர்க்கரீதியாக, அல்லது காலரீதியாகத் தொடர்தல். நான்-லீனியாரிட்டி என்பது தொடர்ச்சியற்ற தன்மை. இப்போதெல்லாம் திரைப்படங்கள், தொலைக்காட்சிப் படங்கள் அல்லது தொடர்களில்கூட நான்லீனியர் எடிடிங் (தொடர்ச்சியறு தொகுப்பு) என்பதைக் கையாளுவதைப் பார்க்கலாம். நான்–லீனியர் எழுத்துகள் என்பனவற்றைத் தொடர்ச்சியறு எழுத்துகள் எனலாம்.

தொடர்ச்சி அல்லது நேர்க்கோட்டுத் தன்மை என்பது பல விஷயங்களை உள்ளடக்கியது.

1. ஒரு கதைகூறலில் சம்பவங்களைக் காலக்கிரமப்படி அடுக்கிக் கொண்டு செல்லுதல்.
2. தர்க்கரீதியான கதைவளர்ச்சி.
3. யதார்த்தத்திற்கு மாறுபடாமல் சொற்களையும் சம்பவங் களையும் அமைத்தல்.
4. அரிஸ்டாடில் கூறிய தொடக்கம்–வளர்ச்சி–முடிவு என்ற (நேர்க்கோட்டுப்) பாவனையில் வளர்கின்ற கதைசொல்லல் அல்லது எழுத்துமுறை.

நான்–லீனியாரிட்டி (தொடர்ச்சியற்ற தன்மை, நேர்க்கோடற்ற தன்மை) என்பதில்,

1. கதை சொல்வது சுற்றிச்சுழன்று தொடங்கிய இடத்திற்கே திரும்பவருவதாக இருக்கலாம் (சர்க்குலர் நேரடிவ்)
2. கதை தர்க்கரீதியான தொடக்கம்–வளர்ச்சி–முடிவு முறையைப் பின்பற்றாததாக இருக்கலாம். தன் போக்கில் எதையேனும் சொல்லிக்கொண்டே போவதாக அமையலாம்.
3. சுற்றிவளைத்து ஒன்றைப் பிரலாபிப்பதாக (எலிப்சிஸ்)க் கதை அமையலாம்.
4. தர்க்கரீதியாகத் தொடரும் சம்பவங்களைக் காலமுறைப்படி அமைக்காமல் இருக்கலாம் (நான்–சீக்வென்ஷியல்).

ஜியார்ஜ் லூயி போர்ஹே, டொனால்டு பார்த்தெல்மே போன்றவர்களின் எழுத்து இந்த முறையில் அமைந்திருப்பதாகச் சொல்கிறார்கள். யதார்த்தவாத மரபில் உருவானது தொடர்ச்சியான அல்லது லீனியர் எழுத்துமுறை என்றால், பின்நவீனத்துவ எழுத்துக் காலத்தில் போற்றப்படுவது தொடர்ச்சியறு எழுத்து. தொடர்ச்சியறு எழுத்து எல்லாக் காலத்திலுமே இருந்து வந்துள்ளது. இரண்டு நூற்றாண்டுகளுக்கு முன்பாகவே லாரன்ஸ் ஸ்டெர்ன் என்பார் எழுதிய டிரிஸ்ட்ராம் ஷேண்டி என்னும் நாவல், தொடர்ச்சியறு எழுத்துதான்.

தொடர்தன்மை அல்லது தொடர்ச்சியறு தன்மை என்பதை முடிவு செய்வதில் காலம் பிரதான பங்கு வகிக்கிறது. ஒருவகையில் பார்த்தால் சிறுகதைகள் ஒரு நின்றுபோன கணத்தைச் சித்திரிப்பவை. ஆகவே வெவ்வேறு கதாபாத்திரங்கள் கொண்ட பத்துச் சிறு கதைகள் அடங்கிய தொகுப்பினைக்கூட நாம் ஒரு தொடர்ச்சியறு புதினம் என்று கூறிவிட

இயலும். நாவல் என்பது தொடர்ச்சியான காலத்தினைச் சித்திரிப்பது. ஆகவே நாவலில் இயங்கும் காலம் என்பது மேலும்மேலும் நாவலாசிரியர்களின் கவனத்திற்குள்ளாகி இருக்கிறது.

ஆரம்பகாலக் கதைகள் எல்லாமே பெரும்பாலும் தொடர்ச்சியாக வாழ்க்கையில் சம்பவங்கள் நடப்பதுபோன்ற வரிசையிலேயே நிகழ்வுகளைச் சித்திரிப்பவையாக இருந்தன. அதனால்தான் போலும் தமிழில் ஆரம்பகால நாவல்களைச் சரித்திரங்கள் என்றே குறிப்பிட்டிருக்கிறார்கள். பிரதாபமுதலியார் சரித்திரம், கமலாம்பாள் சரித்திரம், பத்மாவதி சரித்திரம் போன்ற பெயர்களைப் பார்த்தால் இது விளங்கும். ஆனால் நாளுக்கு நாள் கதாசிரியர்கள், சம்பவங்களுக்கும் மேலாக, கதாபாத்திரங்களின் உள்மன வாழ்க்கையைச் சித்திரிப்பது பற்றிக் கவலைகொள்ளத் தொடங்கினர். உடல் சார்ந்த காலத்திலிருந்து உள்ளம் சார்ந்த காலம் வேறு என்று உணரத் தலைப்பட்டனர். உடல் சார்ந்த காலம் ஒவ்வொரு இதயத்துடிப்பிலும், நாடித் துடிப்பிலும் பதிவாகியிருக்கிறது. ஆனால் மனம் சார்ந்த காலம் வேறுவேறு வகைகளில் இயங்குகிறது. எல்லோருக்கும் தெரிந்த உதாரணத்தைச் சொன்னால், காதலன் ஒருவன் காதலிக்காகக் காத்திருக்கும்போது ஒரு கணம் செல்வது ஒரு மணிநேரம் போலத் தோன்றுகிறது. அவள் அருகில் இருந்து கொஞ்சிக் கொண்டிருக்கும்போது ஒரு மணி நேரமும் ஒரு கணம் போலத் தோன்றுகிறது. கனவு போன்ற நிலைகளில் காலம் வெளி பற்றிய கருத்தாக்கங்கள் உடைபட்டு விடுகின்றன. கனவில் ஒருவன் இறந்தவர்களைச் சந்தித்து அளவளாவலாம்; பௌதிக உலகத்துடன் சம்பந்தப்படாத ஒரு எதிர்காலத்திலும் சர்வநிச்சயமாக உலவலாம். அப்படியானால் நிஜமான காலம் என்றால் என்ன என்ற கேள்வி எழுகிறது.

நாம் ஒருபோதும் வாழ்க்கையை உள்ளது உள்ளவாறே படைக்க இயலாது என்பது உண்மை. மிகக் கடுமையாக யதார்த்தத்தைக் கடைப்பிடிக்க விரும்பும் இயற்கைவாத நாவலாசிரியனும்கூட உள்ளது உள்ளவாறே படைத்துவிடுவதில்லை. எத்தனையோ எண்ணற்ற சம்பவங்களில் ஏற்புடைய சிலவற்றை மட்டுமே தேர்ந்தெடுத்து சிலவற்றை மட்டுமே விளக்கிப் படைக்கவேண்டியிருக்கிறது.

காலத்தையும் வெளியையும் நம்மோடு இணைக்கக்கூடியது மொழி. அது எப்போதுமே செயற்கையாகவும் சடங்குத்தன்மையோடும் இருக்கிறது. இதில் இதுதான் சரி, இது தவறு என்று சொல்லக்கூடிய மேலாண்மை (அத்தாரிட்டி) கிடையாது. மொழிதான் நமக்கு

எஜமானனாக இருக்கிறது. யாரும் ஒரு புதுவித எழுத்தை உருவாக்கி விட முடியாது. ஏற்கெனவே இருப்பனவற்றின் மாறுதல்கள், மாற்றிப்பொருத்தல்கள், சேர்க்கைகள் மட்டுமே புதிய எழுத்தாக உருக்கொள்கின்றன. ஒரு குறித்த வடிவம்–தனது நோக்கில் சிறந்த வடிவம் என்பதை அமைக்க, எழுத்தாளன் எண்ணற்ற தகவல் குவியல்களில் ஏதோ சிலவற்றைத் தேர்ந்தெடுக்க வேண்டியிருக்கிறது. கலை என்பது இப்படிச் செயற்கையாகத் தேர்ந்தெடுத்து அமைக்கும் ஒன்றுதான்.

கலை என்பது உள்ளுணர்ச்சியிலிருந்து பீறிட்டு வருவதும் அல்ல, ஒழுங்குமுறை அற்றதும் அல்ல. வாழ்க்கையின் நிஜமான பிரதிபலிப்பும் அல்ல, கலை. ஒருபோதும் கலை வாழ்க்கைபோலப் 'பேரடாக்சிக'லாக — உள்முரண்கள் ஏராளமாகக் கொண்டதாக, குழப்பமானதாக, சிக்கலானதாக, ஜீவத்துடிப்புள்ளதாக முடியாது. ஆனால் இப்படியெல்லாம் கலையை அல்லது எழுத்தை மேலும் கொஞ்சம் மாற்றி அமைப்பதற்குத்தான் தொடர்ச்சியறு முறையில் கதை சொல்லுதல் தேவைப்படுகிறது.

நான்லீனியர் எழுத்தைப் பற்றித் தமிழில் பேசியவர்களில் மிக முக்கியமானவர் கோணங்கி. அவருடைய மதினிமார்கள் கதைத் தொகுப்பும் 'கொல்லனின் ஆறு பெண் மக்களும்' சிறப்பானதாக அமைந்திருந்தன. ஆனால் அவை யதார்த்தப் பாணியில் எழுதப்பட்ட சிறுகதைகளைக் கொண்டவைதாம். அதற்குப் பின்வந்த உப்புக் கத்தியில் மறையும் சிறுத்தை, பட்டுப்பூச்சிகள் உறங்கும் மூன்றாம் ஜாமம் போன்றவற்றில் தொடர்ச்சியறு எழுத்தைப் பயன்படுத்தி யிருக்கிறார்.

எழுத்து, எத்தனையோ கற்பனைக் கருவிகளைக் கையாள வேண்டியதாக இருக்கிறது. வாழ்க்கை போன்றதொரு இலக்கிய மாதிரியை அது உருவாக்கிவிடவில்லை. வாழ்க்கையைப் புரிந்து கொள்ளக் கற்பனையான ஒரு மாதிரியை அல்லது சட்டகத்தை அது உருவாக்கித் தருகிறது–அவ்வளவுதான். பலருக்கு இப்போது இருக்கும் சட்டகமே போதும். சிலருக்குப் போதாது. போதாதவர்கள் வெவ்வேறு வகை எழுத்துகளை முயற்சிசெய்து பார்க்கிறார்கள்.

எனவே தொடர்ச்சியறு எழுத்தின் வருகையினாலோ, ஜாலயதார்த்த எழுத்தின் வருகையினாலோ, பின்நவீனத்துவ எழுத்தின் வருகையாலோ முன்னிருந்த எழுத்துமுறைகள் எல்லாம் காலாவதி ஆகிவிடவில்லை.

அப்படி ஆகவும் இயலாது. அதனால்தான் லியோ டார்ட், 'ஓர் எழுத்து நவீனத்துவம் சார்ந்ததாக இருந்தால்தான் அது நவீனத்துவப் படைப்பாகவும் இருக்கமுடியும்' என்றார்.

சிறுகதைகளைப் பொறுத்தவரை தொடர்ச்சியறு எழுத்துகளைப் பின்நவீனத்துவம் சார்ந்தவையாகப் பார்க்கமுடியும். பின்நவீனத்துவப் படைப்புகள்,

1. சுயபோதத்தின் அல்லது சுயவிமரிசனத்தின் அரசியல் பரிமாணங்களை உணர்தல்;
2. சுயத்தையும் வரலாற்றையும் சிக்கலுக்குட்படுத்தி ஒரு சிந்தனைக் கட்டாகக் காணுதல்;
3. பிரதியையும் வாசகர்களையும் மையத்திலிருந்து வெளியேற்றுதல்

ஆகியவற்றைச் செய்யவேண்டும். இவற்றைச் செய்யாதவை பின்நவீனத்துவ எழுத்தாகவோ, மையமழிக்கும் எழுத்தாகவோ இருக்க இயலாது.

அழகியலும் அரசியலும் எல்லைகள் அழிந்து ஒன்றுக்குள் ஒன்று ஊடுருவி இருப்பதனைத் தொடர்ச்சியறு எழுத்து எளிதாக உணர்த்துகிறது. மாயைகளின்றி வாழ்க்கை இல்லை என்பதைப் புரிந்துகொண்டதால், பெருங்கதையாடல்கள் இப்போது பயனற்றுப் போய்விட்டன. இதனை உணரும்போது பின்நவீனத்துவ எழுத்து பிறக்கிறது.

தமிழில் தொடர்ச்சியறு எழுத்தைப் பற்றிப் பேசியவர்கள் மாயாஜால யதார்த்தம் என்னும் விஷயத்தையும் புகுத்தினார்கள். இது ஆங்கிலத்தில் மாஜிக்கல் ரியலிசம் எனப்படுகிறது. இதனைப் பின்நவீனத்துவம் சார்ந்த எழுத்தாகக் கணிக்கத் தேவையில்லை. இதனைத் தொடர்ச்சியறு எழுத்து என்றும் கருதமுடியாது. சில்வியா (எம்.டி. முத்துக்குமாரசாமி) முதன் முதலாக இப்படிப்பட்ட சிறுகதைகளை எழுதினார். அவற்றை பிரம்மனைத் தேடி என்ற தொகுப்பாக வெளியிட்டிருக்கிறார். பிரம்மனைத் தேடி தொகுப்பில் உள்ள கதைகளும், அஸ்வமேதா பத்திரிகையில் அவர் எழுதிய மர்மக்கதையும் காலரீதியாக முன்னும் பின்னும் சென்றுவரவில்லை. இடரீதியாக இடைவெளிகளை உருவாக்கும் முயற்சிதான் அவற்றில் இருந்தது. இதேபோல் சாருநிவேதிதாவின் நாவல்களும் சிறுகதைகளும் புதிய எழுத்து எனப் பாராட்டப்படுகின்றன. சமூகத்தில் வெளிப்படுத்தினால் பிறழ்வு எனக்கருதித் தடை

செய்யப்பட்ட சில எண்ணங்கள், சொற்கள், தொடர்கள் ஆகியவற்றை அவர் தம் எழுத்தில் கொண்டுவந்தது பெரிய மீறலாகக் கருதிப் பாராட்டப்பட்டது.

ரமேஷ்–பிரேதன் இருவரும் மெடாஃபிக்ஷன் (மீப்புனைகதை) எழுதியிருப்பதாகக் கூறுகிறார்கள். எம்.ஜி. சுரேஷும் அவ்வாறே கூறுகிறார். மெடாஃபிக்ஷன் என்பதன் அடிப்படைகளாக, 1. நையாண்டி அடிப்படையிலான பல்பிரதித்துவம், 2. வரலாற்றுடனான தொடர்பு 3. சுயதகர்ப்பும் விமரிசனமும் என்பனவற்றைச் சொல்லலாம். இவை இவர்கள் படைப்புகளில் சரிவர வெளிப்படவில்லை.

அதீதப் புனைவுகள் (ஃபேண்டஸி)

'அதீதப் புனைகதைகள் யாவும் தப்பிப்பே' என்று சிலர் நினைக்கிறார்கள். அது தவறு. புனைகதைகள் அளிக்கும் உண்மை வேறு; மெய்ம்மைகள் அளிக்கும் உண்மை வேறு. புனைவு என்பதே மெய்ம்மையின் எதிர்ச்சொல் தானே? இலக்கியம் என்பது ஒரு விளையாட்டு. கொஞ்சம் தீவிரமான விளையாட்டு. இதில் ஆசிரியர் தனது மனத்திற்குள்ளாகவே கதைச் சூழல்கள், கதைமாந்தர் போன்றவற்றை எல்லாம் உருவாக்கி அவற்றைத் தாளில் உலவ விடுகிறார். ஆழமான கற்பனை காரணமாக உருவாக்கப்பட்டிருந்தால், செய்தித் தாள்களில் வருகின்ற செய்திகள் அளிப்பதைவிட, அதிகஅளவு மனிதவாழ்க்கை பற்றிய உண்மைகளை நிச்சயம் அக்கதைகள் அளிக்கும்.

எல்லாக் கதைகளும் 'இப்படி நாம் வைத்துக் கொள்ளலாமே...' என்ற வெளியில் சொல்லப்படாத யூகத்திலிருந்துதான் தொடங்கு கின்றன. யதார்த்தமான கதைகளும் அவ்வாறுதான். ஜெயகாந்தனின் 'நான் இருக்கிறேன்' கதை, 'ஒரு தொழுநோய்ப் பிச்சைக்காரனும், ஒரு நொண்டியும் சந்திப்பதாக வைத்துக்கொள்வோமே' என்ற யூகத்தை அடிப்படையாகக் கொண்டுதான் கட்டப்பட்டிருக்கிறது. இப்படிப்பட்ட சந்திப்பு யதார்த்த வாழ்க்கையில் சாத்தியம் என்று அதை நாம் ஒப்புக்கொள்கிறோம். அதற்குப் பதிலாக 'ஒரு மனிதன் பூச்சியாக மாறிவிடுவதாக வைத்துக் கொள்வோமே' என்ற (சாத்தியப்பாடற்ற) யூகத்தின் அடிப்படையில் ஒருவர் கதையைத் தொடங்குவதாக வைத்துக் கொள்ளலாம். அப்போது அதனை அதீத புனைவுக்கதை என்கிறோம். ஒருவகையில் புனைவு, அதீதப் புனைவு என்பவையெல்லாம் சாத்தியப்பாட்டின் அளவுகோலின் வெவ்வேறு இடங்களில்

உள்ளவைதாம். ஓர் எலியைப் பல வழிகள் கொண்ட வளைவு அறைகளுக்குள் அடைத்துவைத்து ஓடவிட்டு விஞ்ஞானி பரிசோதனை செய்கிறார். அந்த எலியின் பார்வையில் அது சாத்தியமான நிகழ்வா, சாத்தியமற்றதா? இன்றும் சுவர்க்கம், நரகம், அடுத்த பிறவி இவற்றையெல்லாம் நம்புபவர்கள் பெரும்பான்மையாக இருக்கத் தானே செய்கிறார்கள்? உண்மையில் அவை சாத்தியமானவையா, கற்பனையா?

மானிட யதார்த்தப் பார்வையில் நம்பிக்கைக்கு ஒத்துவராத நிகழ்வுகளைக் கொண்ட கதைகளை அதீதப் புனைவு என்கிறோம். அதாவது தெரிந்த யதார்த்தத்தின் எல்லைகளை மீறுவது. சிறுவயதில் அவரைக்கொடியைப் பிடித்துக்கொண்டே ஏறி அடுத்த உலகம் ஒன்றிற்குள் சிறுவன் போய்விட்ட அம்புலிமாமாக் கதைகளைப் படித்திருக்கிறோம். ஆயிரத்தொரு இரவுகளிலும்கூட இப்படிப்பட்ட கதைகள் இருக்கின்றன. அவற்றை வயதான பின்னும் வாசிக்கவே செய்கிறோம். பேய்க்கதைகள், விஞ்ஞானப் புனைவுகள், சிறுவர்களுக்கான கட்டுக்கதைகள்—இவை யாவும் அதீதப் புனைவுக் கதைகளே. நாம் குழந்தைப்பருவத்தில் கேட்ட நிலாவில் பாட்டி வடைசுட்டுக் கொண்டிருக்கிற கதையும் அதீதப் புனைவுதான்.

இன்று எழுதப்படும் புனைவுகளும் வழக்கம்போலத் தப்பிப்பதற்கான கதைகளாக இருக்கலாம், அல்லது வாழ்க்கைக்கான வெளிச்சத்தை அளிப்பதற்கான கதைகளாகவும் இருக்கலாம். ஏதோ ஒரு வேற்றுகிரகத்திற்குச் செல்லுகின்ற விண்வெளி ஓடத்தில் நிஜமான முப்பரிமாண மனிதர்களும் நிரம்பியிருக்கலாம், ஒற்றைப் பரிமாண மனிதர்களும் இருக்கலாம். நமக்கு விசித்திர விஷயங்களைக் கற்பனைசெய்வதில் ஆர்வம் இருக்கிறது. புதுமைப்பித்தன் கதையில் அதனால்தான் வேதாளம் பேசுகிறது. கடவுளே மானிட உலகத்திற்கு—கந்தசாமிப் பிள்ளையின் வீட்டிற்கு வந்துவிடுகிறார். வெட்டுப்பட்ட தலை, நான் மூன்று கர்ப்ப காலமாக இருக்கிறேன் என்று பேசுகிறது.

காஃப்காவின் உருமாற்றம் என்பது அதீதப்புனைவும் யதார்த்தமும் கலந்த ஒரு கதை. ஆனால் வாழ்க்கையின் உண்மைகளைப் பேசுவது. அது பலதளங்களில்—உருவகக் கதையாக, குறியீட்டுக்கதையாக வாசிக்க இடம் தருகிறது.

கிரகர் சம்சா என்பவன் தினசரி பயணம்செய்து பொருட்களை விற்கும் விற்பனையாளன். தன் பெற்றோருடனும் சகோதரியுடனும்

வசிக்கிறான். ஒரு நாள் காலையில் எழும்போது தான் ஒரு பெரிய பூச்சியாக மாறிவிட்டிருப்பதைப் பார்க்கிறான். இதை அவன் குடும்பத்தினர் எப்படி எதிர்கொள்கிறார்கள், அவன் இறுதியில் எவ்விதம் இறக்கிறான் என்பது கதை. அவன் பூச்சியாக உருமாறுவது மட்டுமே அதீதம். பிறகு, அவன் குடும்பத்தினரிடம் ஏற்படும் மாறுதல்கள் யதார்த்தமானவை. உண்மையில் உருமாற்றம் என்பது அவன் குடும்பத்தினரிடம்—குறிப்பாக அவன் தந்தையிடம் ஏற்படும் மாறுதலைத்தான் குறிக்கிறது என்று யோசிக்கலாம். தாயும் தங்கையும்கூட, அவன் பூச்சியாக மாறிய பிறகு, முதலில் அக்கறையுடனும், பிறகு அக்கறையற்ற நிலையிலும், கடைசியாக வெறுப்புடனும் நடந்துகொள்கின்றனர். அவன் தங்கை, 'அது சாகவேண்டும்' என்றே கூச்சலிடுகிறாள். அவன் இறந்தபின் அவன் தந்தை 'இப்போது நாம் கடவுளுக்கு நன்றி சொல்லமுடியும்' என்கிறார்.

அறிவியல் புதினமும், அதீதக் கதைகளும் 'இப்படியிருந்தால் என்ன நிகழும்?' என்ற அடிப்படையில் எழுதப்படுபவை. உதாரணமாக, ஒளியைவிட நம்மால் வேகமாகப் பிரயாணம் செய்யமுடிந்தால் என்ன ஆகும் என்ற கேள்வியை எழுப்பிக்கொண்டு அதை விளக்கிக் கதையாக்க முடிந்தால் அது ஓர் அதீதப் புனைவுக்கதை ஆகிவிடும்.

ஜால யதார்த்தம்

மேஜிக்கல் ரியலிசம் என்பது ஃப்ரான்ஸ் ரோ என்னும் ஜெர்மானிய கலை விமரிசகரால் உருவாக்கப்பட்ட சொல். ஜால யதார்த்தக் கதைகள் அதீதப் புனைவுக் கதைகளுக்கு அடுத்த கட்டத்தில் உள்ளவை. ஜாலயதார்த்தக் கதைகள் மிகையதார்த்தத்தில் (சர்ரியலிசம்) இருந்து தோற்றம் பெற்றவை என்று சிலர் சொல்லுகிறார்கள். ஆனால் ஆங்கிலநாட்டு விமரிசகர்கள் விடாப்பிடியாக 'அதீதப் புனைவு வேறு, ஜாலயதார்த்தம் வேறு அல்ல' என்றே சொல்லி வருகிறார்கள். 'ஜாலயதார்த்தம் என்பது ஸ்பானிய எழுத்தாளர்களின் அதீதப் புனைவு' என்று ஒரு பிரிட்டிஷ் விமரிசகர் கூறுகிறார்.

ஜாலயதார்த்தம் என்ற சொல் 1920களில் ஓவியர்களின் ஒரு குழுவைக் குறிக்கப் பயன்படுத்தப்பட்டது. பிறகு ஆர்ஜெண்டினாவில் ஜியார்ஜ் லூயி போர்ஹே, கொலம்பியாவில் கேப்ரியல் கார்சியா மார்க்விஸ், ஜெர்மனியில் குந்தர் கிராஸ், இங்கிலாந்தில் ஜான் ஃபௌலர் போன்றோரின் புனைகதைகளைக் குறிக்க இந்தச் சொல்

பயன்படுத்தப்பட்டது. 'இந்த எழுத்தாளர்கள் சாதாரண நிகழ்வு களையும், வருணனைகளையும் கொண்ட கூர்மையான யதார்த்தத் துடன், அதீதப் புனைவும் கனவும் சார்ந்த கூறுகளையும், தொன்மங்கள், தேவதைக் கதைகள் ஆகியவற்றிலிருந்து வருவிக்கப்பட்ட விஷயங் களையும் இடையறாது மாறுகின்ற பாணிகளில் இரண்டற நெய்கிறார்கள்' என்று எம். எச். ஆப்ராம்ஸ், தமது இலக்கியச் சொற்கள் அகராதியில் வரையறை செய்கிறார்.

ஜாலயதார்த்தக் கதைகளில் யதார்த்தமாகவே நம்பவியலாத சம்பவங்கள் இடம்பெறுகின்றன. நம்பவியலாத ஒரு புனைவைச் செயற்கையாக உருவாக்குவது ஜால யதார்த்தக் கதைகளின் நோக்கமல்ல. அவை சாதாரண, தினசரிச் செயற்பாடுகளில் கவனம் செலுத்துகின்றன. ஒரு குறிப்பிட்ட பிரதேசங்களில் வழங்கிவரும் தொன்மங்களைப் பயன்படுத்திக்கொள்கின்றன. ஜால யதார்த்தக் கதைகளைத் தமிழில் தமிழவன், இரா. முருகன் போன்றவர்கள் எழுதி யிருக்கிறார்கள். தமிழவனின் கதையான ஏற்கெனவே சொல்லப்பட்ட மனிதர்கள் என்பது ஸ்பானிய எழுத்தாளராகிய கேப்ரியல் கார்சியா மார்க்விஸின் எழுத்துகளைப் பின்பற்றியது.

அதீதப் புனைவு எழுத்தில் யதார்த்த உலகம் பற்றிய பிரச்சினையே கிடையாது. இந்த உலகின் பிரச்சினைகளுக்கு அப்பால் வேறொரு உலகினை எழுத்தாளர் சிருஷ்டிக்கிறார். படிப்பவர்களுக்கு அந்த உலகம் வேறு, அது நிகழ இயலாதது, சாத்தியமற்றது என்பது நன்றாகத் தெரியும். அந்தச் சம்பவங்களையும் பாத்திரவார்ப்பையும் ஒப்புக் கொள்வதில் தயக்கம் இருந்தாலும், மகிழ்ச்சிக்காக வாசகர் அதனைப் படிக்கிறார். டோல்கியனுடைய லார்ட் ஆஃப் த ரிங்ஸ், ஹாரி பாட்டரை மையமாகக்கொண்ட கதைகள், ஏன்-ஐசக் அசிமாவினுடைய அறிவியல் புனைகதைகளைக்கூட அதீதப் புனைவு என்னும் நிலையில் நன்றாக வாசிக்கலாம். சூபர்மேன், பேட்மேன், ஸ்பைடர்மேன் (சிலந்திமனிதன்) கதைகளும் இவ்வாறே.

ஆனால் ஜாலயதார்த்தம், இயல்பான நமது உலகத்திலேயே நடைபெறுகிறது. அதில் யதார்த்தமான கதாபாத்திரங்களும் சமூகமும் தாம் இடம்பெறுகிறார்கள். அதீதப் புனைவினை மிகைக் கற்பனை என்றால், ஜாலயதார்த்தத்தை உயர்கற்பனை என்று சொல்லுதல் பொருந்தும். கார்சியா மார்க்விஸினுடைய ஒரு நூற்றாண்டுத் தனிமை, சல்மான் ருஷ்டியின் நள்ளிரவின் குழந்தைகள் போன்ற கதைகள் இப்படிப்பட்டவை.

இலக்கியச் சொல்லாடலில் யதார்த்தம் என்பது அனுபவ நிரூபணத்திற்கு உட்பட்ட உலகின் கூறுகளைக் குறிக்கிறது. ஆனால் அனுபவத்தினால் நிரூபிக்கப்படாத, மீயியற்கைக் கூறுகளைத் தன்னகத்தே கொண்ட எழுத்துகளை மாயாஜால யதார்த்தம் என்பது குறிக்கிறது. அதீதப் புனைவு என்பதைப் பொதுமக்கள் வழக்கில் கட்டுக்கதை என்று சொல்லலாம். ஜாலயதார்த்தம், வரலாறு, தொன்மங்கள், அரசியல், நாட்டார் வழக்காறுகள், பழமரபுகள் யாவற்றையும் பயன்படுத்துகிறது. ஜாலயதார்த்தம் என்பது யதார்த்தமே தான், அதில் ஓரளவு அதீதம் கலந்திருக்கிறது. கண்மறைக்கும் கருக்கலில் கயிற்றைப் பாம்பாக நினைப்பதுபோன்ற யதார்த்தம் அது. ஆனால் அதீதப்புனைவு என்பது யதார்த்தத்திற்கு அப்பாற்பட்டது.

ஜாலயதார்த்தத்தைப் புரிந்துகொள்ள விழைபவர்கள், தமிழில் தமிழவன், கோணங்கி கதைகளையும், ஆங்கில வாயிலாக போர்ஹே, இடாலோ கால்வினோ போன்றோர் கதைகளையும் படிக்கலாம். இசபல் அலண்டேயின் ஆவிகளின் வீடு என்னும் கதையும் இப்படிப் பட்டது. இப்போது இவ்விதம் எழுதுபவர்களில் பென் ஓக்ரி, கோஜோ லைங், டோனி மாரிசன், ஜெனிஃபர் செர்வான்டிஸ், குவாமி அந்தனி அப்பையா முதலியோர் முக்கியமானவர்கள்.

ஜாலயதார்த்தக் கதைகளில் பெரும்பாலும் அச்சவுணர்வு அதிகமான இடத்தைப் பெறுகிறது. சிப்பாய்கள், போலீஸ்காரர்கள், துன்புறுத் துபவர்கள் யாவருமே சித்திரவதை செய்கிறார்கள், கொல்கிறார்கள். காலம் சுழற்சியாக நடக்கிறது. நேராகச் செல்வதில்லை. அதனால் ஒருமுறை நடந்த விஷயம் மறுபடியும் நடக்கிறது. ஒரு நல்ல உலகினை அடைவதற்கான சாத்தியம் கதாபாத்திரங்களுக்கு இல்லை. எனவே குறிப்புமுரணும் (ஐரனி) முரணுரையும் (பேரடாக்ஸ்) அதிகஇடம் பெறுகின்றன. விழாக்கொண்டாட்டமும் (கார்னிவல்) முக்கிய மானதோர் இயல்பாகக் காணப்படுகிறது. இசை, நடனம், களிப்பு, உணவு, முட்டாள்தனம், பாலியல் உறவு எல்லாம் அக்கதைகளில் இருக்கின்றன. ஜால யதார்த்தத்தில் இயற்கை இறந்த விஷயங்கள் கேள்விக்குள் ளாக்கப் படுவதில்லை. அவை சாதாரண உலகுடன், புலனுணர்வுடன் இடையறாமல் கலந்தே வருகின்றன.

ஜாலயதார்த்தக் கதைகளின் இயல்புகளாகப் பின்வருவனவற்றைக் கூறலாம்:

- ஆசிரியர்கள் தெளிவாக நிகழ்வுகளை விளக்கப்படுத்துவதில்லை.

அதனால் தெளிவான விளக்கங்கள் கிடைப்பதில்லை, பிரதியில் உள்ள கதாபாத்திரங்கள், நிகழ்வுகளின் துல்லியம், நம்பகத் தன்மை பற்றிய கூற்றுகளை எடைபோட முடிவதில்லை.

- ஆசிரியரின் குறிப்புமுரண் நோக்கு முக்கியமாக இடம்பெறுகிறது.
- கலப்புத்தன்மை இன்னொன்று, பிற்காலனியத்துடன் தொடர்பான பல உத்திகளை எழுத்தாளர்கள் கையாளுகிறார்கள். அவற்றில் முக்கியமானது கலப்புத்தன்மை. நகர்ப்புறம்—நாட்டுப்புறம், மேற்கத்தியது—சொந்தநாட்டினது ஆகிய கூறுகள் கலக்கின்றன. மரபுரீதியான யதார்த்தக்கருவிகள் வெளிப்படுத்த முடிவதைவிட மிகுதியாக இவை வெளிப்படுத்துகின்றன.
- எதிர்வுகளின் இணைப்பு (யூனியன் ஆஃப் ஆப்போசிட்ஸ்) என்பதை ஜாலயதார்த்தம் நன்கு கையாள்கிறது. காலனியத்திற்கு முந்திய கடந்தகாலம் × பன்னாட்டுத்தொழில் மைய முதலாளித்துவக் காலம் என்ற முரண் சிறப்பாக இவற்றில் வெளிப்படுகிறது.

முரண்படும் பார்வைக்கோணங்கள் ஜாலயதார்த்தக் கதைகளில் இடம்பெறுகின்றன. யதார்த்தம் பற்றிய அறிவார்த்தமான பார்வையும், இயற்கை இறந்ததை அப்படியே ஒப்புக்கொள்ளும் பார்வையும் ஒரே எழுத்தில் ஒன்றுபடுகின்றன. இந்திய மனப்பான்மையுடன் ஜால யதார்த்தக் கதைகள் மிகவும் ஒத்துச் செல்கின்றன எனப் பலரும் குறிப்பிட்டிருக்கிறார்கள். இவற்றில் செயற்கையான அமெரிக்க வணிக உலகம், கடந்தகால லத்தீன் அமெரிக்கப் பழங்கதைகள் கொண்ட உலகம் இவற்றின் இணைப்பு காணப்படுகிறது. புறவயமற்ற ஓர் உலகத்தின் அனுபவங்களைச் சித்திரிப்பது இக்கதைகளின் நோக்கமாக அமைகிறது. ஒருவகையில் இந்த அனுபவங்கள் முன்பு உண்மை யாகவே – கடந்தகால மக்களால் அனுபவிக்கப்பட்டவை. அதீதப் புனைவுக்கதைகள் எவருக்கும் நிஜமாக நிகழ்ந்த அனுபவங்கள் அல்ல.

ஒரு நூற்றாண்டுத் தனிமை கதையில், ஒருவன் தலையில் சுடப் படுகிறான். அவன் தலையிலிருந்து பாயும் இரத்தம், பாதையில் பாய்கிறது. அது அவனை அவன் பாட்டியின் வீட்டில் அவள் காலடியில் கொண்டுபோய்விடுகிறது. இரத்தமும் நடந்து செல்லும் பாதையும் பாட்டிவீடும் நன்கு வருணிக்கப்படுகின்றன. இன்னொரு இடத்தில் அழகான பெண். அவள் எங்குச் சென்றாலும் சிதைந்த இறக்கைகளைக் கொண்ட வண்ணத்துப் பூச்சிகளின் கூட்டம் பின்தொடர்கிறது. இவையெல்லாம் சாதாரண உலகுடன் பொருந்துகின்ற அற்புதங்கள்.

சாதாரணப் பொருள்களும் அற்புதநோக்குக்கு உள்ளாகின்றன. பனிக்கட்டியை மகோண்டோவுக்கு நாடோடிகள் கொண்டு வருகிறார்கள். அதை வியப்புடன் பார்க்கிறார்கள் மக்கள். இப்படிப் பட்ட ஒரு பொருள் உலகில் எவ்விதம் இருக்க முடியும்? எறும்புகளின் வரிசை, ஓடைக்கு அருகிலுள்ள சோலை போன்றவையும் கூர்மையாக இயற்கை இறந்தவை போலவே வருணிக்கப்படுகின்றன. அற்புதச் செயல்களும், தேவதைகளும், விலங்கு மனிதர்களும், மிக அழகான பெண்களும், கடவுள்களும் நம்மைச்சுற்றி நடமாடுவதாக நாம் ஏற்றுக்கொண்டால், அவை இயற்கையானவை போலவே தென்படத் தொடங்கிவிடுகின்றன.

யதார்த்த உலகில் ஒருவரது உணர்ச்சிகள், கோபம் போன்றவை இன்னொருவரைக் கொல்ல முடியாது. ஆனால், ஜாலயதார்த்தக் கதைகளில் முடியும்.

காலம் முன்னோக்கிச் செல்வதைவிடத் திரும்பத்திரும்ப வருவதாக இருக்கிறது. காலத்தன்மை நேரானதல்ல, அதனால்தான் இது தொடர்ச்சியறு எழுத்தின் ஒரு வகையாக அமைகிறது. காரணத்தன்மை அகவயமானது, மந்திரப்பொருள்களும் சாதாரணப் பொருள்களும் ஒன்று போன்றவைதாம். ஒருவகையில் கூறினால், ஜாலயதார்த்தம் நம்மிடமிருந்து காலத்தினாலோ இடத்தினாலோ வேறுபட்ட மக்களின் உண்மையான யதார்த்தத்தைச் சித்திரிக்கிறது. அது நாம் அனுபவிக்கும் யதார்த்தம் அல்ல.

தமிழவன், கோணங்கி, எம். ஜி. சுரேஷ், ஜீ. முருகன் போன்றவர்கள் எழுதிய கதைகளை வாசித்துப்பார்த்தல் இலக்கிய மாணவர்களுக்கு நல்லதொரு பயிற்சியாக அமையும்.

இணைப்பு - 2

சில புதிய நோக்குகள்

1960களில் அமைப்புவாதம் அல்லது அமைப்பியம் (ஸ்ட்ரக்சுரலிசம்) என்ற நோக்கு ஐரோப்பிய விமரிசனத்தில் புகுந்தது. ஏற்கெனவே அதுவரை இருந்துவந்த விமரிசன முறையை அறிவியல் பூர்வமற்றது என்றும், பொதுமனிதப் பார்வை (காமன்சென்ஸ்) கொண்டது என்றும் ஏளனம் செய்தது அது. நாம் பதினைந்து இயல்களில் இதுவரை கூறிவந்த செய்திகள் அனைத்தும் ஸ்ட்ரக்சுரலிச நோக்கில் பொது மனிதப் பார்வையில் சொல்லப்படுகின்ற, சாதாரண (பொதுப்புத்தி) விஷயங்கள்தாம்.

ஸ்ட்ரக்சுரலிசம், கதையை ஆராயும் முறையை எடுத்துரைப்பியல் (நேரடாலஜி) என்றது. எடுத்துரைப்பியல் என்பது கதையின் அமைப்புகளைப் பற்றிய ஆய்வு. இதன் வாயிலாகக் கதை ஆராய்ச்சியை அறிவியல் பூர்வமாகவும் செறிவாகவும் ஆக்குவதும், ஒரு ஓவியனைப் போலச் சரியான கோணத்தில்—தூரத்தில் இருத்திப் பார்ப்பதும், கதையின் கருத்தியல்ரீதியான அடிப்படைகளை நோக்குவதும் முடியும் என்று அமைப்புவாதம் கருதியது. எடுத்துரைப்பியலில் கையாளப்படும் சொற்கள் சற்றே வேறு பட்டவை. மேலும் கலைச்சொற்கள் இவ்விதப் பார்வையில் முக்கிய மானவை. கதைகள், சொல்லப்படுபவை—அதாவது எடுத்துரைக்கப் படுபவை. ஆகவே கதைகளை எடுத்துரைப்புகள் (நேரடிவ்) என்றார்கள் அமைப்பு வாதிகள்.

எடுத்துரைப்புகள் (கதைகள்) எப்படி அர்த்தம் உருவாக்குகின்றன, எல்லாவிதக் கதை சொல்லல்களுக்கும் (எடுத்துரைத்தல்களுக்கும்) பொதுவான அடிப்படை நுட்பங்கள், செயல் முறைகள் யாவை என்று பார்க்கும் துறை, அமைப்புவாதத்தின் ஒரு பிரிவாகத் தோன்றினாலும் இப்போது எடுத்துரைப்பியல் தனித்துறையாகவே நோக்கப்படுகிறது.

பெரும்பாலும் மொழிக்கொள்கையைச் சார்ந்து, மொழி அடிப்படையில் எடுத்துரைப்பியல் செயல்படுகிறது.

தனிக்கதைகளைப் படித்து விளக்குவது எடுத்துரைப்பியலின் வேலை அல்ல. ஒரு கருத்தாக்கமாகவும், கலாச்சார நடைமுறையாகவும், பொதுவாகக் கதையின் இயல்பு என்ன என்று நோக்குவது தான்.

எடுத்துரைப்பியலில் ஆளப்படும் சொற்களைப் பற்றி இனிமேல் பார்க்கலாம். கதை, கதைப்பின்னல் என்ற சொற்கள் உண்டு. ஆனால் இச்சொற்களுக்கு அர்த்தம் வேறு.

கதை என்பது நடக்கின்ற மாதிரியே சம்பவங்களை நிரல்படுத்திக் கூறுதல். (இரண்டாம் இயலில் நாம் பார்த்த—பொதுமக்கள் பார்வை யிலான கதைப்பின்னல் என்பது இதற்குப் பொருந்தக்கூடியது.)

கதைப்பின்னல் என்பது, நாம் காணும் வடிவத்தில் எடுத்துரைப்பில் எப்படி அந்தச் சம்பவங்கள் செம்மையாக்கம் செய்யப்படுகின்றன, ஒழுங்குபடுத்தப்படுகின்றன, அமைப்புக்குள் கட்டித்தரப்படுகின்றன, நம்முன் வைக்கப்படுகின்றன என்பது பற்றியது.

இது மிகவும் முக்கியமான வேறுபாடு.

நாம் வழக்கமாகச் சொல்லும் (இரண்டாம் இயலில் கூறிய) கதைப்பின்னலுக்கும் எடுத்துரைப்பியலின் கதைப்பின்னலுக்கும் வேறுபாடு இருப்பதனால் பின்னதைக் கதைத்திட்டம் என்று இனிமேல் சொல்லுவோம். ஆக, கதை—கதைத்திட்டம் என்ற சொற்களை அறிமுகப்படுத்திக்கொண்டோம்.

கதை, கதையாக இருக்க, ஏதோ ஒருவிதமான தொடக்கத்தில்தானே தொடங்கியாக வேண்டும்? பிறகு கதாசிரியர் முக்கியம் என நினைக்கும் எந்த விஷயமும் விடுபடாமல் காலமுறைப்படி அது சொல்லிச் செல்லவேண்டும். பழைய முறைப்படி சொன்னால், பாலகாண்டம் முதல் மயானகாண்டம்வரை முறைப்படி செல்ல வேண்டும். ஆனால் கதைத்திட்டம் எங்கு, எப்படி வேண்டுமானாலும் தொடங்கலாம். பிறகு பின்னோக்கு உத்தியைப் பயன்படுத்தித் தொடக்கத்துக்குச் செல்லலாம். பின்னால் நடக்கப்போகும் சம்பவங்கள் பற்றிய குறிப்புகளைத் தரலாம். சாதாரணமாக நாம் பார்க்கின்ற கதையின் ஒரு மாறுபட்ட வடிவம்தான் கதைத்திட்டம்.

எடுத்துரைப்பியலில் பல குழுக்கள் உண்டு. ஒவ்வொன்றுக்கும் தனித்த கலைச்சொற்கள் உண்டு. உதாரணமாக, தமது Working with

Structuralism என்னும் நூலில், டேவிட் லாட்ஜ் என்னும் புகழ்பெற்ற விமரிசகர், கதை என்பதற்கு பதிலாக ஃபேபுலா (Fabula) என்ற சொல்லை ஆளுகின்றார். கதைத்திட்டத்திற்கு பதிலாக ஸ்யூஷே (Sujet) என்ற சொல்லை ஆளுகின்றார். அமெரிக்கத் திறனாய்வாளர்கள் பெரும்பாலும் கதைத்திட்டம் என்ற சொல்லுக்குப் பதிலாக சொல்லாடல் (டிஸ்கோர்ஸ்—Discourse) என்ற சொல்லைப் பயன் படுத்துகிறார்கள். குழப்பத்தை இன்னும் அதிகமாக்கும் வகையில், மொழியியல் சார்ந்தவர்கள் சொல்லாடல் என்ற சொல்லுக்குப் பதிலாகக் கருத்தாடல் என்ற சொல்லைப் பயன்படுத்துகிறார்கள்.

ஆனால் சொல்லாடல் என்ற சொல்லே பொருத்தமானது. காரணம் ஒன்று, இது பழந்தமிழ்ச் சொல்; மேலும் சொல்லாடல் என்றால் பேசுதல் என்ற அர்த்தம் வருகிறது, கருத்தாடல் என்றால் விவாதம் என்று அர்த்தம். காரணம் இரண்டு, கருத்தற்ற சொல்லாடல்களும் இருக்கலாம். உதாரணமாக தாய் குழந்தையை, ஜூஜூஜூ என்று கொஞ்சுகிறாள். இதில் எந்தக் கருத்தும் இல்லை. ஆனால் சில ஒலிகள் இருக்கின்றன. எனவே இவற்றைக் கருத்தாடல் என்பதை விடச் சொல்லாடல் என்பதே பொருத்தமாக உள்ளது. (ஆனால் மொழியியல்வாதிகளில் சிலர் மிகப் பிடிவாதக்காரர்கள். நாங்கள் ஒரு கலைச்சொல்லை உருவாக்கிவிட்டால் அதுதான் சரி, வேறொன்றைக் கையாள மாட்டோம் என்று பிடிவாதம் செய்பவர்கள்!)

கதைத்திட்டம் என்பதில் நடை, நோக்குநிலை, கதையின் வேகம் போன்றவை யாவும் கணக்கில் எடுத்துக் கொள்ளப்படுவதால், இந்தப்பெயர் பொருத்தமாகவே தோன்றுகிறது.

ஜெரார்டு ஜெனட் என்னும் முக்கிய விமரிசகர், கதை என்பதற்கு பதிலாக ஹிஸ்ட்வா (Histoire) என்ற சொல்லையும், கதைத்திட்டம் என்பதற்கு பதிலாக ஸ்யூஷே அல்லது ரெசிட் என்னும் சொல்லையும் ஆளுகின்றார்.

நாம் எல்லாமே தொல்காப்பியத்தில் தொடங்குகிறது என்று சொல்வதைப்போல, மேற்கத்திய விமரிசனத்தில், எல்லாமே பழங்காலத்துத் தத்துவஞானி அரிஸ்டாடிலிடம் தொடங்கியதாகச் சொல்வார்கள். எடுத்துரைப்பியலைத் தொடங்கியதும் அவரே. கதைப்பின்னலில் மூன்று முக்கியக் கூறுகள் இருக்கவேண்டும் என்பது அவரது கருத்து. இவற்றை ஹமார்ஷியா, அனக்னாரிசிஸ், பெரிபடேயா என்ற கிரேக்கச் சொற்களால் கூறுவார்கள்.

ஹமார்ஷியாவுக்குக் குற்றம் (பாவம்–sin) அல்லது தவறு என்பது அர்த்தம். துன்பியல் நாடகத்தில் முக்கியக் கதாபாத்திரம் ஏதேனும் ஒரு குறை உடையவராக இருக்கவேண்டும். அப்போதுதான் அவரது வீழ்ச்சிக்குக் காரணம் ஏற்படும். உதாரணமாக, இராவணன் சீதையின் மேல்-இன்னொருவன் மனைவிமேல் கொண்ட காதல் என்ற குறை, அவன் வீழ்ச்சிக்குக் காரணமாகிறது. துரியோதனன் மண்ணின்மீது கொண்ட அளவற்ற காதல் (ஐந்து ஊசிமுனை இடங்களைக்கூடப் பாண்டவருக்குத் தரமாட்டேன்) அவன் வீழ்ச்சிக்குக் காரணமாகிறது. கோவலன் மாதவியைத் தவறாகப் புரிந்துகொண்டது, அவன் வீழ்ச்சிக்குக் காரணமாகிறது.

அனக்னாரிசிஸ் என்பது அறிந்தேற்றல் அல்லது புரிந்துகொள்ளுதல் என்று பொருள்படும். கதைத்தலைவர் சுயபோதத்தில் தன் குறையை உணர்ந்து கொள்ளும் நிலை இது. கோவலன் தன் குறையினை, ஒரு பாதி கோசிக மாணியிடம் மாதவி கடிதத்தைப் பெறும்போதும், இன்னொரு பாதி, மாதரியின் இல்லத்தில் கண்ணகியின் சமையலைச் சாப்பிடும் போதும், உணர்ந்துகொள்கிறான். இதுதான் அனக்னாரிசிஸ்.

பெரிபடேயா என்பது கதை திரும்புதல். கதைத் திருப்பம் அல்லது கிளைமாக்ஸ். துன்பியலில், இது கதாநாயகன் தன் உயர்ந்த நிலையிலிருந்து வீழ்ச்சி அடைவதாக அமையும். சான்றாக, இராவணனை இராமன் இன்றுபோய் நாளை வா என்று சொல்லும் போது அவன் தன் உயர்ந்த நிலையிலிருந்து வீழ்ச்சி அடைகிறான். அதனால் இதுவரை நேர்ப்பார்வையோடு நடந்த அவன் பூமியை நோக்கியே நடந்துசென்றான் என்பார் கம்பர். இந்த அமைப்பினைப் பெரும்பாலும் எந்தக் கதைவடிவத்திலும் காணமுடியும்.

ரஷ்ய உருவவியல் விமரிசகரான விளாதிமிர் ப்ராப், நாட்டார் கதைகளில் திரும்பத் திரும்ப வரும் அமைப்புகள், சூழல்கள் ஆகியவற்றைப் பட்டியலிட்டார். அவருடைய நாட்டார் கதைகளில் வடிவஅமைப்பு (Morphology of the folktales) என்னும் நூல் முக்கியமானது. நூறு கதைகளை ஆராய்ந்த அவர், அவற்றின் பொது இயல்பாக முப்பத்தொரு பணிகளைக் கண்டுபிடித்தார். அவை பின்வருமாறு:

1. குடும்பத்திலிருந்து ஒருவன் (கதைத்தலைவன்) பிரிகிறான்.
2. அவன்மீது ஒரு தடை (தடையாணை) விதிக்கப்படுகிறது.
3. அவன் அந்தத் தடையை மீறுகிறான்.

4. எதிர்த்தலைவன் வேவுபார்க்க முனைகிறான்.
5. தன்னால் இடையூறுக்கு ஆளாகப்போகும் தலைவன் அல்லது அவனைச் சார்ந்தவர் (ஒருவன் அல்லது சிலர்) பற்றிய தகவலை எதிர்த்தலைவன் பெறுகிறான்.
6. இடையூறுக்கு ஆளாகுபனை ஏமாற்றி அவரது பொருளைப் பறிக்கவோ அவனையே அடிமையாக்கவோ எதிர்த்தலைவன் முயல்கிறான்.
7. இடையூறுக்கு ஆளாகுபவன் தன்னையறியாமல் எதிர்த்தலைவனிடம் ஏமாந்து அதனால் அவனுக்குத் துணை புரிகிறான்.
8. எதிர்த்தலைவன் (கதைத் தலைவனின்) குடும்ப உறுப்பினர் ஒருவருக்குத் தீங்கிழைக்கிறான்.
8 அ. குடும்ப உறுப்பினர் ஒருவர் ஏதோ ஒன்றின் குறையை உணர்கிறார், அல்லது அதை விரும்புகிறார்.
9. அந்தக் குறை தெரியவருகிறது. கதைத் தலைவனிடம் ஒரு வேண்டுகோள் அல்லது கட்டளை அளிக்கப்படுகிறது. அதைச் செயல்படுத்த அவன் அனுப்பப்படுகிறான். (நாட்டார் கதைகளில் இது ஒரு தேடப்படும் பொருளாக இருக்கும்.) இராமாயணக் கதையில் சீதையை இராமன் தேடிச் செல்ல முடிவு செய்வதைப் பொருத்திப் பார்க்கலாம்.
10. கதைத்தலைவன் (இப்போது பொருளைத் தேடுபவன்) எதிர்வினை செய்ய முடிவு செய்கிறான்.
11. கதைத்தலைவன் வீட்டைவிட்டு வெளியேறுகிறான்.
12. கதைத் தலைவனுக்குச் சோதனை, விசாரணை, தாக்குதல் போன்ற ஏதோ ஒன்று நிகழ்கிறது. அதன் வாயிலாக அவன் ஒரு மாயாஜால உதவியை அல்லது உதவுபவரைப் பெறுகிறான். இராமாயணத்தில் இராமனுக்கு சுக்ரீவன், அவனது குரங்குப் படை உதவி கிடைப்பதை இவ்வாறு நோக்கலாம்.
13. எதிர்கால உதவியாளரின் செயல்களுக்குத் தலைவன் எதிர்வினை புரிகிறான்.
14. தனக்கு உதவியாக ஒரு மாயாஜாலப் பொருளைத் தலைவன் பெறுகிறான். இராமாயணக் கதையில் இராமனுக்கு இவ்விதம் கிடைக்கும் 'பொருள்'– அனுமன்.

15. தான் தேடும் பொருளின் இடத்துக்குத் தலைவன் அழைத்துச் செல்லப்படுகிறான்.
16. தலைவனும் எதிர்த்தலைவனும் நேரடிமோதலில் ஈடுபடுகிறார்கள்.
17. தலைவன் பழிசுமத்தப்படுகிறான்.
18. எதிர்த்தலைவன் தோற்கடிக்கப்படுகிறான்.
19. தொடக்க துரதிருஷ்டநிலை நீங்குகிறது.
20. கதைத்தலைவன் திரும்பிவருகிறான்.
21. தலைவன் துரத்தப்படுகிறான்.
22. தன்னைத் துரத்துவோரிடமிருந்து தலைவன் காக்கப்படுகிறான்.
23. பிறருக்குத் தெரியாமல் தலைவன் தன் வீட்டிற்கோ பிற நாட்டுக்கோ போய்ச்சேர்கிறான்.
24. போலித் தலைவன் ஒருவன் மிகுதியான உரிமைகளைக் கேட்கிறான்.
25. கதைத்தலைவனுக்கு (மீண்டும்) ஒரு கடினமான பணி தரப்படுகிறது.
26. அந்தக் கடமை முடிக்கப்படுகிறது.
27. கதைத்தலைவனை எல்லோரும் அறிந்தேற்கிறார்கள் (புரிந்து கொண்டு ஏற்றுக்கொள்கிறார்கள்).
28. போலித்தலைவன் அல்லது எதிர்த்தலைவன் வெளிப்படுத்தப் படுகிறான்.
29. கதைத்தலைவனுக்கு ஒரு புதிய தோற்றம் கிடைக்கிறது.
30. எதிர்த்தலைவன் தண்டிக்கப்படுகிறான்.
31. தலைவன் மணம்புரிந்துகொண்டு அரியணை ஏறுகிறான்.

நாட்டார் கதைகளைத்தாம் இவ்விதத்தில் ஆராய வேண்டுமென்றில்லை, சிறுகதைகளையும் இதேமுறையில் ஆராயமுடியும். ப்ராப்பின்முறை, சிறுகதைகளை ஆராயச் சிறந்தமுறை. ஆனால் லெவி ஸ்டிராஸ், ஜெனட், பார்த் போன்றவர்கள் வேறுவித முறைகளையும் உருவாக்கி இருக்கிறார்கள். அவற்றையெல்லாம் விரிவாகச் சொல்ல இங்கு இடமில்லை.

ஒரு கதையில் இத்தனைப் பணிகளும் இருக்கத் தேவையில்லை. இவற்றில் சில மட்டுமே இருக்கலாம். ஆனால் வரிசைமுறை மாறாது.

அதாவது 10க்குப் பிறகுதான் 15 வரவேண்டுமே தவிர, 15க்குப் பின் 10 வராது. உதாரணமாக, 5, 7, 14, 18, 30, 31 பணிகள் மட்டும் ஒரு கதையில் வரலாம். அதாவது, (5)—எதிர்த்தலைவன், தலைவனைப் பற்றிய தகவல்களை அறிகிறான், (7)—அவனை ஏமாற்றுகிறான், (14)—கதைத்தலைவனுக்கு மந்திரச் சக்திகள் பெற்ற ஒரு விலங்கின் வாயிலாக உதவி கிடைக்கிறது, (18)—எதிர்த்தலைவனைத் தோற்கடிக் கிறான், (30)—எதிர்த் தலைவன் தண்டிக்கப்படுகிறான், (31)—பிறகு தலைவன் திருமணம் செய்துகொண்டு அரசனாகிறான்.

ப்ராப், ஏழு கதைமாந்தர்களைக் கூறுகிறார். இவர்களை spheres of action என்கிறார். அவர்கள்-

1. எதிர்த்தலைவன்
2. கொடையாளர்
3. உதவியாளர்
4. இளவரசியும் (தேடப்படும் நபரும்) அவளது தந்தையும்
5. அனுப்புபவர்
6. கதைத்தலைவன் (தேடுபவன், இடருக்கு ஆளாகுபவன்)
7. போலித்தலைவன்

இவற்றை வைத்து எந்த நாட்டுப்புறக் கதையின் அமைப்பையும் ஆராயலாம். இவற்றைச் சற்றே விரிவுபடுத்தினால், சிறுகதைகள் உட்பட எந்தக் கதையையுமே ஆராயலாம் என்று ராபர்ட் ஷோல்ஸ் என்னும் விமரிசகர் கூறுகிறார்.

ஜெரார்டு ஜெனட் என்னும் விமரிசகர் கதையின் அமைப்பினை ஆராய முனையும் விதம் வேறு. எடுத்துரைப்புச் சொல்லாடல் என்ற நூலை எழுதியிருக்கிறார் அவர்.

1. கதை நாடகப்படுத்துகின்ற விதத்தில் அமைந்திருக்கிறதா, எடுத்துரைக்கின்ற (கதாசிரியர் சொல்லுகின்ற) விதத்தில் அமைந்திருக்கிறதா?

ஜெனட், நாடகப்படுத்துகின்ற விதம் என்பதை 'மைமெடிக் மூட்' என்றும், எடுத்துரைக்கின்ற விதம் என்பதை 'டீஜெடிக் மூட்' என்றும் சொல்கிறார். நாடகப்படுத்துகின்ற விதம் என்பது காட்சிப்படுத்தல். அதில் நேர்க்கூற்று முறையிலான உரையாடலும் இடம் பெறும். நாமே காட்சிகளைப் பார்க்கின்ற அனுபவம் ஏற்படும். டீஜெடிக் விதம் என்பது, கதையை வேகமாகச்

சொல்லிக்கொண்டு செல்லுதல். என்ன நிகழ்கிறது என்பதை உள்ளவாறே காட்ட முனையாமல், தனது நோக்கில் சொல்லிக் கொண்டு போகிறார் கதைசொல்லி. ஆனால் பெரும்பாலும் கதைகளில் இவ்விரு விதங்களும் கலந்தே வருகின்றன.

2. எப்படிக் கதை குவியப்படுத்தப்படுகிறது?

குவியப்படுத்துதல் என்பதைத்தான் நாம் வழக்கமாக நோக்கு நிலை என்றோ பார்வைக் கோணம் என்றோ சொல்லுகிறோம். கதை சொல்லப்படும் நோக்குநிலையை இது குறிக்கிறது. புறக்குவியப்படுத்தல் என்பது சமைக்கப்படும் கதாபாத்திரத் திற்கு வெளியில் அமைவது. அந்தக் கதாபாத்திரத்தைப்பற்றி நாம் காணக்கூடிய தகவல்கள் மட்டுமே சொல்லப்படுகின்றன. இதற்கு மாறாக, அகக்குவியப்படுத்தல் என்பது சமைக்கப்படும் பாத்திரம் என்ன உணர்கிறார், சிந்திக்கிறார் என்பவற்றின் மீது குவியப்படுத்துவதாக அமைகிறது. சந்திரசேகரன் மருத்துவரிடம் குழந்தையை அழைத்துச் சென்றான் என்பது புறக்குவியப் படுத்தல். சந்திரசேகரனுக்குக் கவலை வந்துவிட்டது என்பது அகக்குவியப்படுத்தல். சந்திரசேகரனுடைய எண்ணங் களைப் பற்றியதாகவே கதை அமைந்தால், அப்போது சந்திர சேகரன் குவியப்படுத்துபவர் ஆகிறார் (இவரைப் பிரதிபலிப்பவர் –reflector என்று சொல்வதும் வழக்கம்). எல்லாக் கதாபாத்திரங் களின் மனத்தினூடாகவும் கதைசொல்லி புகுந்து எல்லோருடைய உணர்வுகளையும் அனுபவங்களையும் சொல்பவராக இருந்தால் அது பூச்சியக் குவியப்படுத்தல் எனப்படுகிறது. இது வழக்கமாக நாம் கூறும் சர்வஞான நோக்குநிலை ஆகும்.

3. கதைசொல்லி யார்?

எப்போதும் ஆசிரியர்தான் கதைசொல்பவர், ஆனால் கண்டிப்பாக அவர் தன் சொந்தக்குரலில் அல்லது வேடத்தில் (பெர்சோனா) கதைசொல்லவேண்டும் என்பதல்ல. பொதுவாகப் பூச்சியக் குவியப்படுத்தல் (சர்வஞான நோக்குநிலை) வாயிலாகக் கதை சொல்லும் கதைசொல்லியை நாம் யாரென அறிவதே கிடையாது. அவருக்கென ஒரு பெயரோ, தனித்த வரலாறோ, இல்லை. சொல்பவர் ஒரு குரல் அல்லது தொனி– அவ்வளவுதான். ஓர் அறிவுக்கூர்மை வாய்ந்த, நிகழ்ச்சிகளைப் பதிவுசெய்கின்ற பிரக்ஞை (மனம்) அவர். சொல்கின்ற வாயில் (ஊடகம்). இப்படிப்பட்ட கதை சொல்லிகள், தங்களை

மறைத்துக் கொண்ட, முகமற்ற, காட்சிப்படாத நபர்கள். நாம் உடனே ஆசிரியர்தான் இப்படிக் கதைசொல்கிறார் என்று கூறலாம், ஆனால் நவீன எடுத்துரைப்பியலில், எந்தக் கதையும் யாரோ ஒருவரின் குரலாகவே கருதப்படுகிறது. வேண்டு மானால், இப்படிக் கதைசொல்பவர், ஆசிரிய வேடத்தில் (ஆதோரியல் பெர்சோனா) இருக்கிறார் என்று சொல்லிக் கொள்ளலாம். ஜெயகாந்தனின் குரு பீடம் கதையில் வரும் கதைசொல்லி இப்படிப்பட்டவர்தான்.

இன்னொரு விதமான கதைசொல்லி, தனிப்பட்ட ஆளுமை, பால், சமூகவகுப்பு, தனிப்பட்ட விருப்பு வெறுப்புகள், பெயர் கொண்ட நபர். இவர் தான் பார்த்த, பங்கேற்ற, அறிந்த காட்சி களைக் கதைகளாகச் சொல்கிறார். நமக்குப் புலப்படுகின்ற, காட்சிப்படுத்தப்படுகின்ற, குறுக்கிடுகின்ற கதைசொல்லி இவர். ஜெயகாந்தனின் நான் இருக்கிறேன் கதையில் வருகின்ற கதைசொல்லி இப்படிப்பட்டவர். அந்தக் கதையில் முக்கியக் கதாபாத்திரமாக இருக்கும் பிச்சைக்காரனின் பார்வையிலிருந்து தான் அந்தக் கதை சொல்லப்படுகிறது. இப்படிப்பட்டவர்களை ஹோமோடீஜெடிக் (தாங்களே தங்கள் கதையைச் சொல்கின்ற) கதைசொல்லிகள் என்கிறோம். கதையில் பங்கேற்காமல் கதைமட்டும் சொல்கின்ற குறுக்கிடுகின்ற கதை சொல்லிகளை ஹெடரோடீஜெடிக் (பிறரைப் பற்றிக் கதைசொல்லும்) கதைசொல்லிகள் என்கிறோம். தன்மைக்கூற்றில் (அதாவது நான் என்று ஆரம்பித்துக்) கதைசொல்பவர்கள்கூட, ஹோமோடீஜெடிக் ஆகவோ ஹெடரோடீஜெடிக் ஆகவோ இருக்கலாம்.

4. கதையில் காலம் எவ்வாறு கையாளப்படுகிறது?

கதைகள் நிகழ்ச்சிகளின் வரிசைப்படியே சொல்லப்படுவதில்லை என்பது நமக்குத் தெரியும். அவை காலத்தில் முன்னும் பின்னுமாக அளிக்கப்படும் தகவற்குறிப்புகளைச் சார்ந்திருக் கின்றன. சிலசமயங்களில் கதை பின்னோக்கில் செல்கிறது (ஃப்ளாஷ்பேக்). இம்மாதிரிக் கதைப்பகுதிகளை அனலெப்டிக் என்பார்கள். சிலசமயம் முன்னோக்கியும் (ஃப்ளாஷ் ஃபார்வேட்) செல்கிறது. இம்மாதிரிக் கதைப்பகுதிகள ப்ரோலெப்டிக் என்பார்கள். பெரும்பாலும் கதைகள் நடுக்கதையில்தான் (இன் மீடியஸ் ரெஸ்) தொடங்குகின்றன. எனவே மேற்கண்ட பின்னோக்கிப் பார்த்தல், முன்னோக்கிப் பார்த்தல் என்னும்

இருவித முறைகளையும் கையாளவேண்டியது அவசியமாகிறது. அனலெப்டிக், என்ன நடந்தது என்பதை அறிந்துகொள்ள உதவுகிறது, ப்ரோலெப்டிக் என்ன நிகழப்போகிறது என்பதற்கான குறிப்புகளை அளிக்கிறது.

5. **எவ்விதம் கதை சிப்பம்செய்யப்படுகிறது (ஒரு பொட்டலம் போலக் கட்டித் தரப்படுகிறது)?**

கதைகள் எப்போதுமே நேராகச் சொல்லப்படுவதில்லை. பெரும்பாலும் ஆசிரியர்கள் சட்டகக் கதைகள் (ஃப்ரேம் நேரடிவ்) அல்லது முதன்மைக் கதைகள் (ப்ரைமரி நேரடிவ்) என்னும் முறைகளைக் கையாள்கிறார்கள். உதாரணமாக மூன்று நண்பர்கள் ஒன்றாகச் சேர்ந்து பேசிக்கொண்டிருக்கிறார்கள். அவர்கள் பேச்சில் ஒரு பெண்ணின் கதை வருகிறது. முதலில் இந்த மூன்று நண்பர்களும் பேசிக்கொண்டிருக்கும் நிகழ்ச்சி, ஃப்ரேம்கதை அல்லது முதன்மைக்கதையாகும். பின்னர் இடம்பெறும் பெண்ணின் கதை செகண்டரி (இரண்டாம் நிலைக்) கதையாகும். உண்மையில் பெண்ணின் கதையே முக்கியக் கதையாக இருக்கலாம். ஆனால் முதல்நிலை, இரண்டாம் நிலை என்பது இங்கே வருகின்ற வரிசையைப் பொறுத்தனவே அன்றி முக்கியத்துவத்தைப் பொறுத்தவை அல்ல. நேரடியாகக் கதை சொல்லப்படும்போது, அதுவே முதன்மைக் கதை ஆகிறது. ஜெயகாந்தனின் நான் இருக்கிறேன் கதையில் முதலில் கதை பிச்சைக்காரனின் கதையாகத் தொடங்குகிறது. அதுதான் ஃப்ரேம் நேரடிவ் (முதன்மைக் கதைச் சட்டகம்). பின்னர் அது நொண்டிப் பையனின் கதையாகிறது. அது இரண்டாம்நிலைக் கதை. ஆனால் இரண்டும் பிச்சைக்காரனின் சந்திப்பு, அறிவுரை, இறப்பு ஆகியவற்றில் ஒன்றிணைக்கப்படுகின்றன.

கதைக்கொள்கையாளர்கள், ஒற்றைமுனையுள்ள சட்டகக்கதை, இரட்டை முனையுள்ள சட்டகக்கதை, குறுக்கிடுகின்ற சட்டகக் கதை என்றெல்லாம் வகைப்படுத்துவார்கள்.

6. **பேச்சும் சிந்தனையும் எடுத்துரைப்பில் எவ்விதம் எடுத்துரைக் கப்படுகின்றன?**

எழுத்தாளருக்கு இதில் நிறையச் சுதந்திரம் இருக்கிறது. நேர்க்கூற்றாக, முகவரி இணைத்த கூற்றாகச் சொல்வது எளியது. உதாரணமாக, 'நீ ஏன் ஒரு பர்மிட் வாங்கிக்கொள்ளக் கூடாது?'

என்றார் நாகராஜன் என்ற கூற்றில் நேர்க்கூற்றாக மேற்கோள் குறிகளுக்குள் பேச்சு கூறப்படுகிறது, நாகராஜன் என்பது முகவரி (tag). 'ரிக்ஷா' கதையில் உரையாடல் பெரும்பாலும் முகவரியற்ற நேர்க்கூற்றுகளாக அமைகிறது. தேர்ந்தெடுத்த சில கூற்றுகளுக்கு மட்டும் முகவரி அமைகிறது. சிலசமயங்களில் முகவரியோடு கூடிய அயற்கூற்று, முகவரியற்ற அயற்கூற்று, சுதந்திர அயற்கூற்று போன்றவை பயன்படுத்தப்படுகின்றன. சிலசமயங்களில் இவை ஒன்றோடொன்று கலந்தும் வழுக்கியும் செல்கின்றன. இவற்றைத் தவிர, காட்சிப்படுத்திய பேச்சு, மாற்றிய பேச்சு, எடுத்துரைக்கின்ற பேச்சு என்று மூன்று தளங்களாகப் பேச்சுமுறை இயங்குவதை ஜெனட் எடுத்துக் காட்டுகிறார். மாற்றிய பேச்சுக்கும் எடுத்துரைக்கின்ற பேச்சுக்கும் வேறுபாடு என்னவென்றால், முன்னது நேராக என்ன பேசப்பட்டிருக்கும் என்ற செய்தியைத் திரும்பப் பெறும்முறையில் அமைகிறது; பின்னதில் செய்தி சொல்லப் படுகிறதே ஒழிய உண்மையான வார்த்தைகளைத் திரும்பப்பெற இயலாது. எனவே பேச்சுக்கும் வாசகர்களுக்கும் இடையிலான தொலைவினைக் கட்டுப்படுத்தும் சாதனங்களாக இவை செயல்படுகின்றன.

பெரும்பாலும் எடுத்துரைப்பியலாளர்கள் சிறுகதைகள் அல்லது சிறிய எடுத்துரைப்புகளைத்தான் ஆய்வுக்குக்கொள்கிறார்கள். அவற்றை வைத்து உருவாக்கும் சிந்தனைகளைப் பெரிய, நீண்ட எடுத்துரைப்புகளுக்குப் பயன்படுத்துகிறார்கள்.

கதை ஆய்வாளர்கள் அல்லது எடுத்துரைப்பியலாளர்கள்.

- தனிப்பட்ட கதைகளை நோக்கி, அவற்றில் திரும்பத்திரும்ப வரும் அமைப்புகளைத் தேடிக் கண்டறிகிறார்கள்.
- கதையின் உள்ளடக்கம் பற்றி அவர்கள் கவலைப்படுவதில்லை. கதைசொல்பவர், கதை சொல்லும் முறை இவற்றின்மீது கவனத்தைக் குவிக்கிறார்கள். எனவே எடுத்துரைப்பியல் என்பது கதையின் அமைப்பை மட்டுமே ஆராய்வதாகிறது. அமைப்பு வாதமே ஒரு கூர்மை யான வடிவவியல் அல்லது உருவவியல் (ஃபார்மலிசம்) என்ற அவப்பெயருக்கு ஆளான ஒன்று. எடுத்துரைப்பியல் இன்னும் கூர்மையான உருவவாதம் தான்.
- வழக்கமான திறனாய்வுகள் கதைமாந்தர் மீதும் கதையின் நோக்கம் மீதும் கவனத்தைக் குவிக்கின்றன. அமைப்புவாதிகள்

அதற்கு பதிலாகச் கதையின் செயல், அமைப்பு ஆகியவற்றை முன்னணிப்படுத்துகிறார்கள்.

- எல்லாவகையான எடுத்துரைப்புகளுக்கும் இடையில் தொடர்புகள் இருக்கின்றன. அவற்றின் ஒப்புமைகள், இணைப்புகளில் ஆர்வம் காட்டுபவர் எடுத்துரைப்பியலாளர்கள். தனிப்பட்ட கதைகளைப் பற்றி அக்கறை கொள்வதில்லை.

  என்னைப் பொறுத்தவரை எடுத்துரைப்பியல் புதிய கருத்துகளையோ சிந்தனைகளையோ வழங்கிவிடவில்லை. நோக்கும் முறையைத்தான் மாற்றியிருக்கிறது. ஒரே நிகழ்ச்சிக்குப் புதிய பெயர்கள் இட்டிருக்கிறது எடுத்துரைப்பியல். உதாரணமாக, நாம் சர்வஞான நோக்கு நிலை என்பதை பூச்சியக்குவியப் படுத்தல் (ஜீரோ ஃபோகலைசேஷன்) என்று பெயரிட்டது போல. காட்சிப்படுத்தல், எடுத்துரைத்தல் என்பதற்கு மைமசிஸ், டிஜெடிக்ஸ் எனப் பெயரிட்டது போல. ஒருவகையில் இந்த முயற்சிகள் யாவும், கதையை நாம் விவாதிக்கும் தளத்தை இன்னும் பொதுமைப்பட்டதாக, தொலைவில் இருத்தி நோக்குவதாக, அறிவியல் பூர்வமாக ஆக்குவதற்காகச் செய்யப்படுபவை என்று நாம் புரிந்துகொள்ளவேண்டும். மேலும் ஸ்டைலிஸ்டிக்ஸ் என்ற மொழியியல் அணுகுமுறை போலவே 'அறிவியல்பூர்வ' முறையில் நேரடாலஜி அமைவதால் ஏதோ கணக்குப் புத்தகம், பௌதிகப் புத்தகம் படிப்பது போன்ற மனநிலையே நமக்கு ஏற்படுகிறது. சாதாரண வாசகர்களுக்கு இது தேவையற்றது என்றே சொல்லலாம். எடுத்துரைப்பியல் பற்றி ஏராளமான நூல்கள் ஆங்கிலத்தில் உள்ளன. ஆய்வு மாணவர்கள் அவற்றைப் படித்து விவாதிப்பது தம் அறிவைச் செழுமைப்படுத்திக்கொள்ள உதவும்.

உசாத்துணை

ஆங்கிலத்தில் புனைகதை ஆய்வு, எழுதுதல் பற்றி பல நூற்றுக் கணக்கான நூல்கள் உள்ளன. அவற்றில் முக்கியமான ஆறு நூல்களை மட்டுமே இங்கே தந்துள்ளேன். முதல் ஐந்தும் மிகப் பழைய ஆங்கில நூல்கள் ஆயினும் கருத்துவளம் கொண்டவை. கதையியலில் நான் பின்பற்றியிருக்கும் கோட்பாட்டு முறைக்கு இவை ஆதாரமானவை. இவற்றில் 1960க்குப் பிறகு தோன்றிய அமைப்பியம் முதலாக இன்றைய கோட்பாடுகள் வரை புதிய விஷயங்கள் ஏதும் கிடையாது.

Percy Lubbock, *The Craft of Fiction,* Project Gutenberg eBook, www.guterberg.org <http://www.guterberg.org>, First published 1921.

இந்நூலில் தலைப்பற்ற பதினெட்டு இயல்கள் உள்ளன. ஏறத்தாழ கதையியலில் கூறப்படும் சிறுகதைக் கூறுகள் அனைத்தும் இவற்றில் விவாதிக்கப்படுகின்றன. ஆங்கிலத்தில் வெளியான நாவல்கள் பலவற்றின் விமரிசனங்களையும்இந்நூல் கொண்டுள்ளது. பயனுள்ள வாசிப்பு.

E. M. Forster, *Aspects of the Novel,* Rosetta Books, LLC, New York.

அறிமுகம், கதை, மக்கள், மக்கள் (தொடர்ச்சி), கதைப்பின்னல், அதீத கற்பனை, முன்னுரைத்தல், பாணியும் லயமும், முடிவுரை என்ற ஒன்பது இயல்களைக் கொண்ட நூல். 1927இல் வெளியானது. ஆசிரியர் ஒரு புகழ்பெற்ற நாவலா சிரியர் என்பதால் அவரது அனுபவங்களின் அடிப்படையில் கருத்துகளை அமைக்கிறார். கதையியல் பெரும்பகுதி இவரது சிந்தனைகளை ஒட்டிச் செல்கிறது.

C. T. Winchester, *Literary Criticism,* The Macmillan Company, New York, 1899.

மிகப் பழங்காலப் புத்தகம். 1950களில் அ.ச.ஞா, மு.வ. எழுதிய திறனாய்வு நூல்களில் (இலக்கியக் கலை, இலக்கியத் திறன்) தவறாமல் மேற்கோள்களில் இப்புத்தகம் இடம்பெற்றிருக்கும். பல ஆண்டுகள் தேடிய நூல் இது. வரையறைகள், இலக்கியம் என்றால் என்ன, இலக்கியத்தில் உணர்வுக் கூறு, கற்பனை, இலக்கியத்தில்

அறிவுக்கூறு, வடிவக் கூறு, கவிதை, புனைகதை, சுருக்கம் ஆகிய ஒன்பது இயல்களைக் கொண்டது. இந்நூலின் கருத்துகள் பெருமளவு மு.வ, அ.ச.ஞா ஆகியோரால் பிரபலப்படுத்தப்பட்டுள்ளன. கதையியலின் பொதுவான பகுதிகளில் ஓரளவு இதன் சாயை உள்ளது.

I. A. Richards, *Principles of Literary Criticism*, Routledge and Kegan Paul, New York, this edition 2001. (first published 1924).

இன்றும் உலகப் புகழ்பெற்றிருக்கும் ஆங்கில விமரிசகரின் நூல். முப்பத்தைந்து இயல்களைக்கொண்டது. ஆங்கில இலக்கிய விமரிசனத்தை உலகளாவிய நிலைக்கு உயர்த்திய முதல் நூல் எனலாம். இந்த நூலின் கருத்துகள் பல, பொதுநிலையிலும், இலக்கியக் கூறுகள் நிலையிலும் கதையியலில் எடுத்தாளப்பட்டுள்ளன.

M. H. Abrams. Geoffrey Galt Harpham, *A Glossary of Literary Terms*, Wadsworth CENGAGE Learning, 25, Thomas Place, Boston, USA. 2005.

உலகப் புகழ்பெற்ற இலக்கியச் கலைச் சொல் அகராதி நூல். 1960களில் முதற்பதிப்பு வெளிவந்தாலும் பல பதிப்புகளை இன்றுவரை கண்டுவருகிறது. ஆப்ராமுடன் பின்னர் சேர்ந்து கொண்ட இணையாசிரியர் ஜெஃப்ரி அர்ஃபாம். இலக்கியம், கோட்பாடு, இலக்கிய வரலாறு, திறனாய்வு தொடர்பான 1150 சொற்களுக்கு இதில் வரையறைகளும் சிறுகட்டுரை அளவிலான பதிவுகளும் உள்ளன. இன்று இலக்கியக் கோட்பாட்டு, திறனாய்வுத் துறையில் நுழைய இருக்கும் எவருக்கும் இன்றியமையாத கையேடு இது.

Michael Karddos, *A writer's guide,* Bedford/St.Martin's, Boston and New York. 2013.

எழுத்தாளர்களின் பயிற்சிக்கான அண்மை நூல் இது. பத்து இயல்களைக் கொண்டுள்ளது. வாசிப்பையும், விவரங்கள் தருதலைப் பற்றியும் முதல் இரு இயல்கள் சொல்கின்றன. கதையைத் தொடங்குதல், கதைக் கூறுகள், காட்சிகளை அமைத்தல், கதையைச் சீரமைத்தல், தவிர்க்கமுடியாதவாறு எழுதுதல், கதையை முடித்தல், தெளிவின் ஆற்றல், மறுபார்வை ஆகியவாறு அடுத்தடுத்த இயல்கள் உள்ளன. கதையியல் நூலில் இதன் 4, 5, 6 இயல்களின் கருத்துகள் பெருமளவு பயன்படுத்தப்பட்டுள்ளன. இந்நூலின் சிறப்பு, இது முழுக் கதைகளாகவே எண்ணற்ற உதாரணங்களைப் பயன்படுத்தி எவ்வாறு தொடக்க எழுத்தாளர்களும் சிறப்பாக எழுதலாம் என்பதை விளக்குகிறது. அவ்வளவாகத் தமிழ்நாட்டில் கவனிக்கப்படாத நூல்.

சுட்டி

அகத்தியலிங்கம் 151
அகப்போராட்டம் 50
அக்னிப் பிரவேசம் 107
அகிலன் 23
அசோகமித்திரன் 26
அடூர் கோபாலகிருஷ்ணன் 164
அண்ணா 24
அணிசார் அம்சங்கள் 158
அதீதப் புனைவு (ஃபேண்டஸி) 36
அதீதப் புனைவு 178
அப்பையா, குவாமி அந்தனி 187
அபிநவ கதைகள் 21
அபிமானி 26
அம்பை 26
அம்ஷன் குமார் 164
அமைப்புவாதம், அமைப்பியல், ஸ்ட்ரக்சுரலிசம் 190
அரிஸ்டாடில் 16
அலண்டே, இசபல் 187
அழகிய பெரியவன் 26
அழகியல் தன்மை 16
அழகிரிசாமி, கு 25
அழேன் ழக்கே 108
அறிமுகம் 30
அனாக்னாரிசிஸ் 193
அனுராதா ரமணன் 25
அஸ்வமேதா 182
ஆதவன் 26
ஆப்ராம்ஸ், எம். எச். 186
ஆபிரகாம், ஜான் 164
ஆர்வத்தைத்தூண்டல் (சஸ்பென்ஸ்) 31
ஆவிகளின் வீடு (நாவல்) 187
ஆறில் ஒரு பங்கு 21
ஆனந்தவிகடன் 23
இடைவெளி (சிறுகதை) 142
இதயவேந்தன், விழி 26
இந்திரா சவுந்தரராஜன் 25
இந்துமதி 25
இந்நாட்டு மன்னர்கள் 146
இமையம் 26
இரட்டைக் கதைப் பின்னல் 49
இரண்டாம்நிலை அர்த்தம் 154
இரண்டாம்நிலைக் கதை 199
இராம நாராயணன் 104
இலக்கியப் பகுதிகளின் ஒருங்கிணைப்பு 15
இலக்கியப் பிரதியின் இயல்புகள் 14
இழிநகைச்சுவை (ஸ்லாப்ஸ்டிக் காமெடி) 110
இன்மீடியஸ் ரெஸ் 198
உச்சகட்டம் 30
உணர்ச்சி வெளிப்பாடு 100
உணர்ச்சி-உணர்வு 100
உணர்வெழுச்சி (எமோஷன்) 29
உப்புக் கத்தியில் மறையும் சிறுத்தை 181
உருமாற்றம் 138
உரையாடல் (டயலாக்) 112
உள்மனப் பேச்சு 93
எட்கர் ஆலன் போ 27
எடுத்துரைக்கின்ற விதம் 196

எடுத்துரைத்தல் (நேரஷன்) 112
எடுத்துரைப்பியல் (நேரடாலஜி) 190
எலியட், டி. எஸ். 168
எறும்பும் வெட்டுக்கிளியும் (நீதிக்கதை) 86
ஏற்கெனவே சொல்லப்பட்ட மனிதர்கள் (நாவல்) 186
ஒரு கிராமத்து ராத்திரிகள் 113
ஒரு நூற்றாண்டுத் தனிமை 186
ஒருங்கிணைவு (கோ-இன்சிடென்ஸ்) 37
ஒருமை 15
ஒளசித்தியம் 15
ஒளவையார் 101
ஓ ஹென்றி 34
ஓவியப் பாத்திரங்கள், இரு பரிமாணப் பாத்திரங்கள் 75
ஃப்ளாஷ்பார்வர்ட் 198
ஃப்ளாஷ்பேக் 198
ஃபார்முலா, ஃபார்முலாக்கதை
ஃபார்ஸ்டர், ஈ. எம். 48
ஃபிக் ஷன், துடிடிடி, 1
ஃபௌலர், ரோஜர் 151
ஃபௌலர், ஜான் 185
கடைதிறக்கும் நேரம் 111
கண்மணி குணசேகரன் 88
கதாபாத்திரம் (கதைமாந்தர்) 68
கதை (ஃபேபுலா, ஹிஸ்ட்வா) 192
கதைக்கரு, கருப்பொருள் (தீம்) 29
கதைச்சட்டகம் 199
கதைப் பணிகள் (ப்ராப்) 193
கதைப்பின்னல் (ப்ளாட்) 29
கதைப்பின்னல், கதைத்திட்டம், ஸ்யூஷே, ரெசிட் 191
கதைமுடிவு 30
கதையமைப்பின் தத்துவம் 43
கதையின் அர்த்தம் 159

கதையின் கூறுகள் 29
கதையைத் திரித்தல் 47
கந்தசாமி, சா. 25
கந்தர்வன் 25
கமலாம்பாள் சரித்திரம் 180
கயிற்றரவு 92
கல்கி 24
கல்கி 27
கலைஞர் 24
கலைமகள் 23
காஃப்கா 27
காஞ்சனை 123
காட்சி அமைவு 118
காட்சிஅமைப்பு (செட்டிங்) 116
காபூலிவாலா 64
காமிராக் கோணம் 157
கார்க்கி, மக்ஸீம் 170
காரணகாரியத் தொடர்பு 47
காலமும் ஐந்து குழந்தைகளும் 145
கால்வினோ, இடாலோ 187
காளமேகப் புலவர் 101
காற்று 127
கிளவி (கிளாஸ்) 149
கு.ப.ரா. 22
குசிகர் குட்டிக்கதைகள் 21
குந்தர் கிராஸ் 185
குப்புசாமி முதலியார், ஆரணி 26
குமுதம் 27
குருபீடம் (சிறுகதை) 47
குவியப்படுத்தல் 197
குளத்தங்கரை அரசமரம் 108
குறிப்புமுரண் (ஐரனி) 29
குறிப்புமுரண் 129
குறியீடு 129
குறியீடும் உருவகமும் 130
கௌதம சித்தார்த்தன் 26
கொச்சைப் பேச்சு 141

கொல்லனின் ஆறு பெண்மக்கள் 181
கோணங்கி 26
கோபிகிருஷ்ணன் 26
கோலம் (சிறுகதை) 144
கோவில் காளையும் உழவு மாடும் 130
கோஜோ லைங் 187
கோட்டுப் பாத்திரங்கள் (ஒரு பரிமாணப் பாத்திரங்கள்) 75
சட்டகக்கதை 199
சண்முகம், செ. வை. 151
சத்யஜித் ராய் 164
சம்பத் 142
சம்பவத் தேர்வு 47
சமுத்திரம், சு. 25
சர்வஞான நோக்குநிலை 86
சாண்டில்யன் 23
சாப விமோசனம் (சிறுகதை) 144
சாருநிவேதிதா 26
சித்திரப்பாவை 104
சிதம்பர சுப்பிரமணியன், ந. 24
சிலப்பதிகாரம் 136
சில்வியா (எம்டிஎம்) 26
சிவகாமி 26
சிவகாமியின் சபதம் (கதை) 101
சிவசங்கரி 25
சிற்பப் பாத்திரங்கள் (முப்பரி மாணப் பாத்திரங்கள்) 75
சிறியகதைகள்-வகைகள் 20
சின்னச்சின்ன வட்டங்கள் 108
சினி ஃபோரம் 164
சீதை மார்க் சீயக்காய்த் தூள் 123
சீனிவாசன் டி. கே. 24
சுந்தர ராமசாமி 25
சுப்பிரமணியம், க. நா. 23
சுப்ரபாரதி மணியன் 26
சுயநோக்குத் தன்மை 17

சுரேஷ், எம். ஜி. 189
சுரேஷ்குமார இந்திரஜித் 26
சுஜாதா 25
சூடாமணி 26
சூழல் (அட்மாஸ்ஃபியர்) 117
சூழல்முரண் 136
சூழலமைவு 29
செகாவ் , ஆண்டன் 46
செயப்பிரகாசம், பா. 26
செயல்வீழ்ச்சி 30
செயலெழுச்சி 30
செர்வாண்டிஸ், ஜெனிஃபர் 187
செல்லப்பா, சி. சு. 23
செல்வக் கேசவராய முதலியார் 21
சொல்லாட்சி 140
சொல்முரண் 134
சொல்லாடல் 192
சோகமுடிவு 45
ஞானசம்பந்தன், அ. ச. 101
டால்ஸ்டாய் 27
டிராகுலா 104
டிரிஸ்ட்ராம் ஷேண்டி (நாவல்) 179
டூ எக்ஸ் மெஷினா 48
டோல்கியன் 186
தப்பித்தல்/தப்பிப்பு 2
தமிழ்ச்செல்வன் 26
தமிழவன் 186
தமிழ்வாணன் 27
தர்மசங்கடம், நெருக்கடி (டிலம்மா) 32
தர்மன், சோ 26
தற்செயல் நிகழ்ச்சி (ஆக்சிடென்ஸ்) 36
தன்மைக்கூற்று 90
தனுமை 146
தாகூர் 21
தாண்டவராய முதலியார் 21
தாய் (நாவல்) 170
தாயுமானவர் பாடல்கள் 101

தாஸ்தாயேவ்ஸ்கி 96
தி ஃபால் ஆஃப் தி ஹவுஸ் ஆஃப்
  அஷர் (சிறுகதை) 121
தி ரேப் ஆஃப் தி லாக் 109
திருமூலர் 137
திலகவதி 26
திலீப்குமார் 26
தீர்மானம் 162
துரைசாமி ஐயங்கார், வடுவூர் 26
தொடர் (phrase) 149
தொடர்ச்சியறு எழுத்து 178
தொடர்ச்சியறு புதினம் 180
தேசிக விநாயகம் பிள்ளை,
  கவிமணி 110
தேவன் 103
தோனி 125
நகரம் (சிறுகதை) 147
நகுலன் 25
நடராசன் 26
நடேச சர்மா 26
நடை 140
நல்ல சாவு (சிறுகதை) 144
நள்ளிரவின் குழந்தைகள் 186
நனவோடை 92
நாகராஜன், ஜி 26
நாகார்ஜுனன் 159
நாஞ்சில்நாடன் 26
நாடக விழா 165
நாடகநோக்குநிலை (புறவய
  நோக்கு நிலை) 93
நாடகப்படுத்தும் விதம் 196
நாடகமுரண் 135
நாட்டார் கதைகளின்
  வடிவமைப்பு 193
நாயனம் (சிறுகதை) 114
நாவல்லா 27
நான் இருக்கிறேன் 47, 117,
நான் புரிந்த நற்செயல்கள் 114

நான்கு குவார்ட்டெட்டுகள் 168
நான்குவிதப் போராட்டங்கள் 51
நியாயம் 71
நீதி 59
நீதிவாணன் 151
நேர்க்கோட்டுத் தன்மை 179
நேரடி அர்த்தம் 154
நோக்குநிலை (பாயிண்ட் ஆஃப்
  வியூ) 29, 85
பச்சோந்தி (செகாவ் சிறுகதை) 78
பட்டுக்கோட்டை பிரபாகர் 27
பட்டுப் பூச்சிகள் உறங்கும்
  மூன்றாம் ஜாமம் 181
படிமங்கள் 158
பத்மாவதி சரித்திரம் 180
பதினாறு வயதினிலே
  (திரைப்படம்) 138
பரஸ்பரப் பிரதியுறவு 17
ப்ராப், விளாதிமிர் 193
பல்லக்குத் தூக்கிகள் 130
பன்னிரண்டாம் இரவு
  (ஷேக்ஸ்பியர் நாடகம்) 135
பாத்திரவார்ப்பு 68
பாமா 26
பாரதக்கதை 136
பார்த்தசாரதி, நா. 23
பார்த்தெல்மே, டொனால்டு 179
பாரதியார் 171
பாரதியார் 21
பாரதிராஜா 105
பார்வைக் கோணம் 157
பாலகுமாரன் 25
பாலச்சந்தர் 105
பாவண்ணன் 26
பாவை விளக்கு 104
பாழ்நிலம் 168
பிச்சமூர்த்தி, ந 22
பிட் அண் தி பெண்டுலம் 47

பிரக்ஞை வெளியில் 143
பிரகாஷ் 26
பிரசவ வைராக்கியம் 137
பிரதாப முதலியார் சரித்திரம் 180
பிரபஞ்சன் 22
பிரம்மனைத் தேடி 93, 182
பிரம்மனைத் தேடி 182
பிரமிள் 141
பிரயாணம் (சிறுகதை) 90
பிரேம் 26
பின் நவீனத்துவ எழுத்து 180
பின்னணி 112
புதுமைப்பித்தன் 23
புறப்போராட்டம் 50
புனைவியல்பு 16
பூமணி 26
பெயர்க்குறியீடு 130
பெர்சோனா 159
பெரிபடேயா 193
பெருமாள் முருகன் 26
பென் ஒக்ரி 187
பொருத்தப்பாடு 16
பொன்விலங்கு 104
பொன்னீலன் 25
பொன்னுச்சாமி, மேலாண்மை 25
போப், அலெக்சாண்டர் 109
போர்ஹே, ஜார்ஜ் லூயி 179
போராட்டம் 29
போலிசெய்தல் 16
பைத்தியக்காரப் பிள்ளை 60
பொருத்தப்பாடு 47
மக்கள் இலக்கியம் 27
மங்கையர்க்கரசியின் காதல் 22
மணிக்கொடி 23
மணிசேகரன், கோவி 24
மணிரத்னம் 105
மதினிமார்கள் கதை 86
மயான வைராக்கியம் 137

மருமக்கள் வழி மான்மியம் 110
மறுபடியும் 37
மறைபொருள் (மிஸ்டரி) 32
மனக்கோட்டை 98
மாதவன், ஆ. 114
மாதவையா 21
மாபஸான் 35
மார்க்விஸ், கேப்ரியல் கார்சியா 185
மாரிசன், டோனி 187
மாறாப் பாத்திரங்கள் 77
மாறும் பாத்திரங்கள் 77
மிகையுணர்ச்சி 15
மிகையுணர்ச்சி, அசட்டுணர்ச்சி,
   போலியுணர்ச்சி 104
மிருணாள் சென் 164
மிஷின் யுகம் 115
மீப்புனைகதை 159
முகவரிச்சொல்
முத்துசாமி, ந 25
முதன்மைக் கதை 199
முதிர்ச்சி அற்ற/குறைந்த
   வாசகர்கள் 4
முரணுரை 187
முருகன், இரா 186
முருகன், ஜி 189
முன்னணிப்படுத்தல் 14
மெலோடிராமா 110
மௌனி 23
மேக்பெத் (ஷேக்ஸ்பியர்
   நாடகம்) 138
மேற்சுட்டு (அல்யூஷன்) 159
மோகமுள் (நாவல்) 58
மோதல் (முரண்பாடு,
   போராட்டம், சிக்கல்) 30, 49
யுகசந்தி (சிறுகதை) 107
யுலிசிஸ் 168
யூமா வாசுகி 26
ரங்கராஜு, ஜே 26

ரமேஷ் 26
ரவீந்திரன் சி. ஆர். 25
ராதாமணாளன் 24
ராபர்ட் ஷோல்ஸ் 178
ராமகிருஷ்ணன், எஸ் 26
ராமசாமி, தனுஷ்கோடி 25
ராமானுஜ நாயுடு 21
ராமையா, பி.எஸ். 22
ராஜநாராயணன், கி. 26
ராஜம் கிருஷ்ணன் 26
ராஜாஜி 24
ராஜேந்திரசோழன் 26
ராஜேஷ்குமார் 27
ரிக்ஷா 65
ரொமாண்டிக் கொள்கை 16
லக்ஷ்மி 25
லா.ச.ரா. 25
லாட்ஜ், டேவிட் 192
லார்ட் ஆஃப் தி ரிங்ஸ் 186
லியோடார்ட் 182
வ.வே.சு. ஐயர் 22
வடிவ வார்ப்பு/பாணி 14
வண்ணதாசன் 25
வண்ணநிலவன் 25
வரதராசன், மு. 101
வருணனை (டிஸ்கிரிப்ஷன்) 112
வரையறுத்த படர்க்கை
 நோக்குநிலை 88
வாசிப்பு முறை 152
வாழ்க்கை விளக்கம் 2
விட்டலாச்சார்யா 104
விடியுமா 53
விடோசன், பீட்டர் 151
விமரிசனம் 175
விமலா ரமணி 171

விமலாதித்த மாமல்லன் 26
வியப்பு (சர்ப்ரைஸ்) 34
விலகல் 151
விழாக்கொண்டாட்டம்,
 கேளிக்கை 187
விளக்குப்பூச்சி 88
வீட்டின் மூலையில் ஒரு
 சமையலறை (சிறுகதை) 77
வீராசாமிச் செட்டியார் 21
வுட்ஹவுஸ், பி. ஜி. 110
வெங்கட்ராம், எம். வி. 23
வெள்ளை யானையைப் போலும்
 குன்றுகள் 94
வேங்கடேசன் 171
வேங்கையின் மைந்தன் 104
வேதநாயகம் பிள்ளை 171
ஜனரஞ்சக இலக்கியம் 27
ஜாய்ஸ், ஜேம்ஸ் 168
ஜாலயதார்த்தம் (மேஜிக்கல்
 ரியலிசம்) 178
ஜானகிராமன், தி.
ஜெயகாந்தன் 25
ஜெயமோகன் 26
ஜெரோம் கே ஜெரோம் 110
ஜெனட், ஜெரார்டு 192
ஜேம்ஸ்பாண்ட் 27
ஸ்டெர்ன், லாரன்ஸ் 179
ஸ்டைலிஸ்டிக்ஸ் (நடையியல்) 151
ஹமார்ஷியா 193
ஹெடரோடிஜெடிக் 198
ஹெமிங்வே, எர்னஸ்ட் 27
ஹேரி பாட்டர் 168
ஹோம்ஸ், ஷெர்லக் 96
ஹோமோடிஜெடிக் 198